விலை உயிர் என்றாலும்!

சுகந்தி நாடார்

Tamilunltd
10 Maybelle court
Mechanicsburg PA USA 17050
tamilunltd@gmail.com

நூலின் பெயர்	:	விலை உயிர் என்றாலும்!
ISBN	:	978-0-9839087-7-7
பொருள்	:	நாவல்
மொழி	:	தமிழ்
ஆசிரியர்	:	சுகந்தி நாடார்
பதிப்பு	:	முதல் பதிப்பு மின்னூல் 2018 இரண்டாம் பதிப்பு 2019
உரிமை	:	ஆசிரியருக்கு
நூலின் அளவு	:	B&W 5 x 7 in or 178 x 127 mm Perfect Bound on Creme w/Gloss Lam
எழுத்துரு	:	மைக்ரோசப்ட் விஜயா
எழுத்துரு அளவு	:	11 புள்ளி
விலை	:	$ 20.00
பக்கங்கள்	:	328
அச்சாக்கம்	:	Ingramspark
பதிப்பகம்	:	Tamilunltd 10 Maybelle court Mechanicsburg PA USA 17050 Ph:0017177283999 0017178025889 917358951926 anitham.suganthinadar.com tamilunltd@gmail.com

விலை உயிர் என்றாலும்

சுகந்தி நாடார்

முன்னுரை

அபிராமி அபிராமி நீ இல்லாமல் நான் எப்படித் தவிக்கிறேன் பார். தனக்குள்ளே புலம்பிக் கொண்டு கண்ணாடி முன் நின்றிருந்தான் கைலாஷ்.அவன் எதிரில் தெரியும் பிம்பம் அவன் மனதில் பதியவில்லை. யாரோ ஒரு அந்நியனைப் பார்ப்பது போல் தன்னையேப் பார்த்துக் கொண்டு நின்றிருந்தான் அவன்.இடுங்கிய நெற்றியும் களை இழந்த கண்களும் விடைத்த மூக்கும் அழுந்தமான உதடுகளும் அவன் கவலைக்கு சாட்சி சொல்லும் விதமாய் ஆங்காங்கே நரைத்திருந்த மீசையும் குறுந்தாடியும் ஆளை மாற்றித்தான் காட்டின.

கண்ணாடி முன்னால் குனிந்து காதோரமாய் தலையைக் கோதினான். புதிதாய் முளைத்த களை மாதிரி இள நரை அவனைப் பார்த்து சிரித்தது. கண்ணாடியில் தெரிந்த தன் பிம்பத்திடம் இருந்து அவனுடைய கண்கள் கண்ணாடிக்கு அருகில் வைத்திருந்த அபிராமியின் போட்டோவிற்குப் போயிற்று
அவனைப் பார்த்துக் கள்ளம் கபடமில்லாமல் சிரித்துக் கொண்டிருந்தாள் அபிராமி இப்போது தன்னைப் பார்த்தால் இப்படி சிரிப்பாளா என்றால் சந்தேகமே
பெருமூச்சுடன் படத்தை உற்றுப் பார்த்தான்

அவனுக்கு இந்தப் படம் எடுத்தது நன்றாக நினைவிருக்கிறது. அட்லாண்டாவிற்க்கு அபிராமி வந்த புதிது. ஒவ்வோரு இடமாய் சுற்றிக் காட்டிக் கொண்டிருக்கும் போது *CNN* நீயூஸ் சேனல் அருகில் நிற்க

விலை உயிர் என்றாலும்

சுகந்தி நாடார்

முன்னுரை

அபிராமி அபிராமி நீ இல்லாமல் நான் எப்படித் தவிக்கிறேன் பார். தனக்குள்ளே புலம்பிக் கொண்டு கண்ணாடி முன் நின்றிருந்தான் கைலாஷ்.அவன் எதிரில் தெரியும் பிம்பம் அவன் மனதில் பதியவில்லை. யாரோ ஒரு அந்நியனைப் பார்ப்பது போல் தன்னையேப் பார்த்துக் கொண்டு நின்றிருந்தான் அவன்.இடுங்கிய நெற்றியும் களை இழந்த கண்களும் விடைத்த மூக்கும் அழுந்தமான உதடுகளும் அவன் கவலைக்கு சாட்சி சொல்லும் விதமாய் ஆங்காங்கே நரைத்திருந்த மீசையும் குறுந்தாடியும் ஆளை மாற்றித்தான் காட்டின.

கண்ணாடி முன்னால் குனிந்து காதோரமாய் தலையைக் கோதினான். புதிதாய் முளைத்த களை மாதிரி இள நரை அவனைப் பார்த்து சிரித்தது. கண்ணாடியில் தெரிந்த தன் பிம்பத்திடம் இருந்து அவனுடைய கண்கள் கண்ணாடிக்கு அருகில் வைத்திருந்த அபிராமியின் போட்டோவிற்குப் போயிற்று
அவனைப் பார்த்துக் கள்ளம் கபடமில்லாமல் சிரித்துக் கொண்டிருந்தாள் அபிராமி இப்போது தன்னைப் பார்த்தால் இப்படி சிரிப்பாளா என்றால் சந்தேகமே
பெருமூச்சுடன் படத்தை உற்றுப் பார்த்தான்

அவனுக்கு இந்தப் படம் எடுத்தது நன்றாக நினைவிருக்கிறது. அட்லாண்டாவிற்க்கு அபிராமி வந்த புதிது. ஒவ்வோரு இடமாய் சுற்றிக் காட்டிக் கொண்டிருக்கும் போது CNN நீயூஸ் சேனல் அருகில் நிற்க

வைத்து இந்த ஃபோட்டாவை எடுத்தது அவன் தான். முதல் முதலாய் ஒரு விந்தை மாய உலகத்தைப் பார்த்தது போல அவன் கைகளில் தன் கையைக் கோர்த்துக் கொண்டு அன்று முழுவதும் வலம் வந்தாள். அபியின் போட்டோவைக் கையில் எடுத்தவன் அதில் தெரிந்த உருவத்தையே கேட்டான். நீ எங்கே இருக்கிறாய் அபி? நான் இன்னும் உன்னை எவ்வளவு காலம் தேட வேண்டும்? என்னை மன்னிக்கவே மாட்டாயா?
உன்னிடம் மன்னிபுக் கேட்கும் வாய்ப்பு எனக்குக் கிடைக்கவே கிடைக்காதா?

பெருமூச்சுடன் போட்டாவை எடுத்துப் பெட்டியில் வைத்தான். விமானத்திற்கு தாமதமாகி விடக் கூடாது.
தன் மற்ற சாமான்களை எடுத்து வைத்தவன் ஹோட்டல் அறையை விட்டு வெளியே வந்தான். இயந்திரத் தனமாய் ஹோட்டலுக்கு பணம் கொடுத்தாலும் கண்கள் அபியைத் தேடின எங்காவது கண்ணில் படுகிறாளா?
இல்லை

அவள் அவன் கண்ணில் படுவாள் என்பது சந்தேகமே! அவன் வேண்டாம் என்று எவ்வளவு அழுத்தத்துடம் பிடிவாதத்துடனும் இருந்தாள். உண்ணாமல் மௌனமாக தன்னைத் தானே அவள் வருத்திக் கொள்வது தாங்காமல் விவாகரத்துப் பத்திரத்தில் கையெழுத்துப் போட்டுக் கொடுத்தது தான் அவன் செய்த தவறு. அவன் கண் முன்னாலெயே அதில் கையெழுத்துப் போட்டவள். அதற்குப் பின் எதுவும் இல்லை என்பது போல மறுநாளே வீட்டைவிட்டுக் கிளம்பி விட்டாள். எங்கே என்ன செய்கிறாள் என்று தெரியவில்லை. அன்றிலிருந்து இன்று வரை அவளைத் தேடிக் கொண்டு அலைகிறான்.
வேலை என்ற பொறுப்பு மட்டுமில்லை என்றால் இந்நேரம் ஒரு பைத்தியமாகி இருப்பான்.

தாஸ் அவனுடைய முதலாளி அவனுடைய மனத் தேவையைப் புரிந்து கொண்டவர். அவனுடையத் திறமையையும்

தெரிந்து வைத்திருப்பவர். அதனால் அவன் விருப்பத்திற்கு இணங்க நாட்டின் எந்த மூலையில் கட்டட ஒப்பந்தம் கிடைத்தாலும் இவனை அனுப்பி வைக்கிறார். அப்படித்தான் இந்த இரண்டு வருடங்களாக அவனது வாழ்க்கை அல்லோலப் படுகிறது.

விமான நிலையத்திற்கு செல்ல டாக்ஸியைப் பிடித்தவன் உள்ளே ஏறி கண்களை மூடிக் கொண்டான். அவன் மூடிய விழிகளுக்குள்ளே அபி என்ற அபிராமி சிரித்த படி வலம் வந்தாள்.

அபி என்ற அபிராமி அவனுடைய ஆசை மனைவி. அவளை மனைவியாய் மதிக்காமல் ஒரு பொம்மையாய் வைத்து விளையாடியதன் பலன். இன்று அபியைத் தொலைத்து விட்டு நிற்கிறான்.மனவியை நன்றாக வைத்திருக்கிறேன் என்று சொல்லிக் கொண்டு அவளுடையத் தனிமனித விருப்பங்களை, தனிமனித தேவைகளை மண் தோண்டிப் புதைதவன். அவளுக்கும் உணர்ச்சிகள் உண்டு என்பதை மறுத்து விட்டவன். இன்று மனைவியைத் தேடி அலைகிறான். அவன் செயல்களை எண்ணி எண்ணி அவன் மனம் குன்றாத நாட்களே இல்லை. அவனுடைய சுயநலத்தால் அபி அவளுடைய தந்தையை இழந்தாள். இவன் அபியை இழந்தான். சிறகடிக்கும் சிட்டுக் குருவியை கூண்டுக்குள் வைத்து ரசிக்க நினைத்தது எவ்வளவு பெரிய முட்டாள் தனம் .

மனைவியை பாதுகாக்கிறேன் என்றுமனைவியை தனிமைப் படுத்தினான். அவனுடைய காதலை உணராத அபி அவன் அவளுக்கு முட்டுக் கட்டைப் போடுவதாய் நினைத்து முரண்டு பிடித்தாள். அவள் முரண்டுபிடிக்க பிடிக்க இவனுடைய பிடி இறுகியது. அவளுடைய தந்தையுடனான அவளுடைய கடிதப் போக்குவரத்தை அவளுக்குத் தெரியாமல் துண்டித்தான். இந்தியாவில் அவன் குடும்பத்தினருடன் அவள் அடிக்கடித் தொடர்பையும் அவன் ஆதரிக்கவில்லை. இந்தியாவில் மட்டுமல்ல இங்கேயும் அவளுக்கு நண்பர்கள் யாரும் இருக்கக் கூடாது என்று எதிர்பார்த்தான். அபி தனக்கு மட்டுமே சொந்தம் என்ற ஆளுமை அவனுடைய ஆளுமை உணர்ச்சியில் பலியானது மகளின்

பாசத்தால் கட்டுண்ட அபியின் தந்தை. தந்தையை இழந்த அபி எல்லாவற்றிற்கும் கைலாஷ் தான் காரணம் என்று உணர்ந்த போது ஆத்திரத்தோடு அவனை விட்டு விலக ஆரம்பித்தாள். தனிமையே சிறையாக தனக்குள்ளே அவள் ஒடுங்குவது தாங்க முடியாமல் அபி கேட்ட படியே அவளிடம் விவாகரத்துப் பத்திரத்தை நீட்டியது தான் தாமதம். கிடைத்தது விடுதலை என்று அவனுடைய அபிராமி அவனைத் தனிமையில் தவிக்க விட்டு விட்டுப் பறந்து விட்டாள்.

அவளைத் தேடி அவன் அன்று தொடங்கிய பயணம் என்று முடியுமா தெரியவில்லை. அபிராமியைக் காணவில்லைஎன்று தெரிந்ததிலிருந்து கைலாஷ் தன்னை மறந்தான். இந்தியாவிலிருந்த தன் குடும்பத்தை மறந்தான்.அங்கே நவீனின் நிச்சயமான திருமணம் நின்று போன போது கூட ஒரு அண்ணனாய் ஒரு மூத்த மகனாய் அவனால் பொறுப்பாய் நடந்து கொள்ள முடியவில்லை. தங்கை மோனிகா தன் கல்லூரிக் காதலனுடன் ஓடிப் போனதாய்அம்மா ஃபோனில் அழுத போதும் உணர்ச்சி அற்ற பிண்டமாய்த் தான் அவன் இருந்தான். தன்னுடைய இழப்பே அவனுக்குப் பெரிதாய் இருந்தது.

அபி அபி என்பதே அவனுடைய மூச்சாகிப் போனது. அவனுடைய முதலாளி தாஸும் அவர் மனைவி நீனாவும் தான் அவனுக்குத் துணை நின்றது. அவர்கள் மட்டும் இல்லை என்றால் அபி என்றாவது ஒரு நாள் அவனைப் புரிந்து கொண்டு அவனை நாடுவாள் என்ற நம்பிக்கையும் போயிருக்கும். அபியின் நினைப்பிலே அவளுக்கு தான் செய்து விட்ட கொடுமையை எண்ணி எண்ணி மருகி கைலாஷும் அழிந்திருப்பான்.அபியைக் கண்டுபிடிப்பதே அவனுடயை லட்சியமாகிப் போனது.அதற்காகவே இப்படி ஊர் ஊராய் சுற்றும் வேலையை அவ்ன் எடுத்துக் கொண்டான்.

செல்லும் இடங்களில் கட்டிடங்களை ஆராய்ந்து அவை எப்படை இயற்கை முறையில் சக்திகளைப் பயன்படுத்தலாம் என்று ஆறிவுரை கூறுவதும் அதற்கு ஏற்றபடி கட்ட்டங்களை மாற்றி அமைத்து அல்லது புதுப்பித்துக் கொடுப்பதும் அவன் பொறுப்பு. இதனால் ஒரு இடத்தில் அதிக நாள் தங்கத் தேவையிருக்காது என்றாலும் தேவைப்பட்டால் தங்கவும் ஒரு நல்ல வாய்ப்பாக இருந்த்து. பழைய கட்டங்களை வரலாற்று முறையில் சீர் செய்வதும் அவன் பணிகளில் அடங்கும்.

அமெரிக்காவின் எந்த மூலையில் அவன் பயணம் செய்து கொண்டிருந்தாலும் இரண்டு வாரத்திற்கு ஒரு முறையாவது அட்லாண்டா வருவது கைலாஷின் வழக்கம்.அபியிடமிருந்து ஏதாவது தகவல் வந்திருக்கிறதா என்று பார்ப்பதே அதன் நோக்கம். அது தவிர வேறு என்னகாரணம் என்றாலும் அவனுக்கு அந்த வீட்டுக்குள் வருவதற்கே பிடிப்பதில்லை. அந்த வீட்டிலிருக்கும் மயான அமைதியே அவனைக் கொன்று விடும். திருமணம் என்று ஆவதற்கு முன்னாலேயே அவன் மனைவிக்கென்று கட்டிய மாளிகை இன்று காலியாகத் தூசுப் படிந்து இருக்கிறது.

அபியைக் தேடிக் கண்டுபிடிக்க வென்று அவன் அமர்த்திய துப்பறிவாளர்களும் அங்கு தான் இருக்கிறார்கள். அட்லாண்டா செல்லும் போது அவர்களையும் நேரில் சந்தித்து விட்டுத்தான் வருவான்.அவன் அமர்த்தியிருக்கும் துப்பறிவாளர்களிடம் அபிராமியின் பாஸ்போர்ட் நம்பரைக் கொடுத்து வைத்து இருக்கிறான். அபி எங்காவது வேலை செய்து இந்தியா செல்வதற்கான பணத்தை சம்பாதித்தப் பின் அபி இந்தியா செல்லவே முயலுவாள் என்பது கைலாஷின் கணிப்பு. அப்படி அவள் அமெரிக்காவின் எந்த மூலையிலிருந்து இந்தியாத் திரும்பினாலும் அவர்கள் கண்டுபிடித்து அவனுக்குச் சொல்லி விடுவார்கள்.

அவள் இந்தியாவிற்குத் திரும்பிச் செல்லவில்லை என்று அவர்கள் துல்லியமாக சொல்லிவிட்டார்கள். ஆனாலும் அமெரிக்காவில் அபிக்கு அவனை விட்டால் யார் இருக்கிறார்கள் ? மூன்று வருடத்திற்கு முன் அபி சான்பிரான்ஸிஸ்கோவில் இருப்பதாக தகவல் வந்து ஓடினான். ஆனால் இவன் வருவதைத் தெரிந்து கொண்டோ என்னவோ அபி எலி வளைக்குள் பதுங்குவது போல பதுங்கிக் கொண்டாள்.அவள் அங்கு தான் இருப்பாள் என்ற நம்பிக்கையில் இதுவரை சான்பிரான்சிஸ்கோவிற்கு நான்கு ஐந்து முறை வந்து தேடியாகிவிட்ட்து. அவள் அங்கே இருந்து வேறு இடம் சென்றிருக்கலாம் என்று துப்பறிவாளர்கள் சொன்னாலும்சான்பிரான்சிஸ்கோ வந்து அபிராமிஅயித் தேடுவது என்று கைலாஷ் அடிக்கடி இந்த நகருக்குப் பயணம் செய்கின்றான்.

டாக்ஸி நின்றதை அவன் உடல் உணர்ந்தது. விமான நிலையம் வந்து விட்டது.

தன் கடந்த கால நினைவுகளைத் தன்னைச் சுற்றி கம்பளியாய் போர்த்திக் கொண்டிருந்த கைலாஷ் கண் விழித்தான். .அபியைப் பற்றிய நல்ல செய்தி அவனுக்காக காத்திருக்கும் என்ற நம்பிக்கையை மட்டும் சுமந்து கொண்டு கைலாஷ் அட்லாண்டா நோக்கிய தன் பயணத்தைத் தொடங்கினான்.

அத்தியாயம் 1

தோட்டத்தில் குனிந்து வேலை பார்த்துக் கொண்டிருந்தாள். அம்மா ரோஜாச் செடிகளின் பழுத்த இலைகளைக் கிள்ளிப் போடுவதும் பூச்சிப் பிடித்திருக்கிறதா என்று ஆராய்ந்து பார்ப்பதுவுமாக மெள்ள தன் ரோஜா செடிகளுக்களுக்கிடையில் நடந்து கொண்டிருந்த தாயை அணுகினான் நவீன். தான் அமெரிக்கா செல்ல இருப்பதை அம்மாவிடம் சொல்ல வேண்டும்

என்னம்மா உன் பிள்ளைகள் என்ன சொல்லுது ? வேடிக்கையாக கேட்டப் படியே தாய் அருகில் சென்று தோளில் ¨காயைப் போட்டான். மனம் சஞ்சலப் பட்டு கொண்டிருந்ததாலோ என்னவோ ஆதரவாய் அவன் கரங்களில் தலையை சாய்த்துக் கொண்டார் அவர்.

என் பிள்ளைங்களுக்கு என்னப்பா எல்லாரும் நல்லாத் தான் இருக்காங்க

இந்தக் கைலாஷ் செடியைப் பார். நிறைய பழுத்த இலைகள் இருக்கு கொஞ்சம் கவனிப்புஇருந்தா எல்லாம் சரி ஆயிடும். பக்கத்திலிருந்து கவனிக்க வேண்டியவளை தான் அவன் விரட்டி விட்டுட்டானே என்றவர் மெதுவாய் நகர்ந்து அடுத்தச் செடி பக்கம் வந்தார். இங்கே பார் அபி நட்டு வைச்சிட்டுப் போன செடி சின்ன தா இருந்தாலும் எவ்வளவு பூ பூக்குது பார். ஒவ்வோரு பூவும் கை அகலம் இருக்கு பெருமையாகச் சொன்னார். அம்மா அபி என்று அழைப்பது அண்ணண் கைலாஷின் மனைவி. திருமணமாகி அமெரிக்காவில் இருந்தார். இருவருக்குள்ளும் மன்ஸ்தாபம் ஏற்பட்டு இப்போது பிரிந்து வாழ்கிறார்கள். ஆனாலும் அண்ணியைப் பற்றி பேசும் போதெல்லாம் அம்மாவின் குரலில் ஒரு பெருமிதத்தை உணர்ந்திருக்கிறான் நவீன். அது அண்ணியினாலேயா இல்லை

அண்ணி நட்டு வைத்து விட்டுப் போன செடியினாலேயா அவனுக்குத் தெரியாது. சிரித்தபடியே அம்மா நவீனின் செடி என்று அழைக்கும் செடிக்குப் பக்கத்தில் சென்றான்.

இது பார் உன் செடி புதர் மாதிரி வளர்ந்திருக்கிறது. உன் தலை போல என்று சிரித்த அவன் தாயார் இன்னும் ஒரு பூக் கூட பூக்கலை நவீன். ஆச்சிரியமாயிருக்கு. நர்சரியில் போய் இந்த செடியைப் பார்த்த போது குட்டி குட்டியா வெள்ளை ரோஜா அத்தனை இருந்தது, ஆசையா வாங்கிட்டு வந்து நட்டேன். பன்னீர் ரோஜான்னு நினைச்சேன். ஒரு புதுவிதமான செடியா இருக்கு,ஆனா என்னன்னு தெரியலே ஒவ்வோரு வருஷமும் பெரியதாய் வளர்கிறதே தவிர ஒரு பூக்கூட வரக் காணோம்.
ஒரே வித்யாசமாக இருக்கு,உன்னை மாதிர்யே.

தன் தாய் சொல்வதில் உண்மையை உணர்ந்தான். அண்ணன் கைலாஷ்க்கு எப்போதும் எல்லாமே கச்சிதமாக இருக்க வேண்டும்.தவறு செய்பவர்கள் யாரும் அவனைப் பொறுத்தவரை ஒரு மனிதனாகவே மதிக்க மாட்டான். அவனுத் தெரிந்த்து மட்டும் தான் சரி மற்றவர்களுக்கு ஒன்றுமே தெரியாது என்ற கர்வம் அவனுக்கு அதிகம்.அதனால் எதற்கு எடுத்தாலும் எல்லோரிடமும் அவன் கோபப் பட்டுக் கொண்டே இருப்பான்.அண்ணனின் கோபத்திற்கு ஆளதாலோ என்னவோ நவீன் எப்போதும் ஒரு அமைதியுடனே இருப்பான். யார் மேலும் அவனுக்கு உடனே கோபம் வந்து விடாது. நவீனுக்கு சாதாரணமாகவே பொறுமை மிக அதிகம். தங்கை மோனியோ உலகம் தெரியாதெ சின்னப் பிள்ளை. அவளுக்கு எல்லோரும் சிரித்தபடியே இருக்க வேண்டும்.

உனக்கு கல்யாணம்ன்னு ஒண்ணு நடந்து பிள்ளைக் குட்டின்னு வந்தா பூ பூக்குமோ என்னவோ மனதில் உள்ளதை இயல்பாக சொல்லிக் கொண்டு வந்த அவன் தாய் நின்றார். அவர் முகம் இருண்டது. விமர்சையாக நடந்த நிச்சயதார்த்தமும் .

அது தடாலென்று நின்று போனதும் அவருக்கு நியாபகம் வந்திருக்க வேண்டும்.
நீங்க பேசாமா ரோஜாச் செடி ஜோசியம் நடத்தலாம்மா என்று கிண்டலாக பேசி அவருடைய கவனத்தைக் கலைக்க முனைந்தான் நவீன்.

அவரோ அதே இருண்ட முகத்துடன் அடுத்த செடிக்கு சென்றார். இரெண்டே இரண்டு இலைகளை மட்டும் வைத்துக் கொண்டு மற்ற இலைகளையெல்லாம் உதிர்த்து விட்டு மொட்டையாய் நின்று கொண்டிருந்தது அந்த செடி அவன் தங்கை மோனிகாவின் செடி என்பார் அவன் தாய்.

இந்தச் செடியைப் பார்த்தால் தான் மனசுக்கு கஷ்ட்டமாக இருக்கிறது நவீன். என்ன ஆச்சுன்னே தெரியலை . செத்துப் போயிடுமொன்னு பயமாயிருக்கு.

அம்மாவின் குரலில் தெரிந்த கவலை செடியைப் பற்றி என்பதை விட தன் கல்லூரிக் காதலனுடன் சொல்லாமல் கொள்ளாமல் ஓடி விட்ட தங்கை மோனிகாவைப் பற்றித் தான் என்று நவீனுக்குத் தெரியும்.தாயை ஆதரவாக நடத்தி ரோஜாக் கூட்டத்திலிருந்து வெளியே கூட்டி வந்தான்.

அம்மா எனக்கு அமெரிக்கா போக வேண்டிய வேலை வந்திருக்கு மூன்று மாதமோ இல்லை ஆறு மாதமோ போய் இருந்து ப்ராஜெட்டை முடிச்சு கொடுத்திட்டு வரணும்.
அவனோடு நடந்து கொண்டிருந்த தாய் நின்றார். அவனைப் பார்த்துத் திரும்பினார்

நீ திரும்பி வந்து விடுவாய் தானே ? அவர் கண்களில் கல்வலையும் பயமும் ஒரே நேரத்தில் எட்டிப் பார்த்தன.
கண்டிப்பா கவலையேப் படாதிங்க என்றவன் ஆனா ஒரு கண்டிஷன்

எதற்கும் கவலைப் படாம நீங்க என்னோட பழைய

அம்மாவா நீங்களும் சீக்கிரமாக எங்களிடம் திரும்பி வரணும் என்றான்.

ஓ நவீன் என்றவர் அப்படியே சோர்ந்து படியில் உட்கார்ந்தார். நான் என்ன பண்ணுவேன். உங்க மூணு பேரையும் நினைத்தால் எனக்கு ராத்திரியில் தூக்கமே இல்லை.

நம்ம குடும்பம் அபிக்கு செஞ்ச கொடுமைதான் இப்படி நமக்கு விடியுதோன்னு மனசு சஞ்சலமா இருக்கு. மோனியைப் பற்றியக் கவலையும், பிடிவாதமா தன் வாழ்க்கையை அழித்துக் கொண்ட உன் அண்ணனையும் நின்னச்சா ராத்திரியிலேத் தூக்கமே வரமாட்டேன்னுது. சாப்பாடு இறங்க மாட்டேன்னுது.ஏண்டா உயிரோட இருக்கோம்ன்னு என் மேலையே எரிச்சலா வர்து. ஒரு தாயா என்னோட இரண்டு குழந்தைகளுக்கு உதவமுடியாதா பிறவி என்ன பிறவி சொல்லு.

ஏதோ இந்தப் பூக்கள் கிட்டே வரும் போது கொஞ்சம் மனசுக்கு நிம்மதி கிடைக்கிறது..

கடைசியில் இங்கே இருந்து அண்ணி அபிராமி அமெரிக்கா திரும்பிப் போனப்ப மூன்று மாதம் கர்ப்பமாக வேறு இருந்தாள். உங்க அண்ணன் என்ன பிரச்சனை பண்ணினானோ தெரியலை இங்கே இருந்து போய் ஒரு மாதத்தில் கைலாஷை விட்டுட்டு அவ கோவிச்சிட்டுக் கிளம்பிப் போயிட்டா என்ன ஆனாளோ தெரியவில்லை.

வயித்துப் பிள்ளைக்காரி என்ன கஷ்ட்டப்பட்டாளோ என்ன நம்மளை சபிச்சாளோ தெரியலை மோனிக்கு இப்படி ஆயிடுச்சு

அவ என்ன ஆனான்னு நம்மளைக் கேட்கிறதுக்கும் அவளுக்கு ஒரு நாதி இல்லை.நீ அங்கே போனா அவளைக் கண்டுபிடிக்க முயற்சி செய்வியா ? அவள் நம்ம

வீட்டுக்குத் திரும்பி வந்துட்டா எனக்கு என்னவோ எல்லாம் சரியாயிடும்ன்னு தோணுது. நம்பிக்கையாக அவனைப் பார்த்தாள் அவன் தாய்

அம்மா அண்ணன் அண்ணியைத் தேடுவதற்கு எல்லா முயற்சியும் செய்துகிட்டுத்தான் இருக்கான். அண்ணியை நாம் சீக்கிரம் கண்டுபிடித்துவிடலாம் என்று சொன்னாலும் அவன் குரலில் நம்பிக்கையே இல்லை.

அமெரிக்காவில் அபியைத் தேடுவது என்பது கடற்கரை மணலில் விழுந்த வைர ஊசியைத் தேடுவது போலஎன்பதை தாய்க்குப் புரிய வைப்பது கடினம்மென்று உனர்ந்த நவீன் ஒன்றும் சொல்லாமல் எழுந்து போனான்.

அவனது பயண நாளும் வந்து விட்டது. நிதானமாகவும் தெளிவாகவும் தயாராகிக் கொண்டிருந்தான் நவீன். தாய்க்கு ஒரு புறம் கவலை என்றாலும் தந்தைக்குத் தான் அமெரிக்கா போவது பிடிக்கவில்லை என்று அவனுக்குத்தெரியும். எங்கே மகன் அமெரிக்காவிலேயேத் தங்கி விடுவானோ என்ற பயம் அவருக்கு நிறைய உண்டு. இன்னும் இரண்டு மணிநேரத்தில் விமான நிலையத்தில் இருக்க வேண்டும் என்ற பதட்டமோ படபடப்போ எதுவும் இல்லாமல் மெள்ளமாக மௌனமாக தயாராகிக் கொண்டிருக்கும் மகனை மெள்ள அணுகினார் சிதம்பரம். அவரின் பின்னால் தயக்கமாக தொடர்ந்தார் நவீனின் தாய். நவீனும் கிளம்பி விட்டால் தனியாக எல்லாவற்றையும் தாங்களேப் பார்த்துக் கொள்ளவேண்டும் என்ற கவலை அவர்கள் முகத்தில் அப்பி இருந்தது. அன்றாட வாழ்க்கையையே நடத்தக் கூடிய மனபலம் அவர்களிடம் இல்லை. அபிராமி விலகிப் போனபின்பு அவர்கள் தலையில் அடுத்தடுத்ததாக விழுந்த இடி இருவரையும் பலவீனமாக்கியிருந்தது.

''நவீன்''

பலகீனமான தந்தையின் குரல் அவன் கவனத்தைக் கலைக்க தந்தையை நோக்கினான் நவீன்

‘‘என்னப்பா?’’என்று பட்டும் படாமலும் கேட்டான். அவர் என்ன கேட்கப் போகிறார் என்று அவனுக்குத் தெரியும். அவர்களின் முகத்திலிருந்த கவலையிலிருந்தே அவன் எதிர்பார்த்தது தான்.
இல்லை நீ எங்களையும் ஏர்போர்ட்டுக்கு அலைய வேண்டாம் என்று சொல்லி விட்டாய். அமெரிக்காவில் கைலாஷுக்காவது தெரிவிக்க வேண்டாமா? என்ன இருந்தாலும் அவன் வீட்டுக்கு மூத்தவன். அவனுக்கு விஷயத்தைச் சொல்லாமிருப்பது சரின்னு எனக்குத் தோணலை.

கையிலிருந்த பாஸ்போர்ட், டிக்கெட் டைரியை தொப்பென்று தரையில் போட்டான் நவீன்.
‘‘நான் ஊருக்குப் போறது உங்களுக்குப் பிடிக்கலை அப்படித்தானே?அவன் பெயரைச் சொல்லியாவது உங்களுக்கு என் பயணத்தை நிறுத்த வேண்டும்.’’ சுள்ளென்று வெடித்தான்.
‘‘ஏண்டா நவீன் நீ ஒருத்தன் தான் எங்களுக்கு ஒரு பிடிப்பைக் கொடுத்துக் கொண்டு இருக்கிறாய். கிளம்புகிற நேரத்தில் ஏதாவது மனசு புண்படும் படியா எதாவது சொல்லாதே. மரகதம் மெள்ள பேசினார். அவர் குரல் உடைந்து தொண்டை தழுதழுத்தது.

உனக்கு உழைப்புக்குப் பரிசு இந்த பயணம். அது வேண்டாம்ன்னு நாங்க நினைப்போமா? கைலாஷும் நீ வருவதைப் பற்றிக் கேள்விப்பட்டால் சந்தோஷப்படுவான் தானே அதற்குத் தான் அப்பா கேட்கிறார். பொங்கி வந்த அழுகையை அடக்கிக் கொண்டு மகனை சமாதானப் படுத்த முயன்றார் மரகதம்.
நீங்க சொல்றது சரிதாம்மா ஆனால் அமெரிக்காவிற்குப் போனால் நான் கைலாஷைப் பார்க்க வேண்டியது ஒரு கட்டாயம்ன்னா நான் அமெரிக்காவிற்கே போகவில்லை கோபமாகச் சொல்லி விட்டு வாசலைக் கடந்து தோட்டத்திற்கு வந்தான் நவீன்
சிலு சிலு என்று தன் கீற்றுக்களை விசிறி அவனது கோபத்தின் சூட்டை ஆற்றியது தென்னை மரம்.
கூநதல் பறக்க நந்தினி சாய்ந்து நின்ற தென்னை மரம்.

தலையை சாய்த்து புன்னகையுடன் தன் கோபத்தை நந்தினி ரசிப்பது போல உணர்வு சட்டென்று மரத்தை அணுகி அதைத் தடவினான்.

நந்தினி ஏன் என்னை வேண்டாம் என்று சொன்னாய் நந்தினி? எந்த விதத்தில் நான் குறைந்து போனேன்? என்னை வேண்டாம் என்று சொன்னவள் நீ இப்போது அப்படி என்ன சுகத்தை அனுபவித்துக் கொண்டிருக்கிறாய்? அடுக்கடுக்காய் அவன் இதயத்தை அறுத்துக் கொண்டிருந்த் கேள்விகள் வேதனை பெரு மூச்சாய் வெளி வந்தன.

அவன் தோளில் ஆதரவாய் ஒரு கைப் பட்டது.

கேட்கணும்மா ஒரே ஒரு கேள்வி அவள் கண்ணைப் பார்த்துக் கேட்கணும்மா. நான் அதுக்குத்தான் அங்கே போறதே! இந்த வேலையை யார் வேண்டுமானாலும் செய்து இருக்கலாம். ஆனா டெக்ஸாஸில் இரெண்டு மாதம் வேலை என்றதும் உடனே ஏத்துக்கிட்டேன். அங்கே போய் நந்தினியைப் நேரில் பார்க்கணும். காரணமே சொல்லாமா ஒரே வரியில் மின்னஞ்சலில்"

"அவள் என்னை நிராகரிச்சது முள் மாதிரி நெஞ்சில் குத்திக்கிட்டே இருக்கு. சரியான விளக்கம் இல்லாமே என் வாழ்க்கையை என்னால தொடர முடியுமான்னு சந்தேகமா இருக்கு. எல்லாத்துக்கும் நடுவில் கைலாஷை விட்டு குழப்பாதே ப்ளீஸ். என்றவன் தொடர்ந்தான்

உங்களை தனியாவிட்டு இரண்டு மாதத்திற்கு மேல் என்னால் எங்கேயும் இருக்க முடியாது.

என்றவன் பின்னால் நின்று கொண்டிருந்த தாயை நோக்கித் திரும்பினான்.

வாசலிலேயே அவன் தந்தைநின்று அவன் பேசுவதைக் கேட்டுக் கொண்டிருந்தார்.

உங்களுக்கு என்ன உதவி வேண்டுமானாலும் சரவணனை உங்களுக்கு உதவ சொல்லியிருக்கிறேன். கவலைப்படாதீங்க என்றவன் அம்மாவின் முகம் மாறுவதைக் கண்டதும்.

தெரியும்மா மோனி ஓடிப் போனதற்கு நீங்க சரவணன் தான் மூலக் காரணம்ன்னு நினைக்கிறீங்க ஆனால் அது

உண்மையில்லை. மோனியின் வெகுளித்தனம் தான் அதுக்குக் காரணம். உங்களுக்கு அது புரிய கொஞ்ச நாளாகும் அது மட்டுமில்லை சரவணன் கிட்டே நாம் நல்ல படியா தொடர்பு வைத்திருந்தா தான் மோனி பற்றி எந்த ஒரு தகவலும் நமக்குக் கிடைக்கும் என்றவன் மீண்டும் வீட்டுக்குள் வந்தான்.

விமான நிலையம் செல்ல அவன் அழைத்திருந்த கால் டாக்ஸி வந்து நின்றது.

தன் பயண சாமான்ககளை எடுத்துக் கொண்டு வெளியே வந்தவன் அசையாமல் நின்றிருந்த தந்தையை அணுகினான்.

"அப்பா தயவு செய்து வருத்தப்படாதீங்க.அண்ணனுக்கு நம்மைப் பற்றி கவலையே இல்லாதபோது நாம ஏன் அவனைப் போய் தாங்கணும்? தேவையிலலைப்பா. உங்களுக்கு நான் இருக்கேன். சீக்கிரம் திரும்பி வந்துவிடுவேன். உடம்பைப் பார்த்துக்கோங்க" என்றவன் அவரின் முகம் தெளியாத்தைக் கண்டு கைலாஷா உங்களைக் கூப்பிட்டா நிங்க நான் அங்கே இருக்கிற விஷயத்தைச் சொல்லிடுங்க ஆனால் அவன் உங்களை ஞாபகம் வைத்துக் கூப்பிடுவதற்குள் நானே திரும்பி வந்துவிடுவேன் என்று நினைக்கிறேன். என்று கிண்டலாகப் புன்னகை செய்து விட்டு நடந்தவன் திரும்பினான்.

சரவணன் வந்தால் முகம் கொடுத்துப் பேசுங்க ப்ளீஸ். மோனி உங்களுக்கு வேண்டாதவளாப் போயிருக்கலாம் ஆனால் அவள் என் தங்கை அவளைப் பற்றிய தகவல் எனக்கு வேண்டும். சரிதானே?

சின்னக் குழந்தைகளாய் தங்களை நடத்தும் மகனைப் பார்க்க பெரியவர்கள் இருவருக்கும் சிரிப்புத்தான் வந்தது. முகத்தில் புன்னகையும் மனதில் சஞ்சல்முமாக பெற்றோர் கை அசைக்க நவீனின் அமெரிக்கப்பயணம் தொடங்கியது.

அத்தியாயம் 2

இரவு வேலை முடிந்து வீட்டுக்கு வந்த அபிராமியின் முகம் பேயறைந்திருந்தது போல் இருந்தது. ஆனால் என்ன ஏது என்று கேட்டுக்கொண்டிருக்க நந்தினிக்கு நேரம் இல்லை. அவள் வருவதற்காகவே காத்திருந்தவள் போல ஒரு சின்ன தலை அசைப்புடன் வீட்டை விட்டு வெளியே வந்தாள்.

அதிகாலை ஐந்து மணிக்கெல்லாம் பேக்கரியில் நந்தினி இருக்க வேண்டும். வேகவேகமாக நடந்தாள் நந்தினி. வாரன் பார்க்கிலிருந்து பஸ் பிடித்து பேக்கரிக்குப் போக வேண்டும்.. வழக்கமான ஜீன்ஸும் ட் ஷர்ட்டுமாக கிளம்பியவள் கைப் பையை தலை வழியாக தோளில் மாட்டிக்கொண்டு ஓட ஆரம்பித்தாள்..

காலை காற்றைக் குழித்துக் கொண்டு ஓடும் போது அவள் பின்னாலேயே துரத்திக் கொண்டு வரும் நினைவுகளிலிருந்து வெகு தூரம் போய் விடுவது போல அவளுக்குத் தோன்றும் அவளுக்காகவே வந்தது போல் பேருந்து வந்து நிற்க மூச்சு வாங்க ஏறி அமர்ந்தாள் நந்தினி.

மூச்சு விடக் கிடைத்த இடைவேளியிலும்தந்தை தாயை நினைத்து அலை பாய்ந்த மனதைக் கட்டுப்படுத்தி இன்று செய்ய வேண்டிய வேலையைப் பற்றி யோசிக்க ஆரம்பித்தாள்.

ஒரு பெண்ணுக்கு உணவகத்தில் வேலை என்பது எளிதாகக் கிடைத்துவிடுகிறது. படிப்பு, திறமை என்று எதைப் பற்றியும் கேள்விகள் இல்லை. நந்தினி வேலை செய்யும் இடம் சிக்காகோவிலேயே பெரிய இத்தாலிய உணவகம். நகரிலேயெ மிகபிரசித்தி பெற்ற இந்த உணவகத்தில் பெரிய பேக்கரியும் உண்டு. பிறந்த நாள், திருமணம் என்று மட்டுமல்லாமல் தினப்படியாகவும் பலவித கேக் பிஸ்கட் ப்ரட் வகைகள் அங்கு தயாரிக்கப் படும்

இன்று நிறைய வேலை இருக்கும் என்று இரண்டு நாட்களுக்கு முன்னாலேயே அவளுக்குத் தெரியும். ஒரு பெரிய திருமணத்திற்கு கேக் செய்ய வேண்டும்.. பேக்கரிக்குள் வேலை செய்வது நந்தினிக்கு எளிதாகவே இருந்தது. மனிதர்களிடம் அதிக,மாக பேச்சு வைத்துக் கொள்ள வேண்டியதில்லை

அடுப்படிக்குள் கை செய்யும் வேலையில் கவனமாக ஒரு இயந்திரம் போல வேலையை செய்து விட்டால் போதும்.

தான் இறங்க வேண்டிய இடம் வர இறங்கி பேக்கரியின் பின்புறம் சென்றாள். ஏற்கனவே பேக்கரியில் வேலை செய்யும் இருவர் வந்து இருந்தனர். சின்னதாக ஒரு புன்னகை செய்துவிட்டு வேலையில் இறங்கினாள். மணி 9 ஆனதும் பேக்கரியின் கதவுகள் வாடிக்கையாளர்களுக்காக திறக்கவும் வேலை பளு அதிகரித்தது. திருமண கேக் தாயாரிப்பதற்கு ஆரம்பித்தாள். அடுத்தடுத்து ஏதாவது வேலைகல் இருப்பது அவளுக்கு வசதியாக இருந்த்து. யோசிப்பதற்கு வினாடி நேரம் கூட அவளுக்கு வேண்டாம்.

"நந்தினி" தலைமை பேக்கர் அழைக்க திரும்பியவள் கையில் ஒரு சின்ன மஃபின்னையும் ஒரு காபி கப்பையும் திணித்தார் அந்தப் பெண்மணி

இல்லை வேண்டாம் எனக்கு பசியில்லை சின்னக் குரலில் மறுத்தாள் நந்தினி

ஒடிந்து விடும் கொடிக்கம்பம் போல் ஒல்லியாய் இருக்கிறாய். காலையிலிருந்து உன்னுடன் வந்தவர்கள் இதோடு இரண்டு இடைவேளை எடுத்துக் கொண்டார்கள் . சாப்பிடு சொல்கிறேன் என்று அன்பான அதிகாரத்துடன் ஆங்கிலத்தில் மிரட்டினார் அந்தப் பெண்மணி

தலைமை பேக்கரின் கனிவான அதிகாரம் கண்களில் தண்ணீரை வர வழைத்தது பேசாமல் அவர் நீட்டிய பஃபின்னையும் காபியையும் வாங்கிக் கொண்ட் பககமாக ஒதுங்கினாள்

ப்ளூ பெர்ரி மஃபின் என்றால் நந்தினிக்குப் பிடிக்கவே பிடிக்காது. ஆனால் இப்போதெல்லாம் அது தான் அவளுடையக் காலைச் சாப்பாடு என்று ஆகிப் போனது.. அம்மா செய்யும் சாக்லெட் ப்ரௌனியும் லெமன் ஸ்கொயரும் இவளுக்குப் பிடிக்கும் என்று அம்மா வாரத்திற்கு இரண்டு முறையாவது தன் கையாலேயே ப்ரௌனி செய்து வைப்பாள். ஒரு நாள் சாக்லெட் ப்ரௌனி செய்து வைக்கவில்லை என்றால் நந்தினி என்ன கலாட்டா செய்வாள். அம்மா நந்தினிக்குப் பிடிக்கும் என்றே பாஸ்டா லசானியா என்று செய்யக் கற்றுக் கொண்டாள் என்றுஅப்பா சொல்லுவார்.அம்மாவோடு சிறுவயதில் விளையாட்டாய் செய்த பேக்கிங் தான் அவளுக்கு சாப்பாடு போடுகிறது.தங்கை அஸ்வினி கூட நந்தினையை கிண்டல் செய்வாள். அக்கா நீ மருத்துவர் ஆவதற்கு பதிலாக ஒரு பேக்கரி வைத்திருப்பவனை திருமணம் செய்து கொள் நீ மிகவும் சந்தோஷமாய் இருப்பாய் என்று.

பெரியவள் மருத்துவத்திற்குப் போகப் போவது இல்லை என்று பெரிய மகளை சின்னவள் இப்படி சீண்டியதும் அம்மாவுக்குக் கோபம் வந்துவிடும். பெரியவளின் கவனத்தை நீ திசை திருப்பிவிடாதே என்று கோபமுடன் எச்சரிப்பார்.
சமையலறை என்றால் சிறு வயதிலிருந்த நந்தினிக்கு மிகவும் பிடிக்கும்.தன் மகள் பெரிய மருத்துவர் ஆக வேண்டும் என்று கனவு கண்ட அம்மா, நந்தினி பேக்கரியில் சமையல் வேலை செய்வதைப் பார்த்தாள் என்ன சொல்வாள்? உன் திமிருக்கு நீ இப்படிப்பட்ட வேலை தான் செய்வாய் என்று கோபத்தில் கத்தினாலும் கத்துவாள்.
குடித்துக் கொண்டிருந்த காபி தொண்டையில் கசந்தது.
அப்படியே அதைக் குப்பையில் வீசி விட்டு வேலையைத் தொடர சென்றாள்.
எவ்வளவு நேரம் ஆனதோ தெரியாது.
''நந்தினி''
பேக்கரியின் தலைமையாளர் அழைக்க அங்கே சென்றாள்.

"எதிரில் இருக்கும் நகைச்சுவை மன்றத்தினரத்தினருக்காக தயாரித்த உணவுகளை எடுத்துச் செல்ல உதவி தேவைப்படுகிறது மைக்கலுடன் போ"

என்று உத்தரவிட்டார் அவர்

நகைச்சுவை மன்றம் என்றவுடனேயே நந்தினியின் ஒரு கணம் ஆடிப் போனாள்.

நகைச்சுவை மன்றத்திற்குள் அவள் செல்வதா?

அதுவும் எப்படி? உணவுத் தூக்கிச் செல்லும் ஒரு பணியாளராக செல்ல வேண்டிய நிலைமை அவளுக்கு. உடலும் உள்ளமும் அதிர்ந்தது

தன்னிடம் கனிவாக நடந்து கொள்ளும் ஒரு பெண்மணியை எதிர்த்து பேச மனமில்லால் பலியாடு போல் மைக்கலைத் தொடர்ந்தாள். நந்தினி.

அத்தியாயம் 3

வேலை முடிந்து வந்த நந்தினி சத்தம் போடாமல் கதவைத் திறந்து உள்ளே வந்தாள். தூங்கிக் கொண்டிருக்கும் குழந்தை அபிலாஷா எழுந்துவிட்டால் அபிக்குத் தான் கஷ்ட்டம்.அவளால் இரவு பணிக்குக் கிளம்ப முடியாது. இன்னும் பத்துநிமிடத்தில் அவளும் கிளம்பி விடுவாள். இப்போது கிளம்பினால் இனி காலை மூன்று மணிக்கு மேல் தான் அபிக்கு வேலை முடியும்.சோர்வாக வந்து சோபாவில் விழுந்தாள் நந்தினி.புறங்கையால் கணகளைத் தேய்த்துவிட்டாள். கழுவிய திராட்சைகள் கொண்ட தட்டை அவள் முன்னாள் நீட்டினாள் அபிராமி சாப்பிடு ரொம்ப களைப்பா இருக்கிறாய். அபிலாஷா அழுது அழுது அரை மணி நேரம் முன்னால் தான் தூங்கினாள். அதனால் காலையில் நான் வரும்வரை நீ எழுந்திருக்கத் தேவையிருக்காது என்று நினைக்கிறேன். என்ற அபிராமி உள்ளே சென்று தூங்கும் குழந்தையை ஒரு எட்டுப் பார்த்துவிட்டு தன் கைப்பையை எடுத்துக் கொண்டு வேலைக்குக் கிளம்பினாள்.சோபாவை விட்டு எழுந்தாள் நந்தினி அபிராமி கிளம்பிச் சென்றதும் கதவை மூடிக் கொள்ள வேண்டும்.

பக்கத்தில் இருக்கும் மருத்துவ மனையில் இரவு நேர துப்புரவு பணி செய்கிறாள் அபிராமி.. நடந்தே சென்றுவிடுவாள்.திராட்சையை வாயில் போட்டு சுவைத்தபடி மீண்டும் சோபாவில் உட்கார்ந்தாள். இன்னும் இரண்டு திராட்சைப் பழத்தை வாயில் போட்டுக் கொண்டு மீதியை ப்ரிட்ஜில் வைத்தவள் சமையலறையை ஒரு நோட்டம் விட்டாள். துப்புரவாக அபிராமி அதைத் துடைத்து வைத்திருந்தாலும் அவள் காலையிலிருந்து சமைத்துக் கொண்டிருந்திருக்கிறாளென்று நந்தினிக்குத் தெரியும்.பக்கத்திலிருக்கும் இந்தியக் குடும்பங்களுக்கு சப்பாத்தி இட்லி தோசை என்று பார்ட்டிகளுக்கு சமைத்துக் கொடுத்து அபிராமி பணம் ஈட்டினாள்.அதுமட்டுமல்ல பக்கத்திலிருக்கும் இந்திய உணவகத்திற்கு சமாசா முறுக்கு என்று

செய்து கொடுத்து பணம் ஈட்டினாள்.அபிராமி நந்தினி இருவருமே வேறு தொழிலுக்காகப் படித்தவர்கள். அபிராமி ஆசிரியை வேலை பார்த்தவள். நந்தினி சிறுவயதிலிருந்தே குழந்தைகள் நல மருத்துவராக வேண்டும் என்றக் கட்டாயத்திற்க்காக தன்னைத் தானே த்யார் படுத்திக் கொண்டவள்.ஆனால் இன்று இரு பெண்களையும் காப்பாற்றுவது சமையல் க்லை தான்.வயிற்றுச் சாப்பாட்டோடு ஓடி ஒளியவும் வகை செய்து கொடுக்கிறது இந்த சமையலறை.

சமூகத்திடமிருந்து தப்பி ஓடிக்கொண்டிருக்கும் இரண்டு பெண்கள் ஒரு குழந்தை. ஒரு வித்யாசமான விநோதமானசூழ்நிலை.தனக்குள் சிரித்தபடிஅபிராமியின் படுக்கை அறைக்குள் எட்டிப் பார்த்தாள்.. தரையில் கிடந்த மெத்தையில் பதினெட்டு மாதக் குழந்தை தூங்கிக் கொண்டிருந்தாள். நிர்மலமான அந்த முகத்தைப் பார்த்த படி நின்றிருந்தாள் நந்தினி தூங்கும் குழந்தையைப் பார்த்துக் கொள்வது நந்தினிக்கு எளிது. அபிலாஷா எழுந்துவிட்டால் அவளுடைய களேபரம் தாங்க முடியாது. இன்னும் பேச்சு வரவில்லை. அதனால் எதற்கெடுத்தாலும் அழுகை தான்.காரணம் புரியாத அழுகை.அப்படி நடு இரவில் குழந்தை விழித்துக் கொண்டு எழுந்தால் பக்கத்தில் சென்று அதன் நடு முதுகில் நீவி விடுவாள் நந்தினி குழந்தைக்கு அமைதியாய்த் தூங்கிவிடுவாள். பள்ளிக் காலங்களில் மருத்துவ மனையில் குழந்த்தைகள் பிரிவில் பொதுப்பணி செய்தது இதற்குத் தான் போல என்று தனக்குள் எண்ணிக் கொள்வாள் நந்தினி.அபிராமி தினம் தினம் எப்படித்தான் குழந்தையையும் சாமாளித்துக் கொண்டு அத்தனை சமையலையும் பார்த்துக் கொள்கிறாளோ ? யோசித்தபடியே தன் அறைக்கு வந்தாள்

இருக்கும் நிதி நிலைமைக்கு இரண்டு படுக்கையறை என்று வசதியாகக் கிடைத்தது ஆச்சிரியம் தான்.என்னத் தான் அபிராமிக்கு உதவி செய்வதாய் இருந்தாலும் தன் தனிமையை

விட்டுக் கொடுக்க நந்தினி தயாராயில்லை. உதவி என்று அபிராமியும் எதுவும் எதிர்பார்த்ததில்லை. அவளைப் பொறுத்தவரை இரவு நேர வேலைக்குச் செல்லும் போது வீட்டில் குழந்தைக்குத் துணையாய் நந்தினி இரவு நேரம் இருக்கிறாள் என்பதே பெரிய நிம்மதி.

கண்களை மூடிக் கொண்டு பழைய நினைவுகளில் ஆழ்ந்தாள் நந்தினி.

கிட்டத்தட்ட மூன்றாண்டுகளுக்கு முன்னால் ஒரு நாள் சான்பிரான்ஸிஸ்கோ விமான நிலையத்தில் கழிப்பறையில் பதுங்கியிருந்த அபிராமியை சந்தித்தாள் நந்தினி. பார்த்த உடனேயே அவள் யாரிடமோ இருந்து தப்பி ஓடி வருவதாக நந்தினிக்குப் பட்டது. அபிராமியின் பேயறைந்த முகம் இன்னும் அவள் கண் முன் இருக்கிறது. யாரிடமிருந்தோ என்ன ? ஏதாவது ஒரு காட்டுமிராண்டியிடமிருந்து தப்பிப்பதற்காகத் தான் இருக்கும். அப்படிப்பட்ட காட்டுமிராண்டிகளைத் தான் நந்தினிக்குத் தெரியுமே அவர்களால் தானே இன்று நந்தினியும் சமூகத்திடமிருந்து ஓடி ஒளிகிறாள்

அவள் கனவுகள் என்ன ? அவளுக்காக அவள் பெற்றோர் கண்ட கனவுகள் என்ன ?எல்லாம் கனிந்து வரும் வேளையில் அனைவரையும் பகைத்துக் கொண்டு நந்தினி ஓட்டம் பிடிக்க வேண்டியதாயிற்று. அம்மா அப்பா தங்கை என்ற அவளுடைய அழகான குடும்பம் அவளால் தலை குனிவதை அவளால் தாங்க முடியாது. ஏற்கனவே நந்தினி அவளுடைய பெற்றோரகளுக்கு ஒரு பெரிய ஏமாற்றம். அவள் பெரிய குழந்தை நல மருத்துவராக வேண்டும் என்ற அவர்களுடைய கனவை சுக்குநூறாக உடைத்தவள் அவள். இனி அவள் உயிரோடு இருக்கிறாள் என்பது தெரிந்தால் எவ்வளவு பெரிய அவமானம். அதோடு நந்தினி என்ற பெயரைச் சொன்னாலே அவமானமும் அவர்களுக்குத் தான். அவர்களை சந்தோஷப் படுத்தவே அவள் திருமணத்திற்குக் கூட

சம்மதித்தாள். நந்தினி. நவீனைச் சந்தித்த பிறகு அவளுக்கேத் திருமணத்தின் மேல் ஆசை வந்த்தும் உண்மை தான்,

மற்றவர்களைப் போல இல்லாமலே அவன் நேர்மையாக மனம் திறந்து அவளிடம் பேசியது அவளைக் கவர்ந்த்து. உலகமே புரண்டாலும் அவன் முகத்திலிருக்கும் புன்னகை மாறாது என்றுத் தோன்றியது. அதனால் அவள் திருமணத்திற்கும் சம்மதித்தாள் அவள் பெற்றோரை சந்தோஷப் படுத்துவது கடவுளுக்கே பொறுக்கவில்லை போல. அவள் விட்டை விட்டு ஓடும் விடும் படி ஆகிவிட்டது. தாய் தந்தையை மன வருத்தப்படுத்தி பின் அதற்கு மேலும் அவமானப் படுத்த மனமில்லாமல் வீட்டை விட்டு ஓட முடிவெடுத்தாள் நந்தினி.

அவர்களைப் பொறுத்த வரை நந்தினி இறந்து விட்டாள். அப்படியே இருந்து விட்டுப் போகட்டும். வீட்டை விட்டு வெகுதூரம் சென்று தற்கொலை செய்து கொள்ளலாம் என்ற முடிவோடு டெக்ஸாசிலிருந்து ஓடியவள் நின்ற இடம் சான்பிரான்ஸிஸ்கோ. விமான நிலையத்திலேயே அவள் திட்டம் தவிடு பொடியானது

தன் வாழ்க்கையை முடிக்க வந்தவள் பாதையில் விழுந்தவள் தான் அபிராமி. விமான நிலையத்தின் கழிப்பறையில் தான் அபிராமியை சந்தித்தாள் நந்தினி, தனிமைக்காய் என்றுகழிப்பறையிலேயே தன்னை மாய்த்துக் கொள்ள வேண்டும் என்ற எண்ணத்தோடு கழிப்பறை களை நோட்டமிட்டுக் கொண்டிருந்த் நந்தினியின் பார்வையில் பட்டாள் அபிராமி பார்த்த பார்வையிலேயே தெரிந்தது அபிராமி, நந்தினியைப் பொல அமெரிக்காவில் பிறந்து வளர்ந்தவள் இல்லை. அமெரிக்க வாழ் இந்தியனுக்கு மணமாகி அமெரிக்கா வந்தவள். பேயறைந்தை முகமும் மருண்ட கண்களும், யாரையும் நம்பாத பார்வையும் தயங்கித் தயங்கி கழிப்பறையில் இருந்து வெளியேறுவதும் இரண்டே நிமிடங்களில் மீண்டும் வந்து கழிப்பறை மூலையில்

தன்னை ஒதுங்கிக் கொள்வதுமாய் இருந்த அபிராமியைப் பார்க்க அவளுக்குப் பாவமாக இருந்த்து.தன்னையும் மறந்து அவளுக்கு உதவி புரிய நந்தினியைத் தூண்டின. உங்களுக்கு ஏதாவது உதவி தேவையா என்று மெள்ள அபிராமியை அணுகிக் கேட்டாள் நந்தினி.ஒரு கணம் அவளை ஆச்சிரியமாக பார்த்த அபிராமி அது எனக்கு எனக்கு இந்த ஊரை விட்டு உடனடியாக போக வேண்டும்.. சிகாகோ போக வேண்டும் என்று நினைத்தேன். ஆனால் அதற்கான போதிய பணம் என்னிடம் இல்லை. அதோ தூரத்தில் தெரிகிறார்களே அவர்கள் என் கணவனின் ஆட்கள் என்னைத் தேடித் தேடித் துரத்திக் கொண்டு வருகிறார்கள். நான் அவர்கள் கண்ணில் பட்டு விட்டால் என் கணவனிடம் இழுத்துக் கொண்டு போய் விடுவார்கள். என் கண்வரிடம் செல்ல எனக்கு விருப்பம் இல்லை.விமான நிலையத்திற்கு வரும் வழியில் அவசரத்தில் என்னுடைய பர்சை டாக்ஸியில் விட்டுவிட்டேன். திரும்பிப் போகவும் முடியாது.மெல்லிய குரலில் தயக்கமாக வந்தது அபிராமியின் குரல்.அபிராமியும் தன்னைப் போல ஓடிக் கொண்டிருப்பவள் என்று தோன்றியதும் நந்தினி அதற்கு மேல்ஏதோ என்ன ஏது என்று விவரம் கேட்காமல் அபிராமிக்கு உதவி செய்தாள்.நந்தினி.

மணமாகி அமெரிக்கா வந்தப் பலப் பெண்கள் கணவன்மார்களால் கொடுமைப் படுத்தப் படுவதையும் அவள் தாயார் பணி புரியும் தொண்டு நிறுவனம் மூலம் அறிந்திருந்த காரணமாகவும் இருக்கலாம்.

உயிரை மாய்த்துக் கொள்வதற்கு முன் யாருக்காவது உதவி செய்தால் என்ன என்று தோன்றியதோ என்னவோ?சான்பிரான்ஸிஸ்கோவிலிருந்துஇருவருமாக சிக்காகோ வந்தனர்... சிகாகோ மாநகரை அடைந்ததும். கருவுற்று இருந்த அபிராமியை தனியாக விட்டுச் செல்ல நந்தினிக்கு மனம் வரவில்லை. உயிரை மாய்த்துக் கொள்ள நந்தினி நினைத்து இதோ மூன்று வருடங்கள் ஓடி விட்டது இன்று வரை இருவருடைய இருட்டு வாழ்க்கையும் இன்னும் அவர்களை நிழலாகத்

தொடரத்தான் செய்கிறது அந்த நிழலே துணையாக இருவரும் இன்னும் ஓடிக் கொண்டே தான் இருப்பார்கள்.ஓடிக் கொண்டே இருக்கும் இவர்களுக்கு ஆறுதல் தான் என்ன ? ஆதரவு அளிக்கத்தான் யார் வருவார்கள் ?யோசிக்க யோசிக்க நந்தினியின் கண்களில் கண்ணீர் சூடாக இறங்கியது. கண்களைத் துடைத்தாள். அவளுடைய இதயம் இறுகியது, இவளுக்கு அபிராமி கிடைத்தது போல அபிராமிக்கு அபிக்குட்டிக் கிடைத்தது போல இவர்களிருவருக்குமாய் என்றாவது நல்லது நடக்கும்அந்த நம்பிக்கை நந்தினிக்குக் கண்டிப்பாய் இல்லை. அவள் விரும்பாத ஒரு பரிசாக கடவுள் ஒவ்வோரு நாளையும் அவளுக்கு அளிக்கிறார்

ஒருவேளை என்றாவது ஒரு நாள் தந்தையையும் தாயையும் சென்று தூரத்திலிருந்தாவது பார்க்க வேண்டும். அது போதும் அது மட்டும் தான் அவள் ஆசைப்படும் நல்லது. வேறு எதுவும் அவளுக்கு வேண்டாம். ஆசைப்படவும் தகுதி இல்லை. பலமுறை தாய் த்ந்தையைப் பார்க்க வேண்டும் தங்கையுடன் சண்டை போட வேண்டும் என்ற ஏக்கம் அவளுள் எழும், அவர்களைப் பார்த்து நடந்ததைச் சொல்லிவிட அவளுக்கு ஆசை தான். ஆனால் அவர்கள் நந்தினி சொல்லப் போவதை எப்படி வரவேற்பார்களென்று அவளுக்குத் தான் தெரியுமே ! அவர்கள் மனமுவந்து அவளை ஏற்கும் நாள் இனி இல்லை.பெருமூச்சுடன் போர்வைக்குள் சுருண்டு படுத்தாள் நந்தினி.மூடியக் கண்ணுக்குள் விஸ்வரூபம் எடுத்தான் அவன். இத்தனை நாட்களாகியும் அவள் கருத்தை விட்டு மறையாத அவன்

" நவீன்" அவன் பெயரை அவள் வாய் முணுமுணுத்தது.

பாவம் நவீன் நீ யாரோ செய்த தவறுக்கு தண்டனை அனுபவித்துவிட்டாய். உன்னை நினைத்தால் எனக்கு மனம் மிகவும் பாடுபடுகிறது. உன்னிடம் மன்னிப்புக் கேட்க வேண்டியவள் நான். ஆனால் உன்னைப் பார்க்க பேசக் கூட அருகதை இல்லாதவலாகி விட்டேன். இன்று என்ன நடந்து

தெரியுமா என்று ஆரம்பித்தவள் கண்முன் நிற்பவனிடம் கற்பனையில் பேசினாள்

" நான் ஒரு பூசனைக்காய் கேக் செய்தேன் . ஆனால் கையளவு என்று சிறிய அளவில் இருக்கும். மீதமான மாவிலிருந்து நான் செய்த்து வேகமாக விற்று போயிற்று. அம்மாவிடம் சொல்லலாம் தான். ஆனால் அடுப்படியில் நின்றேன் என்றுக் கேட்டாலே என் அம்மாவிற்கு அழுகை வரும் கோபம் வரும். நான் மருத்துவராகி பலருக்குச் சேவை செய்ய வேண்டியவள் இப்படி அடுப்படியில் என்னை வருத்திக் கொள்ள வேண்டாம் என்று கோபமாய்ச் சொல்லி விட்டு அப்புறமாய் மூலையில் போய் உட்காருவார்கள்.".அவள் பேசப் பேச விளையாட்டுப் பிள்ளை கதை சொல்வதைக் கேட்பதைப் போல்அவள் கண்ணுக்குள் நின்று பார்த்துக் கொண்டிருந்த கற்பனை நவீனின் சிரிப்பின் கதகதப்பில் தூங்கிப் போனாள் நந்தினி

அத்தியாயம் 4

நாரயணன் மைதிலி தமதிகளின் முன்னால் உட்கார்ந்திருந்தான் நவீன்.

அவர்கள் அவனை எதிர்பார்க்கவே இல்லை என்பது அவர்கள் உடல் இறுக்கத்திலேயே தெரிந்தது. மௌனமாக வெற்றுப் பார்வையில்அவனையே அளந்த படி எதிரில் உட்கார்ந்து காபியை உறிஞ்சிக் கொண்டிருந்தனர் இருவரும்.
அங்கே கனத்த மௌனத்தில்கலந்த சோகம் அங்கே நிலவியது.

காபி கோப்பையைக் கையில் எடுத்துக் கொண்டு எழுந்து சுவர் பக்கமாய் நடந்தான். சுவரில் தொங்க விடப்பட்டிருந்த படங்களைப் பார்வையிட்டான்.நந்தினி மற்றும் அவள் தங்கை இருவரின் பள்ளிக் கால படங்கள். தமைக்கையர் இருவரும் சிறுமிகளாக இருந்த போது எடுத்துக் கொண்ட படங்கள் குடும்பத்தினராக எடுத்தப் படங்கள் என்று பழைய படங்கள் சுவரில் இருந்தனவே தவிர அண்மையில் எடுத்தப் படங்கள் எதையும் காணோம்

தலையைத் திருப்பி நந்தினியின் பெற்றோரைப் பார்த்துக் கேள்வியாக புருவத்தைத் தூக்கினான்.

அவர்கள் அவன் கேள்வியைப் புரிந்து கொண்டாலும் பதில் எதுவும் சொல்லவில்லை. தலையைத் திருப்பிக் கொண்டனர், இவர்களிடமிருந்து எந்த விஷயமும் எளிதாக வந்து விடாது என்று புரிய ''எனக்கு நந்தினியைப் பார்க்க வேண்டுமே'' நவீனின் குரலில் இறுக்கம் இருந்தது,

''அவளைப் பற்றி எங்களுக்கு ஒன்றும் தெரியாது. எங்களைப் பொறுத்தவரை அவள் இறந்து விட்டதாகவே நினைக்கிறோம்'' என்று படபடத்த நந்தினியின் தாயார் அங்கிருந்து சட்டென்று எழுந்து சென்றாள்

நவீனுக்கு ஒன்றுமே புரியவில்லை
திகைத்து நின்றவன் கேள்வியாக நாராயணனை நோக்கினான்
என்ன சொல்றீங்க நீங்க?

என்ன சொல்வது எப்படி சொல்வது என்று யோசித்தபடி உட்கார்ந்திருந்த சோபாவிலிருந்து எழுந்தார் நாராயணன்
"தம்பி நந்தினியை மறந்து நீங்கள் சந்தோஷமாக இருப்பீர்கள் என்றே நாங்கள் இத்தனை நாட்களாக நினைத்துக் கொண்டிருந்தோம்

நீங்கள் எங்களைத் தேடி வருவீர்கள் என்று நினைக்கவே இல்லை நாங்கள். உங்களை அவமானப்படுத்தியதற்கு எங்களை நீங்கள் மன்னிக்க வேண்டும். நந்தினி போன்றவள் ஒரு குடும்பப் பெண்ணாகவே இருக்க முடியாது"
நாராயணண் பேச்சு புதிராக இருந்தது நவீனுக்கு.நந்தினி பற்றிய விவரத்தை அவர் மறைக்கப் பார்க்கிறார் என்று தோன்றியது.

நந்தினிக்கு ஏதோ நடந்து இருக்க வேண்டும் என்று தோன்றியது.
கைகள் நடுங்க காபிக் கப்பைக் கீழே வைத்தான்

நந்தினி எங்கே? என்று நேரடியாகவே அவரைக் கேட்டார்
ஒரு பெருமூச்சை இழுத்து விட்டு சொல்ல ஆரம்பித்தார் நாராயணன்.

நந்தினி இப்ப எங்களுடன் இல்லை. அவள் எங்கே இருக்கிறாள் என்று எங்களுக்குத் தெரியாது. அது பற்றி எங்களுக்குக் கவலையும் இல்லை உணர்ச்சியில்லாமல் வந்தன வார்த்தைகள்.
நெஞ்சு வெடித்துவிடும்போல இருந்தது நவீனுக்கு
நீங்கள் என்ன சொல்கிறீர்கள்?

தம்பி நான் முதலிலிருந்து உங்களுக்கு எல்லாவற்றியும் சொல்லணும்.நந்தினி எங்க மூத்தப் பொண்ணுன்னாலும் ரொம்ப

செல்லமான பொண்ணு. சின்ன வயசிலேயே ரொம்ப சுட்டித்தனம் பண்ணுவா ரொம்பவும் புத்திசாலியும் கூட அவளோட தேவைகளையும் ஆசைகளையும் ஒண்ணு ஒண்ணா பார்த்து பார்த்து நிறைவேற்றுவதில் நானும் என் மனைவியும் போட்டிப் போட்டுக்கிட்டு செய்வோம். படிப்பில் படு சுட்டியா இருந்ததினாலே ஹார்வார்டு மெடிக்கல் காலேஜில் ரொம்ப எளிதாக இடம் கிடைச்சது. எங்களுக்கெல்லாம் ஒரே பெருமை. எத்தனையோ பேர் எவ்வளவு கஷ்ட்டப்பட்டுஅந்தக் கல்லூரியில் இடம் கிடைப்பதில்லை. ஆனால் எங்கள் நந்தினிக்குஇடம் கிடைத்ததும் மிகுந்த சந்தோஷப்பட்டோம்

ஆனால் அவளால் பாஸ்டனில் தனியாக இருக்க முடியவில்லை. எங்கள் தொழிலையும் விட்டுவிட்டு எங்களாலும் அங்கு அடிக்கடி செல்லவும் முடியவில்லை. அஸ்வினியின் படிப்பும் பள்ளி இறுதி வகுப்பை எட்டியிருந்தது.
மூச்சு விடாமல் பேசியவர் நிறுத்தினார்.
வாசலில் நிழல் ஆடியது
ஆண்கள் இருவரும் திரும்பினர்.

நந்தினியின் தங்கையை நவீன் அடையாளம் கண்டு கொண்டான்

“ஹல்லொ “என்றான்

விளையாட்டுப் பிள்ளையாய் பூனைக் குட்டியைப் போல சுற்றிக் கொண்டிருந்த அஸ்வினியா இது என்று ஆச்சிரியமாக இருந்தது அவளோ அவனை ஒரு ஆச்சிரியமாகப் பார்த்து விட்டு தலை குனிந்து கொண்டே போய்விட்டாள்

புருவத்த்தை சுருக்கி யோசித்தான் நவீன்
முழு விவரமும் நந்தினி பற்றி எனக்கு நீங்கள் சொல்ல வேண்டும் மிஸ்டர் நாராயணன். அதற்கு நீங்கள் கடமைப் பட்டிருக்கிறீகள் என்று நினைக்கிறேன்

நடு வீட்டில் கால் அகட்டி நின்று கொண்டு அதிகாரத் தோரணையில் நவீன் கேட்க நாராயணன் உட்கார்ந்திருந்த இடத்திலிருந்து எழுந்து வந்தார்.

மிஸ்டர் நவீன். நந்தினி உங்கள் வாழ்வில் இல்லாதது உங்களுடைய அதிர்ஷ்ட்டம் என்று எடுத்துக் கொள்ளுங்கள். அவளை மறந்து விடுங்கள் என்றவர், கோபத்தில் கனலாக எரியும் நவீனின் கண்களைப் பார்த்தவர்

''உங்களுடைய மன நிம்மதிக்காகவாவது நடந்ததை சொல்ல வேண்டியது எங்களுடைய துரதிர்ஷ்ட்டம்.

நந்தினியின் தனிமைக்கு என் மனைவி கண்ட முடிவு தான் நந்தினியின் திருமணம்.. என்றவர். எங்கள் விருப்பப் படி நந்தினி ஒரு இந்தியனை அதுவும் இந்தியாவில் இருக்கும் ஒருவனை மணக்க சம்மதித்தது எங்களுக்கு அவ்வளவு சந்தோஷம். நாங்கள் இந்தியா வந்ததும் உங்களை சந்தித்ததும் உங்களுக்குத் தெரியும். நிச்சயதார்த்தம் முடிந்து திரும்பிய நாங்கள் நந்தினியின் திருமண நாளை ஆவலாக எதிர்பார்த்திருந்தோம்.
அடுத்த விடுமுறைக்காக எங்களை சந்திக்க வந்த நந்தினி எங்கள் சந்தோஷத்திற்கு சமாதி கட்டினாள்.

அவள் மருத்துவக் கல்லூரியிலிருந்து விலகப் போவதாகவும், மருத்துவம் படிக்க தனக்குப் பிடிக்கவில்லை என்றும் அவள் எங்களிடம் சொன்னாள். அதிர்ந்து போனோம் நாங்கள்.எதோ நகைச்சுவை மன்றமாம் அதில் சேரப் போகிறாளாம். ஒரு நல்ல நகைச்சுவை கலைஞியாக வர வேண்டும் என்பது தான் அவளது ஆசையாம்.

இதோ நீங்கள் நிற்கிறீர்களே அங்கே நின்று கொண்டு சிரித்துக் கொண்டே சொன்னாள். எவ்வளவு திமிர் அவளுக்குப் பாருங்கள். எங்கள் கனவில் மண்ணைப் போட்டுவிட்டு திமிராகப் பேசினாள்.

நாங்கள் அவளைப் புரிந்து கொள்ளவில்லையாம். அவள் கனவுகளை அடைய நாங்கள் தடையாக இருக்கிறோமாம்.எங்களுடன் இருப்பதே மூச்சு முட்டுகிறதாம். இன்னும் என்னென்னவோ சொன்னாள் அந்த முட்டாள்

வீட்டில் எங்களுக்கும் அவளுக்கும் இடையில் சண்டை வலுத்ததது.எங்கள் கனவையும் நம்பிக்கையையும் சுக்கு நூறாய் உடைத்துப் போட்டுவிட்டு சான்பிரான்சிஸ்கோ போவதாகத் திமிராகப் பேசினாள்.அங்கே போய் நடிப்பிற்கான கல்லூரியி சேரப் போவதாகச் சொன்னாள். ஹாலிவூடில் சென்று ஏதாவது வேலை செய்து கொண்டே தன் படிப்பைப் பார்த்துக் கொள்வதாகச் சொன்னாள். நாங்கள் எவ்வளவு சொல்லியும் கேட்கவில்லை. தன் முடிவில் தெளிவாக இருந்தாள். என் மனைவி அழ ஆரம்பித்து விட்டாள். எனக்குக் கோபம் வந்து விட்டது. அவள் தன் படிப்பை ஒழுங்காகத் தொடராவிட்டால் வீட்டை விட்டுப் போய் விடு என்று சொல்லிவிட்டேன்.

அது தான் சரியான முடிவு என்று நந்தினிக்கும் பட்டதோ என்னவோ விருட்டென்று வீட்டை விட்டுக் கிளம்பி விட்டாள்.
அத்தனைக் கோபத்தோடு வீட்டை விட்டு சென்றவள் இன்று வரை என்ன செய்கிறாள் என்று எங்களுக்குத் தெரியாது.
நீங்களே சொல்லுங்கள் மிஸ்டர் நவீன். ஒரு தந்தையாக அவளைக் கண்டிக்கக் கூட எனக்கு உரிமை இல்லையா?

அப்படி வீட்டை விட்டு வெளியேறியவள் பொறுப்பாக மருத்துவக் கல்லூரியில் கூட எதுவும் சொல்லவில்லை.

அப்படியே மாயமாய் மறைந்து விட்டாள்.நகைச்சுவை கல்ல்லூரியில் சேர வேண்டும் என்று ஸான்ப்ரான்ஸிஸ்கோ தான் சென்றிருக்க வேண்டும்
கேட்டுக் கொண்டிருந்த நவீனுக்கு நெஞ்சை அடைத்தது.

சொல்லுங்கள் நவீன் இப்போது சொல்லுங்கள் இப்படி ஒரு திமிர் பிடித்த பொறுப்பில்லாதப் பெண் உங்களுக்கு மனைவியாக வேண்டிய தேவை என்ன? நீங்கள் நந்தினியை மறந்து வேறு ஒரு நல்ல ஒரு பெண்ணைத் திருமணம் செய்து கொள்ளுங்கள் அது தான் உங்களுக்கு நல்லது. உணர்ச்சி வேகத்தோடு பேசிய நாராயணன் தன் தலையைப் பிடித்துக் கொண்டு நாற்காலியில் தொப்பென்று உட்கார்ந்தார்.

கல்லாய் இதயம் அவன் தொண்டையில் உட்கார்ந்திருக்க நந்தினி ஏதாவது ஆபத்தில் மாட்டியிருந்தால்? அவள் உயிருக்கு எதுவும் கெடுதல் நேர்ந்திருந்தால்? அவரை கனத்தக் குரலில் கேட்டான் நவீன்

அதெல்லாம் ஒன்றும் இல்லை. நாங்களும் முப்பது வருடமாய் இந்த ஊரில் தானே இருக்கிறோம். அவளுக்கு ஏதாவது என்று நடந்திருந்தால் எங்களுக்குத் தெரிந்து தான் இருக்கும். அதுவும் நந்தினியைக் காணவில்லை என்று நாங்களும் கவலைப்பட்டுத் தேடத்தான் செய்தோம். பாஸ்டனில் இருப்பாள் என்று நினைத்துக் கொண்டுஅங்கே போய் பார்த்தோம். அவள் செமஸ்ட்டர் முடியும் போதே சான்ப்ரான்ஸிஸ்கோ நகைச்சுவைக் கல்லூரிக்கு மாற்றி வாங்கிச் சென்று விட்டதாக சொன்னார்கள்

திமிர் பிடித்தவள் அவள். என் ஒரு வார்த்தைக்காக ரோஷம் பார்த்துக் கொண்டு எங்கள் கண்ணில் படாமல் இருக்க வேண்டும் என்றால் போகட்டும் எப்படி வேண்டுமானாலும் செத்து ஒழியட்டும் சான்ப்ரான்ஸிஸ்கோவில் தான் ஏங்கேயாவது மெக்டானல்டில் வேலைப் பார்த்துக் கொண்டிருப்பாள். ஆத்திரத்தோடு பேசிக் கொண்டே போனார் நாராயணன்

ஏதோ நாங்கள் அவளுக்குக் கொடுமை செய்வதாய் நினைத்து சொல்லாமல்க் கொள்ளாமல் வீட்டை விட்டு ஓடி விட்டது திமிர் பிடித்தக் கழுதை.

அவளைத் தேடிக் கொண்டு சென்றால் எங்களுக்குத் தான் அவமானம். இந்தப் பக்கத்தில் நாங்கள்மிக மரியாதையுடன் வாழ்கிறோம். அவளைத் தேடிக்கொண்டு போனால் நாங்கள் மிகவும் அவமானப் படவேண்டும்

அவளைப் பற்றி எங்களுக்குக் கவலையில்லை.அப்படி இருப்பது தான் உங்களுக்கும் நல்லது.
கோபத்தோடு அவர் பொரும நவீனுக்கு என்ன செய்வதென்றேத் தெரியவில்லை.

நந்தினியை நாக்குப் பிடுங்குகிற மாதிரி நாலு கேள்விகள் கேட்டுவிட வேண்டும் என்று தான் இந்த இரண்டு வருடமாக துடித்துக் கொண்டிருந்தான். ஆனால் இங்கே நந்தினியின் அப்பாவோஅவளை நார் நாராக கிழித்துக் கொண்டிருக்கிறார்.
நான் வருகிறேன் என்று சொல்லி விட்டு அங்கிருந்து வெளியேறினான் நவீன். வாடகைக்கு எடுத்திருந்த தன்னுடைய காரில் ஏறி செல்ல எத்தனித்தவன் கண்கள் எதேச்சையாக மாடிப்பக்கம் செல்ல அங்கே ஜன்னலில் நந்தினியின் தங்கை அவனையேபயோசனையாக பார்த்துக் கொண்டிருப்பது தெரிந்தது.ஒரு வினாடி அவளுடையக் கண்களைச் சந்தித்தவன் காரை பின்னுக்கு வேகமாக நகர்த்தினான்.

நந்தினி என்றக் கேள்விக்குறியை அவனால் முற்றுப் புள்ளீயாக்க முடியுமா என்ரக் கேள்வி அவனைக் குடைந்த்து

அத்தியாயம் 5

நந்தினி வேலைக்குப் போகும் வரை தன்னுடையப் படபடப்பை அடக்கிக் கொண்டிருந்தாள் அபிராமி. தனக்கு உதவி செய்த அந்தப் பெண்ணை கவலைக்கு உள்ளாக்க அவளுக்கு விருப்பமில்லை. கஷ்ட்டப்பட்டு தன் முகத்தில் தெரிந்த பயத்தையும் கவலையையும் மறைத்தாள். அபிலாஷாவை நந்தினி இரவில் இவள் வேலைக்குப் போகும் போது பார்த்துக் கொள்வதேஒரு பெரிய உதவி. அவளை இன்னும் கலங்க வைக்கவிரும்பவில்லை.

தெளிந்த நீரோடையாக ஓடிக் கொண்டிருந்த அவர்களுடைய வாழ்க்கையில் இப்போது கல் எறியப் பட்டு இருக்கிறது அதை அபிராமிதான் சமாளித்துத் தான் ஆக வேண்டும்.

. கைலாஷிடமிருந்து ஓடி ஓடி களைத்திருந்தவர்களுக்கு ஒரு ஊன்று கோலாக வந்தவள் நந்தினி. அபிராமியின் கதை முழுவதுமாகத் தெரியாமலே உதவி செய்து கொண்டு வருபவள் நந்தினி.

இரவில் அபிலாஷாவைப் பார்த்துக் கொள்கிறாள் என்பதைத் தவிர மற்றபடி நந்தினியை சார்ந்து நிற்கவும் அபிராமி தயங்கினாள்.

இரு பெண்களும் சந்தித்துக் கொள்வதோ ஒரு நாளுக்குப் பத்து நிமிடம் தான். மற்ற படி அவரவர் வேலை அவருக்கு.

நந்தினி பேக்கரிக்குக் கிளம்பும் வரை காத்திருந்தவள் கதவை இறுக்க மூடிக் கொண்டு அபிலாஷாவை நாடிச் சென்றாள்.

குழந்தை அமைதியாகத் தூங்கிக் கொண்டிருந்தாள். உடையைக் கூட மாற்றாமல் குழந்தையை அணைத்துக் கோண்டு படுத்தாள்.

அபிலாஷா விழிக்கும் முன் கிடைக்கும் மூன்று மணி நேர தூக்கம் ஒன்று தான் ஒரு நாளில் அபிக்கு கிடைக்கும் ஓய்வு. தினமும் படுக்கையில் விழுந்தவுடன் மரக்கட்டையாகத் தூங்கிவிடுவாள். ஆனால் இன்று அப்படி அலுப்பில் தூங்க முடியவில்லை. உடலெல்லாம் பதறியது. மருத்துவ மனையிலிருந்து தன்னைத் தொடர்பவனை ஏமாற்றி வீட்டுக்குள் வருவதற்குள் அவள் பட்டப் பாடு.

இரவு மருத்துவமனையில் பணி புரியும் போதே அவளைப் பற்றி யாரோ விசாரித்ததாக சொல்லிய போது அவள் அதை பெரிதாக எடுத்துக் கொண்டு எச்சரிக்கையாக இருந்ததன் பலன் இன்று தன்னைத் தொடர்ந்து வருபவனை அடையாளம் கண்டு கொள்ள முடிந்தது. அவன் கண்ணில் மண்ணைத் தூவி விட்டு வீட்டிற்குள் வருவது எளிதாய் இருந்தது. ஆனால் எத்தனை நாளுக்கு இப்படி தப்பிக்க முடியும். வேட்டையாடப்படும் எலி போல பதுங்கி எத்தனை நாள் வாழ்வது?

கண்களிலிருந்து தானாக நீர் வழிந்தது

சிக்காகோவின் கூட்டமான பகுதியான் டிவான் அவென்யூவிலன் அருகில் தங்க இருப்பிடம் கிடைத்ததே ஒரு பெரிய அதிர்ஷ்ட்டம். நந்தினியும் அபிராமியும் குடியிருப்பது டிவான் அவென்யூ அருகில் இருக்கும் ஒக்லே அவென்யூவில் வசிக்கும் ஒரு பாக்கிஸ்தான் விதவையின் மேல் மாடியில்.

அந்த விதவை கதீஜா தன் வீட்டைன் மாடியை வாடகைக்கு விட்டிருந்தார். வீட்டின் இரண்டு அறைகளை தன்னுடைய சொந்த உபயோகத்திற்குப் பயன் படுத்திக் கொண்டு மீதியை ஒரு சின்ன உணவகமாக்வும் இந்திய பாக்ஸ்தானிய பொருட்கள் விற்கும் கடையாகவும் மாற்றியிருந்தார். மாத மாத வாடகையை எந்தத் தொந்தரவும் இல்லாமல் இரு பெண்களும் கொடுத்து விடுவதால் அவரும் இவர்களைப் பற்றி அதிகம் கேள்வி கேட்டதில்லை. அபிலஷாவிடம் மட்டும் சற்று அதிகப்படி பிரியம் அவருக்கு. அவ்வப்போதுஅபிராமியை தன் கடைக்க்கு சமோசா வடை போன்றவற்றை செய்து கொடுக்கச் சொல்லிக் கேட்பதோடு சரி. இவர்களின் விஷயத்தில் அவர் தலையிடுவதில்லை.

ஏதோ ஆடம்பர செலவுகள் இல்லாமல் இரண்டு வயிற்றைக் கழுவிக் கொள்ளும் அளவிற்கு ஒரு வேலையும் கிடைத்ததும் அவள் செய்த புண்ணியம் தான். இன்று அவளைத் தேடி கைலாஷ் ஆளை அனுப்பியிருக்காவிட்டால், நிம்மதியாக இருந்திருக்கும். இப்போது யாரோ ஒரு ஆண் அபிராமியைத் தொடர்வது தெரிந்தால் என்ன சொல்வார் அந்தப் பெண்மணி? யோசனையோடு விடியலுக்காக காத்திருந்தாள் அபிராமி.

அபிராமியின் போராட்டம் பற்றி ஒன்றும் தெரியாமல் தனக்குள் குமைந்து கொண்டிருந்தாள் நந்தினி.அவளுக்கு இரண்டு நாட்களாக மனது என்னவோ சிறகு ஒடிந்த பறவையின் இறக்கை போல படபடத்துக் கொண்டிருந்தது. முணுக் முணுக் கென்று வலி அவலை வேலையில் கவனம் செலுத்த விடாமல் தடுத்தது.
ஏனோ நவீனின் நினைவு வேறு அவளைத் துன்புறுத்தியது. ஒரே ஒரு முறை அவனை நேரில் பார்க்க வேண்டும்போல் ஏக்கமாக இருந்தது. ஒரு நிமிடம் கண் மூடி அந்த உயரமான உருவத்தைத் தன் கண் முன்னால்க் கொண்டுவந்தாள். வீட்டின் முன்கதவில் சாய்ந்த படி நவீன் அவளோடு மணிக் கணக்காகப் பேசிக் கொண்டிருந்தது மனத்திரையில் ஓடியது. அவனுடைய சிரிப்பில் மனம் நிலைக்க இதயத்தின் படபடப்பின் காரணம் புரிந்தது.அவன் பிம்பமே அவளை ஆறுதல் படுத்தும் மருந்தாகிப் போனது

மீண்டும் மீண்டும் அருகில் இருக்கும் நகைச்சுவை மன்றத்திற்கு இரண்டு நாட்களாகச் செலவதும் கூட அவளை இந்தப் பாடு படுத்துகிறது.. தனது திறமையை வெளிக்காட்ட உள் மனம் துடித்தது. ஆனாலும் தைரியம் வரவில்லை. தன் கனவின் பின் விளைவுகளை அவள் இன்னும் மறக்க வில்லை. அவள் உயிர் உள்ள வரை மறக்கவும் முடியாது. தாய் தந்தையரைப் பிரிய நேர்ந்ததற்கு, ஒரு நல்லவனின் மனதைப் புண் படுத்தியதற்குஎல்லாம் காரணம் அவளின் கனவு தானே!
பெற்றோரிடம் வாக்கு வாதம் செய்த நாள் மட்டும் அவள் வாழ்க்கையில் இல்லாது இருந்தால் இன்று அவளது வாழ்க்கை வேறு திசையில் போய்க் கொண்டிருக்கும்..
இந்நேரம் மருத்துவப் படிப்பிற்க்கான முடீல் இருக்கும் நவீனோடு திருமனமாகி ஒரு குழந்தை கூட இருந்திருக்கும்.

நவீன் அவளுடைய படிப்பிற்கு நன்றாக உதவி செய்திருப்பான் என்ற நம்பிக்கை அவளுக்குள் இருந்த்து.

சிந்தனையை ஒதுக்கி விட்டு பஸ்சிலிருந்து இறங்கினாள். பேக்கரி வந்து விட்டது.
இன்னும் சூரியன் வெளியே வரவில்லை. விடிந்தும் விடியாமலும் ஒரு இருட்டு.உடல் தானாக பயத்தில் நடுக்கியது. பயத்தாலா? இல்லை வீசும் இளம் காலைக் குளிரிலா?
பயப்படக் கூடாது. பயத்தை விரட்டத்தானே இந்த மாதிரி வேலையை தேடிக் கொண்டிருக்கிறாள். தன்னுடைய தன்ன்னம்பிக்கையை வளர்த்துக் கொள்வது எவ்வளவு முக்கியம் என்று நந்தினிக்குத் தெரியும். பெருமூச்சுடன் தைரியத்துடன் பேக்கரியின் பின் பக்கக் கதவை திறக்க முயன்றாள்.
திறக்க முடிய வில்லை.
தனக்கு முன் எப்போதும் வந்திருக்கும் தலைமையாளர் வரவில்லையா என்ன யோசனையோடு தன் கையில் இருந்த சாவியால் கதவைத் திறக்க முறப்பட்டாள். கைகள் நடுங்கியதால் சாவி துவாரத்தில் போக மறுத்தது.
ஒரு வழியாக கதவைத் திறந்து கொண்டு உள்ளே நுழைந்தாள்.
பேக்கரியே இருட்டில் மூழ்கி இருந்தது.
நந்தினியைக் நிழலாகத் தொடரும் கரு நிறச் சாத்தான் தன் கரங்களை விரித்துக் கொண்டு கோரப் பறக்களுடன் அவள் தொண்டையை அடைத்தது. அவள் வாயை இறுக்கப் பொத்தியது போலிருந்தது.
மூச்சு முட்டியது அவளுக்கு கால்கள் நிற்க முடியாமல் துவண்டன. யாரோ அவள் தோளை அழுத்தி அவளைக் கீழே தள்ளுவதைப் போல இருந்தது.
கதவைத் திறந்து கொண்டு வெளியே ஓடி விடலாமா என்று யோசித்தாள். கனமான கதவு எளிதில் திறக்க முடியவில்லை. கால்கள் நடுங்க உடல்கள் வேர்க்கமூச்சுத் திணர கதைவைத் திறக்க முயன்றாள் கதவை திறக்க முறப்பட்டபோது கதவை எதிர் பக்கத்திலிருந்து கதவை யாரோ இழுத்தார்கள்.

ஆ.......... என்று அலறினாள் நந்தினி.

உள்ளே வந்த தலைமையாளர் ட்ரேசி அவளை ஆசுவாசப்படுத்தினார்.

"ஏய் நந்தினி நான் தான். பயந்து விட்டாயா? நான் என் பேருந்தைத் தவற விட்டுவிட்டேன். அதனால் கொஞ்சம் லேட்டாகி விட்டது. நீ இப்போது தான் வந்தாயா? சாதாரணமாக பேசியவர் நந்தினியைக் கூர்ந்து கவனித்தார்.

முகம் வெளிறிப் போய் நின்ற இடத்திலேயே மரமாக நின்றிருந்தாள் அவள். பற்கள் நடுங்க கண்கள் எங்கோ சொருகி இருக்க நந்தினி இந்த உலகிலேயே இல்லை.

நனைந்த கோழிக் குஞ்சாய் நடுங்கிக் கொண்டிருந்த நந்தினியை ஆதரவாய் அணைத்தவர் நந்தினி நந்தினி இங்கே பார் நான் தான் ட்ரேசி. பயப்படாதே என்று அவளுக்கு ஆறுதல் கூறினார்.

ஆத்ரவு கிடைத்ததும் அப்படியே தரையில் தலை கவிழ்ந்து உட்கார்ந்தாள் நந்தினி.

அவளைக் கவலையுடன் பார்த்த ட்ரேசி மண்டியிட்டு உட்கார்ந்து தன்னோடு அவளை அணைத்து ஆதரவாய் தன்னுடன் கட்டிக் கொண்டார். இந்தப் பெண்ணை ஏதோ ஒன்று நிழலாய் தொடர்கிறது என்பதை ட்ரேசி முன்னமே யூகித்தே இருந்தார். எப்படியாவது நந்தினியைத் தொடர்ந்து வரும் கருப்பு நிழல் என்னவென்று கண்டுபிடித்தே ஆக வேண்டும் என்ற உறுதியோடு நந்தினியை ஆசுவாசப் படுத்த ஆரம்பித்தார்.

அன்று நந்தினி கேட்காமலே அவளுக்கு இன்னோரு தாய் கிடைத்தாள்

அந்த தாயின் அனைப்பின் கதப்பில் நந்தினிக்கு மீண்டும் மெள்ள தன் உணர்வுகள் திரும்ப ஆரம்பித்தன

அத்தியாயம் 6

தன் இருட்டிலிருந்து வெளிவந்த நந்தினி தன்னை சுதாரித்துக் கொண்டாள்.. ட்ரேசிக்கு நன்றி சொல்லியவள் தன் வேலையை ஆரம்பித்தாள். கேள்வியாகப் பார்த்த ட்ரேசிக்கு எந்த விளக்கமும் தர நந்தினி தயாராயில்லை. அவள் மனம் ஒரே சிந்தனையில் உழன்று கொண்டிருந்தது. எபப்டி தன் சுயக் கட்டுப்பாட்டை இழந்தாள். இவள்.ட்ரேசி நந்தினியை வற்புறுத்தி எந்த விவரமும் கேட்கவில்லையே தவிர கழுகுக் கண்களால் அவளைத் தொடர்ந்து கவனித்துக் கொண்டு தான் இருந்தாள்.எதும் கேட்டால் இவள் வேலையை இப்போதே விட்டு விடுவாள் என்று அந்த அனுபவசாலிக்குப் புரிந்தது. இந்தப் பெண் எல்லாவறையும் தன் தலையில் இழுத்துப் போட்டுக் கொண்டு செய்வதில் தன்னை கவனித்துக் கொள்வதில்லை. இனி தான் தான் அவளை கவனித்துக் கொள்ள வேண்டும். வேலையில் கவனமாக இருந்தாலும் நந்தினியின் உடல் அவ்வப்போது பயத்தில் அதிர்ந்து குலுங்குவதை அவர் கவனித்துக் கொண்டு தான் இருந்தார். அவளை அணுகி விவரம் கேட்கவும் தயங்கினார்.இவர் விவரம் கேட்பது பிடிக்காமல் நந்தினி வேலையை விட்டு நின்றாலும் நின்று விடலாம்.

என்ன ஆனாலும் சரி எந்த ஒரு விதத்திலும் நந்தினியை அவருடைய கவனத்திலிருந்து விலக்கக் கூடாது. அது நந்தினிக்குத் தான் ஆபத்தாக முடியும்.

நந்தினி மிக திறமையானவள் என்பதில் அவருக்கு சந்தேகமே இல்லை. விதவிதாக கேக் செய்வதில் அவளுக்கு அதிக விருப்பம் என்று அவளுடைய வேலையிலிருந்தே அவர் தெரிந்து கொண்டிருந்தார் ஆனாலும் பேக்கரியில் வேலை செய்வது அவளுக்குத் தேவையில்லாதது என்பது அவள் நடை உடை பாவனையிலேயே தெரிந்தது.பணத்திற்காகவோ வேறு திறமையில்லாமலோ அவள் இங்கு வேலைக்கு வரவில்லை என்றும் அவருக்குப் புரிந்த்து எதிலிருந்தோ இல்லை

யாரிடமிருந்தோ ஒளிந்து கொள்ளும் ஒரு கருவியாகவே நந்தினி இந்த அடுப்படி வேலையைப் பயன் படுத்துகிறாள் என்று அவருக்கு சந்தேகமே தனக்குத் தானே நந்தினி போட்டுக்கொண்டிருக்கும் சிறையிலிருந்து அவளாக வெளியே வர உதவுவது தன்னுடைய பொறுப்பு என்று தானாகவே முடிவு செய்து கொண்டார் ட்ரேசி.

பேக் செய்த ரொட்டிகளை அடுக்கிக் கொண்டிருந்த நந்தினியை அணுகினார். “நந்தினி” என்று அழைத்தபடி அவள் தோளில் கையை வைத்தார்.

அவரது பழக்கமான குரலுக்கே பயத்தில் குலுங்கினாள் நந்தினி.

“என்ன?.. என்ன? வேண்டும்?”, “நகைச்சுவை மன்றத்திற்கு இன்றும் உணவு எடுத்து போக வேண்டுமா?” மெல்லிய புன்னகையோடு தான் பயந்ததை மறைக்க முயன்றாள் நந்தினி.

நகைச்சுவை மன்றத்திற்கு செல்லவும் மனம் ஏங்கியது போக கால்கள் தயங்கியது. பழைய நினைவுகள் திரும்பி வரட்டிக் கொண்டு வருமே “இல்லை நீ ரொம்ப பயந்து போயிருக்கிறாய் நீ இன்று விடுமுறை எடுத்துக் கொள். நாளை வந்தால் போதும்.”
“இல்லை எனக்கு விடுமுறை தேவையில்லை இப்போது எல்லாம் சரியாகிவிட்டது.

இதோ பார் நந்தினி நமது பேக்கரிக்கு வரும் ஆட்கள் நம்மைப் பார்த்ததும் உற்சாகம் அடைய வேண்டும் புன்னகையுடன் நம் முகம் எப்போதும் இருக்க வேண்டும் உன் பிரச்சனைகள் உன் வேலையிலோ அவர்கள் சாப்பிடும் பண்ட்த்திலோ தெரிந்து விடக் கூடாது இன்று உன் முகம் தெளிவாகவே இல்லை. என்ன பிரச்சனை என்று என்னிடம் சொல். இல்லையென்றால் விடுமுறை எடுத்துக் கொண்டு உடலும் மனமும் தெளிவானதும் வா என்று உறுதியாகக் கூறியவர்,

கண நேரம் யோசித்து விட்டு,

நாளை வரமால் இருந்து விடாதே நிறைய வேலை இருக்கிறது. ஜூலை நான்காம் தேதி நிறைய கேக்குகள் தேசியக் கொடி நிறத்தில் செய்ய வேண்டியிருக்கிறது என்று அதிகாரமாகக் கூற வேறு வழியில்லாமல் ஏப்பரானையும் கையுறைகளையும் கழட்டி வைத்து விட்டு பேக்கரியை விட்டு விட்டு வெளியே வந்தாள் நந்தினி அவள் வெளியேறும் வரை அவளையே பார்த்துக் கொண்டிருந்தார் ட்ரேசி நந்தினி இனி வேலைக்கு வருவாளா? என்று ட்ரேசிக்கு சந்தேகம் தான்.

எட்டுமணியே ஆகியிருந்தாலும் வெயில் பளீரென்று முகத்தில் அறைந்த்து. இயந்திரமாக பஸ்சில் ஏறி உட்கார்ந்தவள் வாரன் பார்க்கில் வந்து இறங்கினாள். பகல் வேளையில் நந்தினி பேக்கரியின் அடுப்படியை விட்டு வெளியே வந்ததே கிடையாது. வீட்டில் அபிராமி இருப்பாள் அங்கே போய் அவளுக்கு விவரம் சொல்லிக் கொண்டிருக்க முடியாது. அப்படியே சொல்ல வேண்டியத் தேவை ஏற்பட்டாலும் என்ன சொல்ல வேண்டும் என்று யோசிக்க வேண்டும்.பார்க்கில் ஆட்களின் நடமாட்டம் அதிகரித்திருந்தது. வேடிக்கைப் பார்த்த படியே ஒரு பெஞ்ச்சில் உட்கார்ந்தாள். ஒரு பெண் மணி தன் குழந்தையை ஸ்ட்ரோலரில் தள்ளிக் கொண்டு அவளைக் கடந்து போனாள். தன்னிச்சையாக நந்தினி அபிராமியைப் பற்றி யோசிக்க ஆரம்பித்தாள்.

அபிராமியும் இப்படி அபிலாஷாவை தள்ளிக் கொண்டுப் போகலாம். அப்படியேதும் செய்யாமல் அவளை வீட்டுக்குள்ளேயே ஒளித்து வைத்துக் கொண்டிருக்கிறாள். அவளும் தன்னைப் போலவே எதற்காகவோ ஒளிந்து கொண்டிருக்கிற்வள் தானே. அவளை நந்தினி கூட புரிந்து கொள்ளாவிட்டால் எப்படி? தனக்குள்ளே குழம்பிய படி உட்கார்ந்திருந்தாள்.

இல்லை நந்தினி தவறு செய்து விட்டாள். இரண்டு வருடங்களுக்கு முன்னால் அபிராமியைப் பார்த்து பரிதாபப பட்டது தவறு.

அன்றே தன் வாழ்க்கையை முடித்து இருக்க வேண்டும். வாழ்க்கையின் நிஜத்தை எதிர் கொள்ளத் தெரியாத கோழை இவளெல்லாம் வாழ்வது ஒருவாழ்க்கையா? வெறுப்பாக இருந்தது நந்தினிக்கு.

கண்ணை மூடிக் கொண்டு உட்கார்ந்தாள். இருபத்தி ஒரு வயது இளம் பெண் வாழ்க்கையை முடிக்க எண்ணுவது என்ன ஒரு கொடுமை ஆனால் அது ஒன்று தான் வழி. பெற்றோரை வருத்தப்படுத்தி ஒரு நல்லவனை ஏமாற்றியதற்கும் தண்டனை. நந்தினி வாழ்வதால் தான் யாருக்குப் பயன்?

அப்படியானால் அபிராமி? மனதுக்குள் கேள்வி எழுந்தது. அபிராமி அவள் வாழ்க்கையில் இருக்கும் வரை தன்னால் ஒன்றும் செய்ய முடியாது என்பதை உணர்ந்தாள் நந்தினி.
யோசிக்க யோசிக்க ஒரு முடிவுக்கு வந்தாள். இன்று போய் அபிராமியிடம் ஈவு இரக்கமில்லாமல் கொடூரமாகப் பேசி அவளிடம் சண்டையிட்டுக் கொண்டு இங்கிருந்து கிளம்ப வேண்டியது தான். பின் எங்காவது ஒரு இடத்திற்கு சென்று தற்கொலை செய்து கொள்ள வேண்டும்.
கனடா போய் விடலாம். அங்கே தான் அவளை யாருக்கும் தெரியாது ஒரேடியாய் போய் விடலாம்.

அபிராமியை நினைத்தாள் கஷ்ட்டமாகத்தான் இருந்தது. ஆனால் அபிராமியின் கழுத்தில் கட்டிய கல்லாய் இருப்பதை விட அவள விட்டு விலகிச் செல்வதே நல்லது
தீர்மானத்தோடு கண்ணைத் திறந்தாள் நந்தினி

அவளையே குறுகுறுப்பாக பார்த்துக் கொண்டிருந்தது ஒரு புறா

சின்னக் கண்களை உருட்டி உருட்டி நந்தினி ஏதாவது சாப்பிடப் போட மாட்டாளா என்று அவளையே பார்த்துக் கொண்டிருந்த புறாவை பார்த்ததும் அவளுக்குச் சிரிப்புத்தான் வந்தது.

\நவீனும் இப்படித்தான் ஏதாவது குறும்பாகச் சொல்லி அவளை தேவையில்லாமல் சிரிக்க வைத்துக் கொண்டேயிருந்தான்.சென்னையில் களித்த அந்த மூன்று நாட்கள் ஆனந்த மயமான நாட்கள். பெற்றோரை சந்தோஷப் படுத்துவதற்காகவே திருமணத்திற்கு நந்தீ சம்மதித்திருந்தாலும் நவீனை முதன் முதலாகப் பார்த்ததிலிருந்து ஒரு தாக்கம். மீசைக்குள்ளே எப்போதும் ஒளிந்து கொண்டிருக்கும் புன் முறுவலை காட்டிக் கொடுக்கும் அந்தப் பேசும் கண்களின் காந்தக் கவர்ச்சியிலிருந்து மீள முடியவில்லை

''போ'' போய் முடிந்தால் நவீனிடம் போய் சொல் அவன் நல்லவள் என்று நினைத்துக் கொண்டிருக்கும் நந்தினி ஒரு புறாவிற்குக் கூட உண்வு கொடுக்கத் துப்பில்லாதவள். ஒரு அபலையிடம் கொடுமையாக பேசிவிட்டு தன் உயிரை மாய்த்துக் கொள்ளும் கோழை என்று சொல் என்றபடி காலைத் தரையில் உதைத்தாள்

பயத்தோடு படபடத்துக் கொண்டு புறா மேலே பறந்து சென்றது
அப்பார்ட்மெண்ட்டை நோக்கி சோர்வுடன் நடக்க ஆரம்பித்தாள்.

அத்தியாயம் 7

நந்தினி நந்தினி என்று நவீனின் மனம் தாளம் போட்டுக் கொண்டே இருந்தது. அவனால் தன் வேலையில் கவனம் செலுத்தவே முடியவில்லை. செய்து கொண்டிருந்த வேலையை அப்படியே விட்டு விட்டு கணனியை விட்டு எழுந்தான். நந்தினையைப் பற்றி அவளுடைய பெற்றோரே அவதூறாகப் பேசும் போது இவன் இன்னும் அமெரிக்காவில் என்ன செய்து கொண்டிருக்கிறான்? பல்லைக் கடித்துக் கொண்டு கொடுத்த வேலையை முடித்து விட்டு ஊர் திரும்ப வேண்டியது தான். எழுந்தவன். அம்மா சொல்வதைப் போல் ந்ந்தினிஅயை மறந்து விட்டு வேறு ஏதாவது ஒரு பெண்ணைப் பார்த்து மணம் செய்து கொள்ல வேண்டியது தான். அவனுக்குப் பிடிக்கிறதோ இல்லையோ அம்மாவிற்காவது மனதிற்கு ஒரு ஆறுதல் கிடைக்கும்.

குறுக்கும் நெடுக்குமாக நடக்க ஆரம்பித்தான். அம்மாவிடம் பேசலாமா தன் மனநிலையை சொல்ல்லாமா குழப்பித்தில் தவித்த அவன் மனதிற்கு அவன் கால்கள் விடை தேடி நடந்தன.

நந்தினி அவனுடன் மூன்று நாட்கள் மட்டுமே பழகியவள் தான்.ஆனால் அவனால் ஏன் அவளை மறக்க முடியவில்லை. வேறு ஒரு பெண்ணை மனைவி என்று நினைத்தாலே உடலெல்லாம் பதறுகிறது அதுவும் இவனை வேண்டாம் என்று மறுத்துவிட்டப் பெண்ணுக்காக இவன் ஏங்குகிறான். தலையைக் கோதியபடி அங்குமிங்குமாக அறைக்குளேயே நடந்தான்.

அவனுடைய அறையில் அவனுட்ன் தங்கியிருந்த மற்ற இருவரும் தங்கள் கவனம் கலைந்து அவனை நிமிர்ந்து பார்த்தனர். ''என்னடா பசிக்குதா வெளியே போகலாமா?'' ஒருவன் கேட்க வேண்டாம் என்னவோ வேலையே ஓட மாட்டேங்குது

அம்மாவைக் கூப்பிடப் போறேன். என்று தலையசைத்து விட்டு மீண்டும் கணனியின் முன்னால் உட்கார்ந்தான். தாயைக் கணினி வழி அழைக்க நினைத்தவன் மனம் மீண்டும் ந்ந்தினியிடமே சென்றது. நந்தினியின் பெற்றோரும் அவளைக் கண்டபடி பேசும் போது அவர்களின் கோபப் பறிமாற்றத்தில் நவீனால் பங்கெடுத்துக் கொள்ளவே முடியவில்லை. இரண்டு வருடங்களாக அவள் மேல் கோபத்தை வளர்த்து வைத்திருந்தவன் மனம் முழுவதும் இப்போது அவளுக்காகப் பச்சாதாபத்தில் நிறைந்திருந்தது

எங்கோ ஏதோ தவறு நடந்திருக்கிறது என்று அவன் உள் மனம் சொல்லியது .எந்த ஒரு விஷயத்தையும் ஆராய்ந்து பார்க்காமல் செயல் படுபவளில்லை ந்ந்தினி வெறும் கோபத்தின் அடிப்படையில் செயல் படுபவளாகவும் அவனுக்குப் படவில்லை. கண்னி முன்னால் இருந்தவன் தன்னுடைய மின்னஞ்சலைத் திறந்ந்தான் இரண்டு ஆண்டுகளுக்கு முன்னால் தன்னை நிராக்ரித்து நந்தினி அனுப்பிய மின்னஞ்சலை அவன் இன்னும் பத்திரமாக வைத்திருந்தான். அதைத் தேடி கண்டுபிடித்தவன் மீண்டும் படித்தான்

Naveen,

I am canceling the wedding.

Nanthini

என்று ஒரு வரியில் மொட்டையாக எழுதப் பட்டிருந்த மின்னஞ்சலில் ஆராய வேறு ஒன்றுமே இல்லை. ஆனாலும் அதையே வெறித்துப் பார்த்துக் கொண்டு உட்கார்ந்திருந்தான். இந்த மின்னஞ்சலை பார்த்துவிட்டு வயிற்றில் புளி கரைக்க நந்தினியை பாஸ்டனில் தொடர்பு கொள்ள முயன்றதும். அது முடியாமல் போனதால் இங்கு நந்தினியின் பெறோரிடம் பேசியதும் நினைவு வந்தது. நந்தினி சொன்னால் திருமணம் ரத்து என்று அவர்களும் மொட்டையாக பதில் சொன்னதும் நினைவிற்கு வந்தது.

கண் முன்னால் தெரிந்த எழுத்துக்களையே பார்த்துக் கொண்டிருந்தவன் மூளையில் ஏதோ ஒன்று பளீரிட்டது.

நந்தினி அனுப்பிய மின்னஞ்சலின் படி பார்த்தால் அவள் இந்த மின்னஞ்சலை டெக்ஸாஸ் நேரப்படி அதிகாலை மூன்று மணிக்கு எழுதியிருக்கிறாள்.ஒரு வேளை வீட்டிலிருந்து வெளியேறிய நாள் இரெவல்லாம் விழித்திருந்து இதை அனுப்பினாளா? அவள் வீட்டில் இல்லை யென்றால் இந்த நேரத்தில் எங்கிருந்து அவளுக்குக் கணனி கிடைத்திருக்கும்?

ஒரு வேளை அவளுடைய கை கணனியை கூடவே எடுத்து சென்றிருப்பாளோ? இல்லையே அவள் தன் பொருட்கள் எதையும் எடுத்துச் சென்ற மாதிரி நாராயணன் சொல்ல வில்லையே

மண்டை குழம்பியது தலை வெடித்துவிடும் போல இருந்தது.

“டேய் மச்சி நாங்க சாப்பிடப் போறோம் வா?” நண்பன் கேட்க எழுந்து தன் மேலங்கையை மாட்டிக் கொண்டு கிளம்பினான். அவன் சிந்தனை முழுவதும் நந்தினியின் மேலிருக்க நண்பர்களை பின் தொடர்ந்தான்.

மூவரும் த்ங்களுடைய அப்பார்ட்மெண்ட்டை பூட்டிக் கொண்டு திரும்ப அங்கே நந்தினியின் தங்கை அஸ்வினி நின்றிருந்தாள்.

அதிர்ந்தான் நவீன்

“உங்களோடு கொஞ்சம் பேச வேண்டுமே” என்று நவீனைப் பார்த்து கெஞ்சும் பார்வையில் அஸ்வினி கேட்க நண்பர்களை ஏறிட்டுப் பார்த்தவன், “நாங்கள் சாப்பிடப் போய்க் கொண்டிருக்கிறோம் நீங்களும் வாருங்களேன்.” என்று அழைத்தான்.

“இல்லை, இல்லை, நான்.... நீங்கள்.....” என்று தடு மாறியவள், “உங்களிடம் தனியாகக் கொஞ்சம் பேச வேண்டுமே” என்றாள்

“டேய் நீ இவர்களுடன் பேசிக் கொண்டிரு நாங்கள் போய் வருகிறோம்” என்ற படி நடையைக் கட்டிய நண்பர்களின் குரலிலும் பார்வையிலும் கேலி இருந்தது. ஒரு இளம் பெண் வந்து தனியாகப் பேச வேண்டும் என்று வந்தால்சுற்றியிருப்பவர்களுக்கு எப்போதுமே ஏளனம் தானே

நவீனுக்கு அது பிடிக்க வில்லை
எரிச்சலோடு அச்வினி பக்கம் திரும்பினான்
"என்ன வேண்டும் சொல்லுங்கள்?"
"இல்லை அக்கா மேல் உங்களுக்கு ஏதோ அக்கறை இருப்பது போலத் தோன்றியது அதனால் தான் வந்தேன். உங்களைச் சங்கடத்தில் ஆழ்த்திவிட்டேன்." மன்னித்துவிடுங்கள் மெல்லிய குரலில் ஆங்கிலத்தில் கூறினாள் அஸ்வினி
"சங்கடம் எனக்கு ஒன்றும் இல்லை. உங்களுக்குத் தான்" என்றவன் "இப்போது என்ன விஷயம் சொல்லுங்கள்?" என்று கேட்டான்.
"நீங்கள் நந்தினி மேல் கோபப் படக்கூடாது என்று சொல்வதற்காகவே வந்தேன்."என்றாள் அந்தச் சின்னப் பெண்
"ஏனோ?" நவீனின் குரலில் ஏளனம் இருந்தது.
"யாரையும் வருத்தும் நோக்கம் அக்காவிற்குக் கிடையாது என்று எனக்குத் தெரியும் அவள் அப்படிப்பட்டவள் இல்லை ரொம்ப மென்மையானவள்.அவள் ஏதோ ஒரு சிக்கலில் மாட்டிக் கோண்டு இருக்கிறாள் என்றே எனக்குத் தோன்றுகிறது"மெல்லிய குரலில் பேசினாள்
நான் என்ன செய்ய வேண்டும் என்று எதிர் பார்க்கிறீர்கள்? எரிந்து விழுந்தான் நவீன்
அதற்குப் பதிலாக அச்வினி தன் கைப்பையிலிருந்து ஒரு வாழ்த்து அட்டையை எடுத்து நீட்டினாள்.
நவீன் புருவத்தைத் தூக்கவும்.
"இது எனக்கு வந்த வந்த பிறந்த நாள் வாழ்த்து. சிக்காகோவிலிர்ந்து அனுப்பப் பட்டிருக்கிறதுஎன்று அஞ்சல் முத்திரையிலிருந்து தெரிகிறது ஆனால். அது கையெழுத்திடப் படவில்லை.எனக்கு நந்தினி தான் அனுப்பியிருப்பாளோஎன்று சந்தேகமாக் இருக்கிறது என்றாள் அஸ்வினி. அக்காவை கண்டுபிடிக்க உதவ முடியுமா?"
"என்னை மணக்க மறுத்தவளைக் நான் ஏன் கண்டுபிடிக்க வேண்டும்?"
நீங்களும் அம்மா அப்பாவைப் போல அவள் மேல் கோபமாக இருக்கிறீர்கள் என்று தான் நினைக்கிறேன். அவளுக்கு உதவ நீங்கள்

முன் வருவீர்களா என்று எனக்குத் தெரியவில்லை. உங்கள் கோபம் நியாயமானது தான். ஆனால் அவளை எனக்கு நன்றாகத் தெரியும். அப்பா அம்மா சொல்வது போல நந்தினி கெட்டவளோ திமிர் பிடித்தவளோ இல்லை

நந்தினி எடுத்தது ஒரு துரதிர்ஷ்ட்டமான் முடுவு. அந்த முடிவிற்கு அவளைத் தள்ளியது எது என்று எனக்குத் தெரியாது. ஆனால் உங்கள் மேல் அவள் கற்பனையிலேயே தன் காதலை வளர்த்துக் கொண்டிருந்தாள்.உங்களைத் தன் நண்பனாக , கணவனாக தன்னுடைய மனதில் அவள் வரித்திருந்தாள் என்று எனக்குத் தெரியும். உங்களைப் பற்றி பேசும் போதெல்லாம் அவள் கண்களில் மின்னலடிக்கும்.. அவளுக்கு உதவி செய்ய உங்களால் முடியாவிட்டாலும் பரவாயில்லை அவளைப் பற்றித் தவறாக மட்டும் நினைக்காதீர்கள் என்னால் தாங்க முடியாது

உன் அக்கா உயிரோடு இல்லை என்றால் என்ன செய்வாய் பெண்ணே என்பது போல் அஸ்வினியைப் பார்த்தான் நவீன்.

நவீனின் பார்வையில் என்ன கண்டாளோ விடாமல் தொடர்ந்தாள்.

நந்தினி உயிரோடு தான் இருக்கிறாள் என்று நான் உறுதியாக நம்புகிறேன். என்ற அஸ்வினி,அவள் ஏதாவது சிக்கலில் இருந்தால் உங்களால் உதவ முடியுமா என்று உங்களிடம் கேட்டு விட்டுப் போகலாம் என்று தான் வந்தேன். அது என்னுடையத் தவறு தான் என்றவள் விறு விறு என்று சென்றுவிட்டாள்

புருவத்தை தூக்கியபடிநின்றிருந்த நவீன். புன்னகைத்தான்

இவர்களின் குடும்பச் சண்டையில் அவனுடைய காதல் புதைக் குழியில் புதைந்து விட்டு இப்போது இவனையே குற்றவாளி போல் நிற்க வைத்து விட்டு சென்றுவிட்டாளே இந்தச் சின்னப் பெண்.

அத்தியாயம் 8

சமைத்துக் கொண்டிருந்த அபிராமியின் ஓரக் கண்ணில் ஜன்னல் வெளியில் தெரியும் அந்த உருவம் பட்டது. சட்டென்று செய்வதை நிறுத்தியவள் சுவரோரம் சாய்ந்து கொண்டு அந்த உருவத்தை ஆராய்ந்தாள். நேற்று இரவு மருத்துவ மனையில் அவளைத் தேடிக் கோண்டு வந்தவன் தான். டீவான் அவென்யூவில் வரும் போதே தன்னைப் பின் தொடர்ந்த அவனைத் தொலைத்து விட்டோம் என்றுநினைத்தாளே எப்படியோ அவன இதுவரைத் தொடர்ந்து விட்டானே. சாலையின் எதிர் திசையில் நின்று கொண்டு அபிராமி எங்கே போய் மறைந்திருப்பாள் என்று கணக்கிடுவது போல அங்கும் இங்கும் ஆராய்ந்து கொண்டிருந்தான் ஒல்லியான ஒரு மனிதன்.

அபிராமி நினைத்தது போல அவளைத் தேட கைலாஷ் ஆள் வைத்து இருக்கிறான்.இனி என்ன செய்வது? யோசித்துக் கொண்டிருந்த போதே ஓ.....என்ற அலறலுடன் குழந்தை அபிலாஷாக் கத்துவது கேட்டது. வேகமாக படுக்கை அறைக்கு ஓடினாள். குழந்தை கத்துவது அந்த ஆளின் காதில் கேட்டுவிடுமோ என்று பதறினாள்.

பதினெட்டு மாதக் குழந்தைஅறையின் மூலையில் உட்கார்ந்து தன் தலையை சுவரில் இடித்த படி அபிலாஷா காரணமில்லாமல் கத்திக் கொண்டிருந்தாள்.

“என் செல்லமே, ஏண்டா ராஜா இப்படி செய்யக்கூடாது என்று அம்மா சொல்லியிருக்கென் இல்லை குழந்தையை தன் நெஞ்சோடு அணைத்துக் கொண்டாள்.. ஆனாலும் சின்னச் செல்லத்தின் அழுகை நிற்க வில்லை. குழந்தையின் அழுகை எங்கே அவர்களை சிக்கலில்மாட்டி வைத்து விடுமோ என்று அபிக்கு பயமாக இருந்தது. குழந்தையை வாரி இறைத்தவள் குளியலறைக்குச் சென்றாள்.

தண்ணீர் என்றால் அபிலாஷாவிற்கு ரொம்பப் பிடிக்கும்.. தொட்டியில் அபிராமி தண்ணீரைத் திறந்ததிடும் அபிலாஷாவின் அழுகை சட்டென்று நின்றது. குழந்தையின் துணிமணிகளை கழட்டி தண்ணீரில் விட்டவள் ரப்பர் வாத்தையும் விளையாடக் கொடுத்தாள். தானும் அப்படியே தொட்டியின் விளிம்பில் யோசனையோடு உட்கார்ந்தாள்.

கணவன் கைலாஷ் அவளை ஏன் இப்படித் துரத்துகிறான்? அவனில்லாமல் வாழ வேண்டும் என்று இவள் முடிவெடுத்துத் தானே வெளியே வந்தாள்? அவள் முடிவை கைலாஷ் மதிக்கவில்லை என்பதைக் காட்டத்தான் இப்படி ஆட்களை விட்டுத் தேடிக் கொண்டு இருகிறான

தோல்வி என்பதை ஏற்றுக் கொள்ளும் பக்குவம் கைலாஷிற்கு இல்லை. வாழ்க்கையில் அவனுக்குப் பிடிக்காத்து நடந்துவிட்டால் அது அவனைப் பொறுத்தவரை ஒரு பெரிய தோல்வி. விவாகரத்துக் கையெழுத்து வாங்குவதில் அபிராமி இவ்வளவு பிடிவாதமாக இருப்பாள் என்று அவன் நினைத்திருக்க்க மாட்டான்

காகிததில் வெறும் கையெழுத்துத் தானே என்று நினைத்திருப்பான். அலுவலகத்திலிருந்து வந்து மனைவியை சமாதனம் செய்து கொள்ளலாம் என்று நினைத்திருப்பான். அபிராமி அவன் அலுவலகம் சென்ற மூன்று மணி நேரத்திலேயே அட்லாண்டா விட்டுக் கிளம்பி விட்டாள் என்று அவனுக்குத் தெரிந்திருக்க வில்லை. தெரிந்த வினாடியிலிருந்து அவமானப் பட்ட புலியாய் அவளைத் தேடிக் கொண்டு அலைகிறான்.

கைலாஷின் கோபம் அவள் அறிந்த்து தான் தான் நினைத்த்தை நடத்திக் காட்டாமல் விடமாட்டான்.
குழந்தையின் மேல் ஒரு கண் இருந்தாலும். அவளுக்குக் கவலையாக இருந்தது.என்ன செய்வது என்றுத் தெரியவில்லை?

தண்ணீரில் விளையாடும் குழந்தையையே வெறித்துப் பார்த்துக் கொண்டு தன் கவலையிலேயே மூழ்கிருந்தாலும் தன்னிசசையாக எழுந்து குழந்தைக்கு சாதம் பிசைந்து எடுத்துக் கொண்டு வந்தாள்.
அது ஏனோ தெரியவில்லை கடந்த இரு வாரங்களாக அபிலாஷா சாப்பிட ரொம்பத் தொந்தரவு கொடுக்கிறாள். கோபம் வந்து சாப்பாட்டை வீசி எறிவதும் தன் தலையிலேயே ஆத்திரமாக சாப்பாட்டைக் கவிழ்த்துக் கொள்வதும் தினப்படி விஷயமாகிவிட்ட்து. இரண்டு வயது ஆகப்போகிறது. பேச்சு வரவில்லை அம்மா பசி என்று வாய்திறந்து சொல்லமுடியாமல் அழுது அழிச்சாட்டியம் செய்கிறது குழந்தை என்று புரிந்து கொண்ட அபிராமி இப்போதெல்லாம் புதிய உத்தியைக் கையாளுகிறாள். குழந்தை தொட்டித் தண்ணீரில் விளையாடிக் கொண்டிருக்கும் போதே சாதத்தை ஊட்டி விட்டு விடுவது. சாப்பாடு சிந்தி சிதறினாலும் குழ்ந்தையின் உடம்பைத் துடைத்துவிட வசதியாக இருக்கும். அதே போல இன்றும் அபிலாஷாவிற்குக்க் குளிக்க வைத்தாள். தினம் தினம் சிரிப்பும் கும்மாளமுமாக போகும்
இந்த இருபது நிமிடங்கள் இன்று ஏனோ இழுத்துக் கொண்டே போவது போல இருந்தது

அபிராமிக்கு,மனக்கவலையைத் தவிர வேறு என்னக் காரணம் இருக்க முடியும்?

குழந்தைக்குப் பசி என்று அழும் முன்னால் அதன் வயிற்றை நிரப்பினாள். குழந்தையைத் துவட்டி உடை மாற்றி முன்னறைக்கு வந்தவள் அதிர்ந்தாள். யாரோ வாசல்க் கதவை பலமாகத் தட்டிக் கொண்டிருந்தார்கள். பயம் வயிற்றைக் கலக்கியது. ஒருவேளை அவளைக் கண்காணித்துக் கொண்டிருந்தவன் தானோ
குளியலறையிலிருந்ததால் அவளுக்குக் காது கேட்கவில்லை போல! தூக்கிக் கோண்டிருந்த அபிலாஷாவை இறுக்க அணைத்தபடி யாரது என்று பலகீனமானக் குரலில் கேட்டாள் அபிராமி

நான் தான் கதிஜா என்று குரல் வரக் கொஞ்சம் தைரியம் வந்தது. கதவைத் திறந்தவள் கால்கள் நடுங்க ஆரம்பித்தது
அந்தப் கதிஜாவுடன் நின்று கொண்டிருந்தான் அந்த ஒல்லி ஆள்
"என்ன கதிஜா? என்ன வேண்டும்? குழந்தையைக் குளிப்பாட்டிக் கொண்டிருந்தேன் கதவு தட்டியது காதில் கேட்கவில்லை"
இல்லாத தைரியத்தைக் குரலில் காட்டி சரளமான ஹிந்தியில் கேட்டாள்
இவர் உனக்குத் தெரிந்தவராம் உன்னிடம் பேச வேண்டும் என்று இரண்டு நாட்களாகக் வந்து வந்துக் கேட்டுக் கொண்டிருதார் அது தான் மேலேக் கூட்டி வந்தேன் என்றார் கதிஜா அவர் குரலும் பார்வையும் அபிராமியைக் குற்றம் சாட்டின.
துள்ளிக் குதித்து வெளிவந்துவிடும் போல இதயம் படபடக்க அபிராமி
ம்ன்னிக்கவும் கதிஜா இவரை யார் என்றே எனக்குத் தெரியாது. இவர் உங்களிடம் பொய் சொல்லியிருக்கிறார் என்றவள் அந்த ஒல்லியானவனைப் பார்த்து நீங்கள் யார்? தனியாக வசிக்கும் பெண்களை ஏன் தொல்லைக் கொடுக்கிறீகள்? அதிகாரக் குரலில் கேட்டாள் அபிராமி.
ஒரு முறை ஆசிரியையாக இருந்தவள் எப்போதும் ஆசிரியை தானே அந்த அதிகாரம் அவள் குரலில் எங்கிருந்தோ வந்து ஒட்டிக் கொண்டது
அவள் கண்களையேப் பார்த்த படி நான் அட்லாண்டாவிலிருந்து வருகிறேன்.நான் ஒரு துப்பறிவாளர். இவரை உங்களுக்குத் தெரியுமா என்று பாருங்கள்/?என்று ஒரு போட்டோவை அவள் முன் நீட்டினான்.
போட்டோவை வாங்கிப் பார்த்தாள் அபிராமி
கைலாஷ் அவளைப் பார்த்துச் சிரித்தான்
தன்னிடம் போட்டோ நீட்டியவனை நிமிர்ந்து பார்த்வ்ள்
இதை என்னிடம் ஏன் காட்டுகிறீர்கள் அவள் குரலில் தைரியம் இருந்தாலும் கால்கள் நடுங்கின
இவர் தன் மனைவியைத் தேடிக் கொண்டிருக்கிறார் அது நீங்கள் தானது என்று எங்களுக்கு சந்தேகமாக

இருக்கிறது.அபிராமியை உன்னிப்பாக கவனித்தபடி சொன்னார்
ஐயா எனக்கு விவாகரத்து ஆகிவிட்டது. நானும் என் தங்கையும் சான்பிரான்ஸிஸ்கோவிலிருந்து இங்கே வந்து இருக்கிறோம்.இப்படி தேவையில்லாமல் தொந்தரவு செய்தால் நான் போலீஸில் புகார் கொடுக்க வேண்டியிருக்கும்.
அப்படியானால் இவரை உங்களுக்குத் தெரியாது என்கிறீர்களா? மீண்டும் கேட்டார்
இவருக்கும் எனக்கும் சம்பந்தமே இல்லை என்று சொல்கிறேன். நீங்கள் தேவையில்லாமல் எங்களை தொந்தரவு செய்கிறீர்கள் என்றாள் அபிராமி
நான் கேட்டக் கேள்விக்குப் பதில் சொல்லுங்கள் மேடம் துப்பறிவாளர் அதட்டும் குரலில் கேட்க அதுவரை பேசிக் கொண்டிருந்தவர்கள் முகத்தைப் புரியாமல் மாறி மாறிப் பார்த்துக் கொண்டிருந்த குழந்தை அபிலாஷா அல்ற ஆரம்பித்தாள்.

கதீஜா தான் குறுக்கிட்டார்.
சார் நீங்கள் அந்தப் பெண்ணுக்குத் தெரிந்தவர் என்றதால் மட்டுமேஉங்களை இங்கே அழைத்து வந்தேன். இது பலரும் வந்து போகும் உணவகம். இங்கே தேவையில்லாமல் பிரச்சனை செய்ய வேண்டாம் என்று கறாராகக் கூறிவிட்டு அபிராமியை நோக்கித் திரும்பினார்.

இது போல் இனி ஏதும் பிரச்சனை வராமல் பார்த்துக் கொள். இல்லை என்றால் இந்த இடத்தைக் காலி செய்து விட்டுக் கிளம்புங்கள்: என்றவர் படியிறங்க ஆரம்பித்தார். ஆடிப்போய் நின்றிருந்த அபிராமியைத் திரும்பி திரும்பிப் பார்த்தவாறே அந்தத் துப்ப்றிவாளரும் கீழே இறங்கினார்.

வீட்டுக்குள் வந்து கதவைத் தாளிட்டுவிட்டு அழும் குழந்தையை இறுக்க அணைத்தபடி கால்கள் துவள அப்படியே நடுவீட்டில் உட்கார்ந்தாள் அபிராமி.
அபிராமியிடம் எந்த மாதிரி பேசி விட்டுக் கிளம்புவது என்ற

யோசனையோடு வீட்டுக்கு வந்த நந்தினி இந்த நிலையில் தான் அபிராமியைப் பார்த்தாள்.

அத்தியாயம் 9

அபிலாஷா நடுக் கூடத்தில் விளையாடிக் கொண்டிருப்பாள். அபிராமி சமைத்துக் கொண்டிருப்பாள். குழந்தையைத் தேவையில்லாமல் திட்டினால் அபிராமிக்குக் கோபம் வரும். அப்படியே சண்டை போட்டு பெரிதாக்கலாம் என்றத் திட்டத்தோடு படியெறினாள் நந்தினி. அவள் படியேறி வரும் போதே வீட்டுக்கார பெண்மணி ஹிந்தியில் ஏதொ சொன்னாள். அபிராமிக்கு ஹிந்தியில் பேச வரும் என்பதால் தனக்கும் வரும் ந்ன்று நினைத்து விட்டாள் போல

ஒரு வாரம் அபிராமியோடு சண்டை போட்டுக் கொண்டிருந்தால் போதும் அபிராமியே இவளை வெறுத்து வேறு இடம் தேடிச் சென்று விடக் கூடும். அதன் பிறகு நந்தினி கனடா போய்விட வேண்டியது தான்

அதே நினைப்போடு படியேறி வந்து கதவைத் திறந்தவள் அபிராமியை இந்த நிலையில் எதிர்பார்க்கவில்லை.

கூனிக் குறுகி உட்கார்ந்து குழந்தையை மூச்சு விட முடியாமல் இறுக்க அணைத்துக் கொண்டு நடுங்கிக் கொண்டு நடுவீட்டில் உட்கார்ந்திருந்தாள் அபிரரமி

ஏய் ஏய் அபிராமி என்ன ஆச்சு பாப்பாவிற்கு ஒன்றும் இல்லையே அடிகிடி பட்டு விட்டதா? ஆதரவாக அபிராமியின் முன்னால் மண்டியிட்டாள் நந்தினி. இன்று காலையில் இவளும் இதே போல ஒருக் கோலத்தில் இருந்தது அவளுக்கு மறந்து விட்டது போல

அவளுக்கு பதில் சொல்லாமல் குழ்ந்தையை தன்னுடன் இன்னும் இறுக்கி அணைத்துக் கொண்டாள் அபிராமி

ஏய் அபிராமி என்ன ஆச்சு சொல்? அப்படியே தரையில் சப்பணமிட்டு உட்கார்ந்த நந்தினி குழந்தை அபிலாஷாவை

அபிராமியின் கையிலிருந்து பிரிக்க முயன்றாள்.
எங்கேயே வெறித்துப் பார்த்துக் கொண்டிருந்த குழந்தை அப்போது தான் நந்தினியை கவனித்தது. அவளையும் அபிராமியையும் மாறி மாறி பார்த்து பேந்தப் பேந்த விழித்தக் குழந்தை மறுபடியும் அலற ஆரம்பித்தது. தன்நிலைக்கு வந்தாள் அபிராமி

ஒன்றும் இல்லை ராஜாத்தி அம்மா உன் கூட இருகேன்ல்ல பயப்படாதே அபியின் மென்மையான குரலையும் தாண்டி அலறிய குழந்தை தன் காதுகளைப் பிடித்துக் கொண்டு ஏதோ வேதனையில் துடிப்பது போல் கத்திக் கொண்டு அபிராமியின் கைப்பிடியில் இருந்து விலகி தரையில் விழுந்து தரையில் உதைத்து உருண்டு கோண்டு கதறியது. அபிராமியைத் தொடக்கூட விடவில்லை.
செய்வதறியாமல் அபிராமிதிகைக்க

நந்தினி அபிராமியின் உதவிக்கு வந்தாள்.

அச்சுக் குட்டி, அழக்கூடாதுடா வறியா நாம வெளியேப் போய் விளையாடலாம் பேசிக் கொண்டே குப்புறப்படுத்து கலை உதைத்துக் கொண்டிருந்த குழந்தையைத் தூக்க முயற்சித்தாள்
அவ்வளவு தான்

எழுந்து உட்கார்ந்த குழந்தை நந்தினியை பட் பட் என்று அவளுடைய தொடையிலும் வயிற்றிலும் அடிக்க ஆரம்பித்தது.
சின்னப் பிஞ்சுக் கைகள் என்றாலும் அடி சுளிர் சுளீர் என்று பட்டது.
பதறிப் போன அபிராமி குழந்தையின் கைகளை இறுக்கப் பிடித்தாள். “வேண்டாண்டாச் செல்லம் ஆண்ட்டியை அடிக்கக் கூடாது ஆண்ட்டி உன் ப்ரெண்டு தானே அடிக்கக் கூடாது சரியா?” அபிராமியின் நிதானமான சமாதான வார்த்தைகளைக் கேட்க குழந்தைக்கு பொறுமையில்லை. சட்டென்று குனிந்து நறுக் கென்று பற்கள் பதிய நந்தினியின் தொடையில் கடித்துவிட்டது,

ஆ..” என்று வேதனையில் துள்ளிக் குதித்து அலறிய நந்தினி குழந்தையை அப்படியே உதறிவிட்டு தன்

குளியலறைக்குள் ஓடினாள். அங்கே தன் உடைகளை விலக்கி தொடையை ஆராய்ந்த போது குழந்தையின் சின்னப் பற்கள் ஆழமாக அவள் தசையில் பதிந்திருப்பது தெரிந்தது. சின்னசின்னதாய் ரத்த முத்துக்கள் எட்டிப் பார்த்தன. கையால் தொட எரிந்தது.

நீரை விட்டு காயத்தைக் துடைத்த நந்தினியின் கண்களிலிருந்து நீர் வழிந்தது. ஒரு சிறு குழந்தைக்குக் கூட அவள் மேல் இவ்வளவு வெறுப்பா?சுய பச்சாபத்தில் நெஞ்சு விம்மியது துக்கம் தொண்டையை அடைத்துக் கொண்டது. கண்ணீர் வழிய காயத்தைக் கழுவியவள் நிமிர்ந்த போது,.தினம் தினம் நிழலாய்த் தொடரும் சாத்தான் தான் நந்தினியின் பிம்பமாய் கண்ணாடியில் வெறித்துப் பார்த்துக் கொண்டிருந்தது

நீ தான் காரணம் . இங்கு நடக்கும் எல்லாவற்றிற்கும் நீதான் காரணம். உன்னுடைய பாழய்ப் போன லட்சியமும், உன்னுடைய பொறுப்பற்ற செயல்களுமே எல்லாவற்றிற்கும் காரணம். நந்தினியைக் குற்றம் சாட்டியது

தன் கோபப் பற்களைக் காட்டிச் சிரித்த்து உன் சுய நலத்தால் உன் பெற்றோரை அவமதித்தாய். ஒரு நல்லவனை ஏமாற்றினாய் எல்லாவற்றிற்கும் மேலாக ...

நீ.. நீ என்று கோபமாக தன் கைகளையேக் குத்திக் கோண்ட நந்தினி அன்று இரண்டாவது முறையாக துவண்டு விழுந்தாள். சுருண்டு விழுந்த அவள் ஒரு குழந்தை போலத் தேம்பித் தேம்பி அழுதாள். யாராவது அவளைத் தாங்கி அணைத்து ஆறுதல் சொல்ல மாட்டார்களா என்று அவளுடைய ஒவ்வோரு நரம்பும் ஏங்கித் தவித்தது.

ஆனால் தன் மேலேயே கோபம் கொண்டிருந்த நந்தினி ஆக்ரோஷத்துடன் தன்னையேகாயப்படுத்தும் வெறியுடன் அடித்துக் கொண்டாள். அடித்துக் கொண்டே அழுதாள்

எவ்வளவு நேரம் அழுதாளோ அவளுக்கேத் தெரியாது.

அப்படியே அரை மயக்கத்தில் அயர்ந்து கண் மூடினாள்

மூடிய விழிகளுக்குள் மென்மையான புன்கையுடன் நவீன் எட்டிப் பார்த்தான்.அந்தப் புன்னகைக் கொடுத்த தைரியத்தில் மெல்லத் தன் நிலைக்கு வந்தாள்.. இமை திறந்தால் நவீன் இன் பிம்பம் மறந்துவிடுமே என்ற எண்ணத்தோடு, அப்படியே சுருண்டு கிடந்தாள்

எங்கோ தூரத்தில் அபிராமி அழுது கொண்டிருக்கும் குழந்தையை சமாதானப் படுத்துவது கேட்டது. மெள்ள தரையிலிருந்து எழுந்து உட்கார்ந்து யோசிக்க ஆரம்பித்தாள்.எழுந்து போய் அபிராமிக்கு உதவி செய்யலாமா? இந்த அபிராமி யார்? நந்தினிக்கும் அவளுக்கும் இடையே உறவு தான் என்ன?

அப்ராமி முடங்கி உட்கார்ந்திருந்தால் நந்தினி ஏன் உதவிக்குப் போகவேண்டும் ? வீணாக கடிபப்ட்டு வேதனைப் பட வேண்டும். வேண்டாம்

நந்தினிக்கு யாரும் வேண்டாம். அவள் ஒரு அழுகியக் குப்பை. அவளுக்கென்று யாரும் இருக்கக் கூடாது என்று தானே எல்லாம் நடக்கிறது.

வேண்டாம் அவளுக்கு யாரும் வேண்டாம். யாரும் இல்லாத இடத்திற்குப் போக நந்தினிக்குத் தெரியும். நந்தினியின் உள்ளே இருந்த சாத்தான் கூக்குரலிட்டது.

அபிராமியுடன் சண்டையிட்டுக் கொண்டு இப்போதே கிளம்ப வேண்டியது தான். இது தான் சந்தர்ப்பம். இப்படி யாருக்கும் வேண்டாதவளாக வாழ்வதைக் காட்டிலும் எங்கோ போய் ஊர் பேர் தெரியாமல் உயிர் விடுவதே மேல். எழுந்தவள் முகத்தைக் கழுவி சீராக்கிக் கொண்டாள். இல்லாதக் கோபத்தை முகத்தில் வரவழைத்துக் கொண்டு சண்டைக் கோழியாய் தலையைச் சிலுப்பிக் கொண்டு அபிராமியின் அறையை நோக்கி சென்றாள்.

அதே நேரத்தில் அறையிவிட்டு ஒரு கையில் குழந்தையும். மற்றொரு கையில் ஒரு பெட்டியுமாக வெளியே வந்த அபிராமி நந்தினியைப் பார்த்ததும் நின்றாள்

"என்னை மன்னித்து விடு நந்தினி. எனக்கு என் குழந்தையை சரியாக வளர்க்கத் தெரியவில்லை. அதனால் இன்று உன்னைக் காயப்படுத்திவிட்டாள் நீ இத்தனை நாள் எனக்கு செய்த உதவிக்கு நான் கைமாறு செய்வதென்றால் நான் உன்னை விட்டு விலகிப் பொவது தான். நீ இத்தனை நாள் என்னை ஒரு தங்கை போல் தோள் கொடுத்துத் தாங்கியதற்கு நன்றி. இனி நான் உன்னுடன் இருந்தால் உனக்குத் தேவையில்லாத பிரச்சனைகள் தான். இனி நாம் தனித்தனியாக பிரிவதே நம் இருவருக்கும் நல்லது நிதானமாகவும் தெளிவாகவும் அபிராமிச் சொல்லச் சொல்ல நந்தினி சிலையாக நின்றாள்.

அத்தியாயம் 10

மரண வேதனை

அதைத் தான் நந்தினியின் கண்களில் கண்டால் அபிராமி.

அதுவும் ஒரு வினாடிதான், தூங்கும் குழந்தையைத் தோளில் சுமந்தபடி பெட்டியும் கையுமாக நிற்கும் தன்னைக் கண்ட நந்தினியின் கண்களில் ஒருவினாடி தான் மரண வேதனையையும் பய்தத்தையும் அபிராமியால் பார்க்க முடிந்தது. அடுத்தவினாடியே நந்தினியின் முகம் கல்லானது.தன்னுடைய வார்த்தைகள் நந்தினையை எப்படித் தாக்கியிருக்ககூடும் என்று அபிராமியால் யூகிக்க முடிந்தது. கோபத்தில் அவளுடைய தாடைகள் இறுகுவதை அபிராமியால் பார்க்கவும் முடிந்தது.நந்தினியின் கோபம் புரியவும் செய்தது.

இருந்தாலும் என்ன செய்ய?

கைலாஷ் அவளைக் கண்டுபிடித்துவிட்டான். அவள் இனியும் இங்கு இருந்தால் ஆபத்துத்தான். கைலாஷ் வந்து குழந்தை அபிலாஷாவை அபிராமியிடமிருந்து பறித்து விட்டால்? நினைக்கவேகுலை நடுங்கியது அவளுக்கு. தான் மாட்டிக் கொண்டிருகும் வலையில் நந்தினியையும் மாட்டிவிட விருப்பமில்லை அபிராமிக்கு. தனக்கு உதவி செய்த ஒரு பெண்ணை சிக்கலில் மாட்டி விடுவது அழகல்ல அவள் இங்கிருந்து போய் விட்டால் ந்ந்தினிக்க்காவது பிரச்சனை இல்லாமல் இருக்கும். நந்தினி செய்த உதவிக்கெல்லாம் நன்றிக் கடனாகவாவது அபிராமி வெளியேறித் தான் ஆக வேண்டும்.

இப்படியெல்லாம் யோசித்து யோசித்து தன் முடிவிற்கு வந்திருந்த அபிராமி தன்னையே பார்த்தபடி நின்றிருந்த நந்தினியை நெருங்கினாள். வெளியேறிய மறு வினாடி வேறருந்த மரம் போல நந்தினி விழுந்து விடுவாள் என்று தோன்றியது.

நந்தினியை நெருங்கியவள் தன் பெட்டியைக் கீழே வைத்து விட்டு குழந்தையை சோபாவில் படுக்க வைத்தாள்.

வா நந்தினி என்று குழ்ந்தையின் தலை மாட்டில்

சோபாவில் இப்படி வந்து உட்கார் என்ற படி உட்கார வைத்தாள்.
தானும் அப்படியே தரையில் மண்டியிட்டுக் கொண்டு உட்கார்ந்தவள்
“அநாதையாய் ஓடி கொண்டிருந்த எனக்கு ஒரு வழிகாட்டியாய் கடவுள் அனுப்பி விட்ட தேவதை நீ. நீ மட்டும் அன்று ஸான்ப்ராண்ஸிஸ்கோ விமான நிலையத்தில்உதவியிராவிட்டால் நான் உயிரை விட்டிருப்பேன்
அபிலாஷா என்ற இந்த சின்னப் புதையல் எனக்குக் கிடைக்காமலெபோயிருக்கும்.
பேச பேச அபிராமி கண்களில் இருந்து கண்ணீர் வழிந்தது. நாக்கு தழதழத்தது.
எனக்கு ஒரு தாயாய் தோழியாய் இத்தனை நாள் இருந்தாய். உன்னை அபிலாஷாக் கடித்து விட்டாள் என்றது என் மனம் எப்படி பதறிவிட்டது தெரியுமா? சின்னக் குழந்தை அதைத் திட்டவும் முடியவில்லை அடிக்கவும் முடியவில்லை. என் நிலைமையை நினைத்து எனக்கே என் மேல் பரிதாமாக இருக்கிறது. உன்னை தீடிரென்று இப்படி விட்டு விட்டுச் செல்ல எனக்கு மனம் இல்லை ஆனால் வேறு வழி தெரியவிலலை என்னை மன்னித்துவிடு
அபிராமி சொல்லிக் கொண்டே போக நந்தினி தன்னுடைய சுய பச்சாபத்திலிருந்து விழித்துக் கொண்டாள். அவள் வந்த போது நடுக்கூடத்தில் அபிராமி உட்கார்ந்திருந்த நிலை அவள் மூளையில் உறைத்தது.
அபிராமியின் கோர நிழல் ஸான்ப்ரான்ஸிஸ்கோவிலிருந்து துரத்திக் கொண்டு சிகாகோ வந்துவிட்டது. அதனால் தான் அபிராமி இங்கே இருந்து ஓடப்பார்க்கிறாள் என்பது நந்தினிக்கு புரிய வெகு நேரம் ஆகவில்லை.
அவளின் கொடுமைக்கார கனவன் அவளை விரட்டிக் கொண்டு வந்து விட்டான். அதை மறைக்க இப்படி நாடகம் ஆடுகிறாள்.ஆனால் அவளால் இனி அபிராமிக்கு உதவ முடியாது முடியவே முடியாது உட்கார முடியாமல் எழுந்தாள்
அபிராமியும் எழுந்து கொண்டாள்
நிறுத்து அபிராமி நான் என்னவோ நல்லது செய்திட்டேன்னு நீ

நன்றி அது இதுன்னு சொல்லிடாதே. ஏண்டா உனக்கு உதவி செய்தோம்ன்னு நானே வருத்தப் பட்டுக் கொண்டு இருக்கிறேன். கிளம்பிப் போறதுன்னா போயேன். என்னவோ பெரிசா அக்கறை இருக்கிற மாதிரி நடிக்கிறாய். நீ என் கூட ஒட்டிக்கிட்டே இருந்தாலும் உம் பொண்ணே என்னைக் கடிச்சுக் குதறினாலு குதறிடுவாள். பொண்ணா அது பிசாசு

தன்னுடைய ஒவ்வோரு வார்த்தையும் அபிராமியின் இதயத்தைத் துருப்பிடித்த ஆணி போல் கிழிப்பது உணர்ந்திருந்தும் நந்தினிப் பேசிக் கொண்டே போனாள்.

எப்பப் பார்த்தாலும் ஆஅ ஊன்னு அலறிகிட்டே இருக்கும். ஒரு நிமிஷம் சாதாரணக் குழந்தையா விளையாடி இருக்கா ? இல்லை அது ஒருக் குட்டிச்சாத்தான், பேய் பிடித்த்வள் போலக் கத்திக் கொண்டே போன நந்தினி அரை வினாடி தன் குரலைத் தாழ்த்தினாள்.

தன்னை விரட்டி அடிக்கும் தனிமையை விரட்ட கற்பனையில் நவீனிடம் பேசிப் பேசி அவன் நிஜமாகவே அங்கு நிற்பது போல ஒரு பிரம்மை

நவீன் வாசற் கதவில் சாய்ந்து கொண்டு அவள் பேசுவதையே புன் சிரிப்போடு ரசித்துக் கொண்டிருப்பது போல

சட்டென்று அவள் பேச்சு நின்றது.வாசற்கதவையே வெறித்து நோக்கினாள்.

நவீன் என்னுடையய ராட்சஸக் குரல் உனக்கு ரசிக்கிறதா? தனக்குத்தானே கேட்டுக் கொண்டவள் அதற்கு பதிலும் சொல்லிக் கொண்டாள்.

ரசித்தாயே அன்று சென்னையில் உன் வீட்டுத் தென்னை மரத்தில் சாய்ந்து கொண்டு ஹாரிப் பாட்டரின் வாழ்க்கையை நான் உனக்குத் தீவிரமாக விளக்கிக் கொண்டிருக்க, எதிரே வாசலில் இப்படித்தானே சாய்ந்து கொண்டு நீ என்னை உன் மூச்சுக் காற்றால் உன் பார்வையால், உன் புன்னகையால் ரசித்துக் கொண்டிருந்தாயே

தன்னை அறியாமல் மெள்ளக் முன்னே நின்று கொண்டிருந்த நவீனைநோக்கிக் கையை நீட்டினாள்.
அவள் முன்னால் நின்றிருந்த அபிராமி தன்னிச்சையாக இரண்டடி விலக
சோப்புக் குமிழி வெடித்தது போல் நவீனின் பிம்பம் சட்டென்று மறைந்து வாசல் வெறுமையாய் இருந்தது
நந்தினியின் கற்பனை அவளை ஏமாற்றிச் சிரித்தது.
விநாடி நேரம் தான் நவீன் அவள் கண்ணுக்குள் வந்து போனான் என்றாலும் நிலை குலைந்து போனாள் நந்தினி.
தலையைப் பிடித்துக் கொண்டு மீண்டும் சோபாவில் தொப்பென்று உட்கார்ந்தாள்.
தன்னையே விநோதமாக அபிராமிப் பார்பப்து உறைத்தது. அதே சமயம் இத்தனை சத்ததில் தூக்கத்திலிருந்து விழித்துக் கொண்ட அபிலாஷா. அதே தூக்கக் கலக்கத்தில் நந்தினியை ஏறிட்டுப் பார்த்ததுபின் மெள்ள தவழ்ந்து வந்து அவள் மடியில் ஏறி அவள் மார்பில் சாய்ந்து கொண்டு அபிராமியைப் பார்த்துச் சிரித்தது. அறியாக் குழந்தையின் பட்டுக் கைகள் அவளைத் தொடும் போது அந்தக் கடவுளே வந்து அவளைத் தொட்டுத் தடவி ரணமாகியிருந்த மனதையும் உடலையும் குணப்படுத்துவது போல இருந்தது

தன் மார்பில் சாய்ந்து கொண்ட குழந்தையை பூவாய் அணைத்துக் கொண்ட நந்தினி அபிராமியைப் பார்த்துத் தோழமையோடு சிரித்தாள். இருவர் கண்களிலும் உணர்ச்சி வேகத்தில் கண்ணீர் வழிந்தது.
குழந்தையை அனைத்துக் கொண்டு ந்ந்தினி அழ அவள் கால் மாட்டில் உட்காளந்த படி கண்ணீர் சிந்தினாள் அபிராமி. இருவரையும் பார்த்து ம்லங்க மலங்க விழித்த்து குழந்தை

அத்தியாயம் 11

சிகெரெட் புகையின் நெடி தான் அவளை தன் நிலைக்கு கொண்டு வந்தது. மூக்கு துவாரத்தில் சிகெரெட் நெடியோடு கம்பளிபூச்சு ஊற்வதைப் போல நூலிழைகள் மூக்கைச் சீண்டின

மூச்சு விட முடியாமல் திணறித் திணறிக் காலை உதைத்தாள். முடியவில்லை இரண்டு கணுக்கால்களையும் ஏதோ ஒன்று அழுத்திக் கொண்டிருந்தது. முழங்கையை வைத்து உன்னி எழுந்திருக்க முயன்றாள் முடியவில்லை கைகள் இரண்டும் முதுகுப் பின்னால் கட்டப்பட்டிருந்தது.

எங்கே இருக்கிறாள்? முகத்தை மூடியிருந்த கறுப்புத் துணியின் நூலிழை வழியே மங்கலான மஞ்சள் பல்ப் எரிவது தெரிந்தது நடுவயிற்றில் தொப்புள் மேல்சில்லெண்று ஏதோ ஒன்று . எதோ சிலந்தி ஊறுவது போல்

தொப்புளின் மேல் சிலந்தியா? எப்படி நந்தினிக்குப் புரியவில்லை

அவளுடைய டி ஷிர்ட் எங்கே?

ஏதோ ஆபத்து அல்ற வேண்டும் போல் இருந்தது. ஆனால் வாய்க் குளறி சிரிப்புத்தான் வந்தது யாரோ அவளை கிச்சு சிச்சு மூட்டுவது போல சிரித்தாள்

அவளோடு சேர்ந்து இன்னும் இரெண்டு பேர் சிரிப்பது போல

இல்லை சிரிக்ககூடாது கத்த வேண்டும். உதவிக்கு அப்போது தான் யாராவது வருவார்கள்.

வாய் விட்டு அலற வேண்டும்

ய்ய்ஆஆஆஆஆஆஆஆ

அவள் வாய் திறக்க வில்லை என்றாலும் சத்தம் பூனை வேதனையில் கத்தினால் வருமே அப்பரிடி ஒரு சத்தம். காதைப்

பிரண்டும் சத்தம் .

உடைப்பட்ட கம்பிச் சுருளாய் படுக்கையிலிருந்து துள்ளிஎழுந்தாள் நந்தினி

மழையில் நனைந்த்து போல உடல் முழுவதும் வியர்த்துக் கொட்டியிருந்தது
தொண்டையில் கை வைத்து துள்ளும் இதயத்தை அடக்க முயன்றாள்.

"ய்ய்ய்ய்ய்ய்ய்ய்ய்ய்ஆஆஆஆஆஆஆஆ... ஆஆஆ"
அலறும் சத்தமவள் காதைக் கிழித்தது. தன்நிலைக்கு வந்தாள் நந்தினி அலறுவது அபிலாஷா. அவளைஅபிராமி சமாதானப்படுத்துவதும் அவள் காதில் விழுந்தது
நல்ல வேளை அலறியது அவளில்லை. அபிராமிக்கு எதுவும் தெரியாது தெரியவும் கூடாது. நந்தினிக்கு இரவில் பயங்கரக் கனவுகள் வந்து அவளைபயமுறுத்தும் என்பதை அவள் எப்படி எடுத்துக் கொள்வாள் என்று அவளுக்குத் தெரியாது
படுக்கையை விட்டு இறங்க முயன்றாள். கால்கள் நடுங்கித் துவண்டு மடிந்தன. அலறவில்லையேத் தவிர தன்னுடைய கனவு தன்னை தினம் தினம் கொல்லும் என்பது நந்தினிக்குத் தெரிந்தது தானே
தனக்குள்ளே நந்தினி பேசிக் கொண்டாலும் அபிலாஷாவின் காட்டு அலறல் அவளை அதற்கு மேல் சிந்திக்க விடவில்லை. போய் ஏன் அழுகிறாள் என்று பார்க்க வேண்டும் என்று தோன்றினாலும் அவள் உடல் ஒத்துழைக்கவில்லை. நிஜம் போன்று தோன்றிய அந்தக் கனவு
நிலமாய் இரவிலும் அவளைத் துரத்தும் நிழல்அவள் உடலை நிலைக் குலைத்திருந்தது. மெள்ள சுவற்றைப் பிடித்த்படி எழுந்தாள். கால்கள் நடுங்கியது சுவற்றைப் பிடித்தபடி யே சமையலறைக்கு வந்தவள் குழாயில் நீரைப் பிடித்துக் குடித்தாள்.

படபடவென்று துடித்துக் கொண்டிருந்த இதயம் ஒரு நிதானத்திற்கு வந்தது.
டம்ளர் வைக்க்கும் இன்னோரு ஷெல்ஃபில் அபிராமி வைத்திருந்த சின்னச் சின்ன சாமிப்படங்கள் அவளைப் பார்த்து சிநேகமாய் சிரித்தனர்.
''ஓம் நமோ பகவதையே வாசுதேவாயாநமோ'' அம்மா பள்ளிக்காலங்களில் தினம் தினம் சொல்ல வைத்த சுலோகம் அவள் தலைக்குள் ஓடியது. தன்னை அறியாமல் வாய் அதை முணுமுணுத்தது.கூப்பிட்டவுடன் ஓடி வரும் நாராயணன் என்பாளே அம்மா எனக்கு உதவித் தேவை பட்ட போது எங்கே போனாய் நாராயணா? மனம் அரற்றியது.
ஆனாலும் இப்போது அபிலாஷாவின் அழுகையை அடக்க வேண்டும். அபிராமியின் படுக்கை அறைக்கு விரைந்தாள்.
படுக்கையிலிருந்து எழுந்து உட்கார்ந்திருந்த அபிலாஷா கண்ணை மூடிக் கொண்டு கத்திக் கொண்டிருந்தாள். சமாதானப்படுத்த முயன்ற அபிராமியைத் தொடக்கூட விடவில்லை.அபிலாஷா இப்படி அலறி நந்தினி பார்த்ததே இல்லை. எப்போதுமே இரவில் வரும் கனவிற்கு பயந்து பாதித் தூக்கத்தில் இருக்கும் நந்தினி அபிலாஷா சின்னதாய் சிணுங்கினாலும்விழித்துக் கொள்வாள்.
செய்வது தெரியாமல் அபிராமி விழித்துக் கொண்டிருந்தாள்
அபிலாஷாவை அணுகிய நந்தினி அவளை அணைத்துக் கொள்ள முற்பட்டாள். அவள் கை ஸ்பரிசம் பட்டதும் ஸ்விட்ச்சைத் தட்டியது போல குழந்தையின் அழுகை நின்றது. ஆனாலும் விம்மிக் கொண்டே இருந்தாள்
அச்சுக் குட்டி அம்முக் குட்டிஎன்ற படி குழந்தையை அணைத்துப் படுத்த நந்தினி மெதுவாய் வழக்கம் போல குழந்தையின் நடு முதுகைவிரல்களால் மெல்லியதாக நீவி விட்டாள். அதற்காகவே காத்திருந்தது போல விம்மலும் அடங்கி தூங்கிப் போனது குழந்தை குற்றவாளியாய் குறுகி உட்கார்ந்திருந்தாள் அபிராமி. தன்னையே குற்றம்சாட்டிக் கொண்டு தோள்கள் தொங்கி முதுகு வளைந்து உட்கார்ந்திருந்த அபிராமியைப் பார்க்க நந்தினிக்குப் பாவமாக

இருந்தது.
நல்ல வேளை நாம் இருக்கும் பகுதியில் அதைக வீடுகள் இல்லை. இல்லை யென்றால் அச்சுக்குட்டி தினம் தினம் இப்படி அழுவதை யாராவது போலீஸில் புகார் செய்யலாம்

தன் மனதில் தோன்றியதை சொல்லினாள் நந்தினி

திடுகிட்டு நிமிர்ந்து அவளைப் பார்த்தாள் அபிராமி.
நந்தினி சொல்வதன் உண்மை அவளுக்கும் உறையத்தான் செய்தது. ஆனால் சின்னக் குழந்தை என்ன தான் செய்யும் பாவம் மெல்லிய குரலில் சொன்னாள் அபிராமி. ஒன்றும் சொல்லாமல் குழந்தையின் முதுகையே நீவி விட்டபடி அமைதியாய் உட்கார்ந்திருந்தாள.
சிறிது நேரம் தான்
பின் என்ன நினைத்தாளோ தெரியவில்லை.
அபிராமி அபிலாஷாவை ஒரு மருத்துவரிடம்காட்டுவது நல்லது என்று நினைக்கிறேன் என்றாள்
அபிராமியின் நெஞ்சு ஒரு வினாடி நின்று தன் நிலைக்கு வந்தது. அபிலாஷாவை மருத்துவரிடமா?
கழுகு போல் தன்னைத் தேடிக் கொண்டிருக்கும் கைலாஷ் தனக்கு ஒரு குழந்தத இருக்கிறது என்றதும் அவளைத் தேடிக் கொண்டு வந்துவிடமாட்டானா? என்னுடைய குழந்தை என்று இவளிடமிருந்து குழந்தையைப் ப்றித்துக் கொண்டால் பயம் கழுத்தை நெரித்தது.
குழந்தை தானே இன்னும் கொஞ்ச நாளில் எல்லாம் சரியாய்ப் போய்விடும் நந்தினிக்குக் சொல்வது போல தனக்கே சொல்லிக் கொண்டாள் அபிராமி.அவள் குரல் இறங்கி இருந்தது.
குழந்தையிடமிருந்து கண்களை எடுத்து அபிராமியை ஏறெடுத்துப் பார்த்தாள்
சந்தித்த முதல் நாளிலிருந்துஅபிராமி ஒரு புதிராகவே இருக்கிறாள் தான் விழுந்த குழியிலிருந்து வெளிவரமுடியாமல் திண்றிக் கொண்டிருக்கும் தன்னுடைய போராட்டத்தில் புதிரை விடுவிக்க வேண்டும் என்று நந்தினிக்குத் தோன்றியதே கிடையாது. அதற்கு

சந்தர்ப்பமும் வாய்த்ததில்லை
இந்த வினாடி வரை
சின்னதாய் ஒரு புன்னகை பிறந்தது அவள் உதடுகளில்
அபிலாஷா பிறந்ததிலிருந்து அவளை நீ மருத்துவரிடம் காட்டவே முயற்சிக்கவே இல்லை. அவள் வயதுக்குத் தேவையான தடுப்பூசியெல்லாம் போட்ட மாதிரி தெரியவில்லையே
சாதாரணமாககேட்பது போல் கேட்டாள் நந்தினி தன் ஆவலை அவள் தன் குரலில் காட்டவில்லை அவள்
அவளை நிமிர்ந்து பார்த்தாள் அபிராமி
இவளிடம் எவ்வளவு தூரம் சொல்லலாம் என்ர யோசனை அவள் யோசிப்பது அபிராமியின் கண்களில் தெரிந்தது. பொறுமையாகக் காத்திருந்ததாள்
உனக்குத்தான் தெரியுமே நந்தினி' என் பிரசவத்திற்கே நீ தானே செலவிறு உதவி செய்தாய்
சமையல் செய்து கொடுத்து நான் ஈட்டும் வருமானம் அம்முக்குட்டியின் அன்றாட செலவிற்கே சரியாகப் போகிறது. ஏனோ உன்னுடன் தங்கி இருப்பதால் வீட்டு வாடகை பளுவும் குறைகிறது. குழந்தை ஆரோக்கியமாகத்தானே இருக்கிறாள் எதற்குத் வீண் செலவுஎன்று தான் சொல்லும் போதே கொஞ்சம் கொஞ்சமாகக் குரல் கிணற்றுக்குள் சென்றது.
பணம் இல்லை என்று குழந்தையின் நலத்தை இரண்டாம் பட்சமாககருதியது ஒரு நல்லத் தாய்க்கு அழகா?
குற்ற உணர்ச்சி அபிராமியை குடைந்து எடுத்துவிட்டது.
கைலாஷ் அபிலாஷாவை இப்படித்தான் வைத்திருப்பானா? உலகத்தையே வாங்கிக் குழந்தை கையில் கொடுத்திருப்பான். வீட்டையே குழந்தையின் உலகமாக்கி அதன் சிறகுகளை வெட்டி வைத்திருக்கும் தன் வலியையும் வேதனையையும் சொல்ல முடியாமல் குழந்தை அழுவது அபிராமிக்குப் புரியாமலில்லை. ஆனாலும் எங்கே தான் மருத்துவமனைபள்ளிக் கூடம் அது இது என்று அபிலாஷாவைப் பற்றி வெளியேத் தளரிய ஆரம்பித்தால் கைலாஷ் வந்து குழந்தையை அவளிடமிருந்து பறித்துவிடுவானோ என்ற அச்சம்

அவளை தினம் தினம் துரத்துகிறது
விவாகரத்துப் பத்திரத்தில்கையெழுத்துப் போட்டாகி விட்டது. உனக்கு நான் வேண்டாம் என்றால் எனக்கு நீயும் வேண்டாம் என்று வீறாப்பும் கோபமுமாய் வீட்டை விட்டு வெளியெறியதும் உனக்கு முன்னால் நான் சாதித்துக் காட்டுகிறேன் பார் என்ற பிடிவாதமும் இன்று அவளுடைய செல்லக் கிளியைத் தானே பாடு படுத்துகின்றது.

பெரிய பெருமூச்சுகளை தனக்குள்ளே இழுத்து விடும் அபிராமியை பார்த்தபடி உட்கார்ந்திருந்த நந்தினி அவள் கவனக்த்தைக் கலைத்தாள

"அபிராமி பிரசவத்திற்கும் குழந்தையின் முதல் இரண்டு மாதத்திற்கும் இலனாய்ஸ் மாநிலமே பொறுப்பெற்றுக் கொண்டது என் கை காசை நான் அவ்வளவு ஒன்றும் செலவு செய்ய வில்லை. நியாபகமில்லையா நீ மருத்துவமனையில் இருந்தபோது நான் உன்னை வந்து பார்க்கக் கூட இல்லை. என்றவள் ஏதோக் கேட்க வந்த அபிராமிக்குவாய்ப்புத் தரமால் தொடர்ந்தாள்.

தன்னைப் பற்றி அபிராமி கேட்டுவிட்டால்?

என்ன செலவானாலும் சரி நாம் குழந்தையை மருத்துவர் ஒருவரிடம் கண்டிப்பாய் கூட்டிச் செல்ல வேண்டும் நாளையே யாரிடம் போவது என்ன செய்வது என்று நான் விசாரித்து விட்டு வருகிறேன் என்றவள் படுக்கையை விட்டு எழுந்து தன் அறைக்குச் சென்றாள்

மலைத்துக் கொண்டு உட்கார்ந்திருந்தாள் அபிராமி ஆனால் நந்தினியின் வார்த்தைகளிலிருந்த உண்மைச் சுட்டது. குழந்தையின் நலம் பெரியதல்லவா தன்க்கு என்ன ஆனாலும் பரவாயில்லை குழந்தையின் அத்யாவசியத் தேவைகளில் மருத்துவ வசதியும் ஒன்றலல்வா?அதைக் கொடுக்க வேண்டிய அவசியம் அவளுக்கு இருக்கிறதே

என்ன செய்வது என்பதை யோசித்தாபிராமி எழுந்து ந்ந்தினியின் அறைக்குச் சென்றாள்.கட்டிலில் படுத்த படி

குழந்தையை தன் மார்பில் சாய்திருந்தாள் நந்தினி ஜன்னலின் வழி இருட்டில் எதையோத் தேடியபடி உட்கார்ந்திருந்தாள் அவள்

நந்தினி என்னை மன்னித்துவிடு.
என்னைத் தேடிக் கொண்டு என் கணவன் ஆட்களை இங்கும் அனுப்பி விட்டார். அவருக்கு பயந்து தான் நான் இடத்தை விட்டு காலி செய்ய முயற்சித்தேன். ஆனால் நான் இந்த இடத்தை விட்டால் எங்கே போவேன் சொல் அதுவும் உன் உதவி இல்லாமல் எதுவுமே என்னால் செய்ய முடியாதே

கவலைப் படாதே அபிராமி நாம் இருவரும்இதைப் பற்றி தெளிவான் மனதோடு காலையில் பேசலாம் நாம் இப்போது பேசிக் கொண்டு இருந்தால் குழந்தை விழித்தாலும் விழித்து விடுவாள்.கம்மிய குரலில் சொன்னாள் நந்தினி. அவள் அழுது கொண்டிருந்தால் என்பது அபிராமிக்குத் தெரிந்தது. ஆனால் என்ன வென்று கேட்கும் தைரியம் வரவில்லை.

அத்தியாயம் 12

இரண்டு நாட்களாய் சென்னையில் நல்ல மழை.. மழையின் வேகத்தில் அபியின் ரோஜாக்கள் எல்லாம் உதிர்ந்து போயிருந்தது. ஜன்னலைத் துடைத்து கொண்டிருந்த மரகதத்தின் பார்வை தோட்டத்தில் இருந்தது. காடு போல வளர்ந்திருந்த நவீனின் செடியைக் கொஞசம் வெட்டி சீராக்க வேண்டும். அப்போது தான் அதை ஒட்டி இருக்கும் கைலாஷின் செடிக்கு கொஞ்சமாவது சூரிய ஒளிக் கிடைக்கும். பூச்சி அரித்துக் கிடக்கும் அந்தச் செடிக்கு ஏதாவது மருந்து போட முடியுமா என்று நர்சரியில் கேட்க வேண்டும். ஜன்னல் வீளிம்பில் இருந்த சிலந்தி வலையை தட்டி விட்டு தூசித் துடைத்தவர் அப்படியே சுவரில் தெரிந்த அழுக்கையும் அழுத்தித் துடைத்தார். நவீனின் திருமணத்தோடு வீட்டுக்கு புதிதாய் வர்ணம் அடிக்க வேண்டும் என்று திட்டமிட்டு இருந்தனர். மோனி தான் ஒவ்வோரு அறைக்கும் எப்படி எப்படி வண்னம் அடிக்க வேண்டும் என்று ஆசைஆசையாய் சொல்லிக் கொண்டிருப்பாள். இப்போது எங்கே என்ன செய்து கொண்டிருக்கிறாளோ தெரிய்வில்லை.

நவீனிடமிருந்து நல்லச் செய்தி வந்தால் நன்றாக் இருக்கும் அவர் நினைத்துக் கொண்டிருக்கும் போதே போன் அடித்தது.

நாற்காலியிலிருந்து கவனமாக் இறங்கிப் போய் போனை எடுப்பதற்குள் கைபேசி நின்று விட்டது.. யாராயிருக்கும் என்று அவர் யோசித்துக் கோண்டிருக்கும் போதே மறுமுறை போன் அடித்தது. எடுத்து ஹலோ சொன்னார்

நவீன் தான்

"என்னடா நவீன் எப்படி இருக்கே நந்தினியைப் பத்தி ஏதாவது தெரிஞ்சதா? அபியைத் தேட முய்ற்சி செய்தாயா?" கடகடவென்று தாயிடமிருந்து வரும் கேள்விக் கணைகளைக் கேட்ட நவீன் மறுமுனையில் வாய்விட்டுச் சிரித்தான். அஸ்வினி வந்து பேசிவிட்டுப் போன பிறகு அம்மாவின் குரல் கேட்டவுடனேயே அவன் மனம் லேசாகிவிட்டது.

ஏண்டா சிரிக்கிறே? என் கவலை எனக்குத் தெரியும் என்ற மரகதம்

சரி சொல் நந்தினியைப் பார்க்க முடிந்ததா அவள் என்ன சொல்கிறாள்? என்று கேட்டார்
இல்லம்மா ஏதோ நந்தினிக்கும் அவங்க அம்மா அப்பாவிற்கும் நடுவில் பிரச்சனை போல அதில் தான் இவ்வளவு குழப்பமும். நந்தினி இப்ப அவங்க அம்மா அப்பாகூட இல்லை. அவ எங்கே இருக்கான்னு கூட அவங்களுக்குத் தெரியலை.
மரகத்த்தின் கண்ணுக்குள் மோனி வந்து போனாள்..
ஏனாம்? ஏதாவது நம்ம மோனி மாதிரி காதலா? கொஞ்சம் கவலையாகவும் கொஞ்சம் எகத்தாளமாகவும் அவருடைய குரல் இருந்தது
"அப்படித் தெரியலைம்மா! அவங்க அப்பா அவலைத் திமிர் பிடிச்சவள்னு கத்துறார். அவ தங்கச்சியோ அவ ஏதோ சிக்கல்ல இருக்கிறா நீ போய் உதவி பண்ணுன்னு சொல்லிட்ட் போறா அதான் உன்கிட்ட ரோஜாப்பூ ஜோசியம் பேசலான்னு போன் பண்ணேன் விளையாட்டு போல பேசி அம்மாவிடம் தன் குழப்பத்தைச் சொல்லாமல் சொன்னான்

"உன் வேலை எப்படி போயிட்டு இருக்கு?' என்று பேச்சை மாற்றினார் மரகதம்

அவருக்கு யோசிக்க கொஞ்ச நேரம் தேவையிருந்தது. வீட்டுப் பெண்கள் இப்படி மூலைக்கு மூலை சிதறி இருப்பது அவரைக் கவலைக்கு உள்ளாக்கியது. நந்தினி தான் மனவி என்று நவீன் மனதில் கற்பனைக் கோட்டைக் கட்டியிருப்பது அவருக்குத் தெரியும். அதை உடைத்தெறிய அவர் தயாராயில்லை. அதை உடைத்தெறிவதால் யாருக்கும் எந்த பயனும் இல்லை சந்தோஷமும் இல்லை.
மணம் முறிந்து போன நிலையில் வேற்யு பெண் பார்க்கலாமா என்று கேட்கும் போதெல்லாம் தன் மௌனத்தாலேயே மறுத்தவன். அவன் வாய் விட்டுச் சொல்ல வில்லை என்றாலும் அவனின் உள்ளம் அவருக்குப் புரிந்த் து இங்கே இரெண்டு வாரமா ப்ராஜெக்ட் ரெண்டு வாரமா ரொம்ப சுறுசுறுப்பாப் போகுது

சீக்கிரம் முடிஞ்சிடும் என்று நினைகிறேன். அதான் என்ன பண்றதுன்னு தெரியலை பேசாமா ஊருக்குத் திரும்பி வந்துடலாம்ன்னு ஒரு பக்கம் இருக்கு. இன்னோரு பக்கம் போய் நந்தினியைப் பார்த்துட்டு வரணும்ம்ன்னு தோணுது மகனின் குரலில் இருந்த ஏககத்தை மரகத்தால் புரிந்து கொள்ள முடிந்தது.

நந்தினி எங்கே இருக்கான்னுத் தெரியுமா?

ஏதோ சிக்காகோவில் இருக்கிறான்னு அவ தங்கச்சி சந்தேகப் படுகிறாள் ஆனா சரியாத் தெரியலை

தேடிப் போவது தேவையான்னுத் தெரியலைம்மா என்றான் நவீன்

வேண்ணூம்ன்னா போய் பாருடா ஏதாவது தெரியும். இல்லைன்னா ஒம் மனசு அலைபாய்ந்து கிட்டே இருக்கும் எதிர்காலத்தில் வேற ஒரு பெண்ணோட நிம்மதியா வாழ முடியாது தாயாய் அறிவுரை சொன்னாலும் ஆது சரிதானா என்று அந்தப் பெண் மனதுக்குத் தெரியவில்லை

எப்படிம்மா? இங்கே ப்ராஜக்ட் முடிஞ்சு இந்தியா வற்லைன்னா வேலை போயிடுமோன்னு கொஞ்சம் யோசனையா இருக்கு

அதெல்லாம் ஒன்னும் ஆகாதுடா எனக்கு நல்லாத் தெரியும். நீ அங்கே போயிருக்கிறதே நம்ம அபி திரும்பி வருவதற்காகத்தான்னு என் உள் மன்சு சொல்லுது கவலைப் படாதே எது சரியோ அது கண்டிப்பா நடக்கும் என்றவர் நவீன் உன் செடியில் ஒரே ஒரு வெள்ளைப் பூ பூத்தது. ஆனா இரண்டு நாள் மழையிலல் உதிர்ந்து போய் விட்டது உன் வாழ்க்கையிலும் வசந்தம் வந்துடும் நீ கொஞ்சம் முயற்சி பண்ணு என்றார்.

நானும் அப்பாவும் நல்லா இருக்கிறோம்.என்று மகனுக்கு நம்பிக்கை வரும் படியாய் தெம்பூட்டிப் பேசினார் அவர்.

சரிம்மா பார்க்கிறேன் நான் திரும்ப இன்னும் ஒரு வாரத்தில் கூப்பிடுகிறேன் என்றவன் போனை வைக்கப் போனவன் அம்மா என்றான்

என்னடா?

மோனியைப் பற்றி ஏதாவது தகவல் தெரிஞ்சதா?

அவனுக்கு பதில் எதுவும் சொல்லாமல் தாய் மௌனமாய் இருக்க

போனை வவத்தான் நவீன்

நந்தினையைத் தேடிக் க்ண்டுபிடிக்க வேண்டும் என்று அவன் உடல் செல் ஒவ்வொன்ன்றும் துடித்தாலும் உணர்ச்சி வசப்பட்டு முட்டாள்தனமாய் செயல் படுகிறோமோ என்று அவன் தயங்கினான்.

நந்தினி ஆபத்தில் இருக்கிறாள் என்று நினைத்துப் பார்க்கும் போது அவளை தேடி உடனே போக வேண்டும் என்று இருந்தது. ஆனால் ஒருவேளை அது அஸ்வினியின் கற்பனையாக இருந்து விட்டால். நிஜமாகவே அவள் பெற்றோர் சொல்வது போல நந்தினித் திமிர் பிடித்துப் போய் யாரும் வேண்டாம் என்று என்று தன்னைத் தானே ஒதுக்கிக் கொண்டு வாழ்ந்து கொண்டிருந்தால்? அவளைத் தேடுகிறேன் என்று போய் அவன் வேலையில் சிக்கல் ஏற்பட்டால்?

அவனுக்கு ஒன்றுமே புரியவில்லை. ஆனால் நந்தினியைத் திமிர் பிடித்தவளாய் நினைத்துப் பார்க்க முடியவில்லை

அவன் சிந்தனையைக் கலைக்கும் விதமாக படபடவென்று ஒரு புறா பறந்து வந்து எதிர்மரத்துக் கிளையில் உட்கார்ந்தது. நவீன் தன்னைக் கவனிக்கிறான் என்று தெரிந்தது போல அவனையேப் பார்த்த படி முன்னுன் பின்னும் நடை பழகியது

அந்த பார்வையும் நடையும் இநதக் கணக்கை எப்படி பண்ணுவாய்?யோசித்துச் சொல் என்றப்டி கையைப் பின்னால் கட்டிக் கோண்டு அறையை அளப்பதும் நடந்தபடியே பாடம் நடத்துத்திய பத்தாம் வகுப்ப்பு கணக்கு ட்யூஷன் வாத்தியாரை நினைவு படுத்தியது.

புறாவிடமிருந்து அவன் பார்வை அகன்றது

ஜன்னல் வழியே மாலை சூரியன் மஞ்சளாய் தகதகத்துக் கோண்டிருந்தான். ஏ உலகம் சுற்றும் வாலிபனே

என் நந்தினி எங்கே

உனக்குத் தெரிந்திருக்குமே

நீ எனக்கு சொல்லாவிட்டாலும் பரவாயில்லை

என்னை உன் தேரில் ஏற்றிச் செல்லேன்
உன் வழித்தடம் எல்லாம் நானே தேடிக் கொள்கிறேன்
என் நந்தினியை
மனதுக்குள்ளே கவிதை பாடினான் அவன்

அவனை ஒரு ஓரப் பார்வை பார்த்துக் கொண்டே சடசட்வென்று இறக்கையை அடித்துக் கொண்டு மேலே பறந்து சென்றது புறா. அவன் ந்ந்தினையைத் தேடிப் போகப் போகிறான் என்பதை அந்தப் புறா புரிந்து கொண்டது போல.

அத்தியாயம் 13

காலை சூரிய வெளிச்சம் இமைகளித் தடவ கண் விழித்தாள் நந்தினி ஞாயிற்றுக்கிழமை பேக்கரி 12 மணிக்குத்தான் திறக்கும். அடித்துப் பிடித்துக் கிளம்ப வேண்டியதில்லை. எட்டு மணீக்குக் கிளம்பினால் போதும்

அபிராமி வேறு இரண்டு நாட்களாய் இரவு வேலைக்குப் போனதாய் தெரியவில்லை.அதனால் அபிலாஷாவைப் பார்த்துக் கொள்ளும் பொறுப்பும்இல்லை. எழும் போதே என்றும் போல் இல்லாமல் இன்று மனம் அமைதியாய் இருந்தது.

அபிராமிக்கு உதவி செய்வது என்ற ஒரு சின்ன எண்ணம் அவளைத் துரத்தி வரும் கடந்த காலத்தை தூரத்தில் வைத்துவிட்டது போல!

அன்று அபிலாஷாவின் பூப்போன்ற தடவல்களும் எதையோத் தொலைத்து விட்டு தனக்குள்ளே தனனைத் தேடிக் கோண்டிருக்கும் அந்த பெரியக் கண்களும் நந்தினி தன்னலமாய் இருக்காதே என்று அவளுக்கு உணர்த்தின. அது மட்டுமல்ல தற்கொலை என்ற பேச்சுக்கே நந்தினியின் மனதில் இடமில்லை. அபிலாஷாவை மருத்துவரிடம் அழைத்துச் செல்ல வேண்டும் என்று சொன்ன மறுநாளே டிரேசியிடம் பேசி என்ன செய்ய வேண்டும் என்று தெரிந்து கொண்டு வந்தாள்.

அபிலாஷாவை மருத்துவரிடம் அழைத்துச் செல்ல அபிராமி செலவைப் பற்றிக் கவலைப் படவேண்டியதில்லை. முன்பு அவலது பிரசவத்திற்கு இலனாய்ஸ் அரசே உதவி செய்தது போல இப்போதும் அவளால் அரசிடமிருந்து உதவி பெற முடியும்.

அந்த விவரத்தை அவளிடம் சொல்லி எவ்வளவு சீக்கிரம் அபிலாஷாவை மருத்துவரிடம் அழைத்துச் செல்ல முடியுமோ அவ்வளவு சீக்கிரம் அதைசெய்ய வேண்டும் என்று அவளுக்கு வலியுறுத்த வேண்டும்.

பணம் தான் முக்கிய காரணம் என்று இரவு அபிராமி பேசினாலும் அதையும் தவிர ஏதோ இன்னோரு காரணமும் தெரிந்த பிறகு அபிராமிக்கும் அபிலாஷாவிற்கும் என்னென்ன உதவிகள் செய்வது என்று யோசிக்க வேண்டும்.

அபிராமியைத் தேடியபடியே தன் அறையை விட்டு வெளியே வந்தாள்.முன்னறை வெறுமையாக இருந்தது. அபிராமியின் அறைக்கதவு சின்னதாய்த் திறந்து இருந்தது. அச்சுக் குட்டி இன்னும் தூங்கிக் கொண்டிருக்கிறாள் என்று புரிந்து கொண்ட நந்தினி அபிராமி எங்கே போயிருப்பாள் என்று யோசித்தபடியே நின்றிருந்தாள்.

இவள் ஏன் வேலையையும் விட்டு விட்டாள் என்று யோசனையாய் இருந்தது.ஒரு வேளை துரத்திக் கொண்டு வரும் கண்வன் ஆட்களங்கே வந்து தொந்தரவு செய்கிறார்களோ யோசித்த படியே அபிராமிக்காக காத்திருந்தாள்.

கதீஜாவிற்கு உதவி செய்து விட்டு மேலே வந்த அபிராமி தனக்காய் நந்தினி காத்திருப்பதைப் பார்த்து புன்னகைத்தபடிய்யே வந்தாள். '' முழூச்சிட்டியா'' கீழே போறதுக்கு முன்னால் எட்டிப் பார்த்தேன் அசந்து தூங்கிக் கொண்டு இருந்தமாதிரி இருந்தது. கதீஜா ஏதோ திருமணத்திற்கு கேட்டரிங் செய்ய உதவி வேண்டுமாம் கேட்டிருந்தார்கள் சரி பாப்பா முழிப்பதற்குள் சென்று விட்டு வரலாம் என்று வந்தேன் என்ற படி தன்னுடைய அறையை எட்டிப் பார்த்தவள் அம்முக் குட்டி தூங்குகிறாள் என்ற படி சோபாவில் ஆயாசமாக உட்கார்ந்தாள்.

காலையிலிருந்தே அபி வேலை செய்தாலும் அவள் இரவில் சரியாகத் தூங்கவில்லை என்று நந்தினிக்குத் தோன்றியது. அபிலாஷாவின் காரணமில்லாத அழுகைக்கு காரணம் தெரிந்தால நன்றாயிருக்கும் என்றுத் தோன்றியது.

ட்ரேசிக்கிட்டே பேசினேன். அச்சுக் குட்டிக்கு இலவசமாய் மருத்துவம் கிடைக்க வழி இருக்காம். அது மட்டுமில்லை அச்சுக் குட்டியை வைத்து நீ உனக்குக் கூட இன்ஸ்ஹுரன்ஸ் கிடைக்கக் கூடும் என்று தோன்றுகிறது. நின்றபடியே பேச்சைத் தொடங்கினாள் நந்தினி

ஓ அப்படியா என்று அபிராமியின் வாயிலிருந்து வார்த்தைகள் உற்சாகத்தைக் காட்ட முயற்சித்தாலும் அவள் கண்களில் ஒளி

இல்லை.
நான் என்ன செய்ய வேண்டும் என்று சொல்லேன்?

*All Kids*ன்னு ஒரு திட்டம் இருக்காம். உனக்கு கீரீன் கார்ட் இருந்தால் உன்னால் அபிலாஷாவிற்கு இலவசமாய் மருத்துவம் பார்க்க முடியுமாம். *Family Care* ன்னு இன்னொரு திட்டம் வழியாய் உனக்குக் கூட இன்ஸூரன்ஸ் கிடைக்க வழி இருக்காம். அது மட்டுமில்லை நம்ம அச்சுக் குட்டிக்கு தடுப்பூசியெல்லாம் அரசு உதவி மூலமாய் போட்டுவிட முடியுமாம். அதனால் நீ வேலை பார்க்கும் மருத்துவமனையில் போய் விவரம் கேட்டேயானால் அவர்களே உதவி செய்வார்கள்
நந்தினி பேசப் பேச தனக்குள்ளேயே குழம்பி நின்ற அபிராமி சட்டென்று சிரித்தாள்
''ஏய் நீ ஏன் சிரிக்கிறே ?'நந்தினி எரிச்சலுடன் கேட்டாள்
''இல்லை உன்னை பார்த்தா அரசு சார்ப்பில் விளம்பரம் செய்கிற மாதிரி இருந்தது அது தான்''. என்றவள் சோபாவிலிருந்து எழுந்தாள் குழந்தை எந்த வினாடியும் விழித்துக் கொண்டு அழும் என்று அவளுக்கு அவள் மூளை அறிவுறுத்தியது.எழுந்தவள் தன் அறைக்குள் போக எத்தனித்தாள். அவள் பின்னாலேயே சென்ற நந்தினி " எப்படின்னாலும் அச்சுக் குட்டியை டாக்டரிடம் கூட்டிட்டுப் போவாய் தானே''
அவளுடைய குரலில்இருந்த தவிப்பை உணர்ந்த அபிராமிக்கு சிரிப்புத் தான் வந்தது.
ஆனாலும் அவளுக்குப் பிடிக்காத பதிலை சொல்ல முடியவில்லை. குழந்தையை மருத்துவரிடம் அழைத்துப் போகும் துணிவு அவளுக்கு இல்லை." போன ஜன்மத்தில் உன் தங்கையா வந்து நான் உன் உயிரை எடுத்து இருக்கணும் அதான் இப்ப இப்படி வந்து நை நை ன்னு நச்சு உயிரை எடுக்கிறே' சொன்னாலும் அவள் குரலில் சிரிப்பும் பெரிமிதமும் இருந்தது. என்ன இருந்தாலும் இருவரும் கூடப் பிறவாத சகோதரிகள் தானே!
இவர்களின் சத்ததில் குழந்தை விழித்துவிடும் என்று தோன்றியது குழந்தை அழும் முன்னே அதை தூக்குக் கொண்டு குளியலறைக்கு

ஓடினாள் அபிராமி.

குளியல் தொட்டியில் தண்ணீரை நிறைத்து குழந்தைத் துணிமணிகளை அபிராமி சுழற்றிக் கொண்டிருக்க குழந்தையின் கண்ணில் படாமல் நின்று கொண்டாள் நந்தினி.

தன்னைக் கண்டதும் குழந்தை அழுது விடுமோ என்ற சந்தேகம் அவளுக்கு இருந்த்து.அதனால் ஒளிந்து கொண்டு குழந்தையைக் கவனித்தாள்

அவளுக்கு ஒரு சந்தேகம். காலையில் அபிராமியை மட்டுமே பார்த்துப் பழகியிருந்த குழ்ந்தை அன்று தீடிரென்று அன்று நந்தினியை எதிர்பாராமல் பார்த்தவுடன் தன் குழப்பத்தைசொல்லத் தெரியாமல்தான் அவளைக் கடித்து விட்டாள். அன்று இரவு கூட அப்படித்தான் இருக்க வேண்டும். நந்தினியின் ஸ்பரிசத்தை மட்டுமே இரவில் தெரிந்திருந்த குழந்தை திடீரென்று தாயைக் கண்டதும் குழம்பிப் போய் இருக்கவேண்டும். மருத்துவரை கண்டு குழந்தைக்கு ஏதும் பிரச்சனை இருக்கிறதா என்று பார்ப்பது தான் நல்லது என்று நந்தினி நினைத்தாள். ஆனாலும் அபிராமி குழந்தையை வீட்டை விட்டு வெளியேக் கொண்டு செல்லவே தயங்குகிறாள். அவளும் கூட இரவில் தான் வேலைக்குச் செல்கிறாள். நந்தினிக்கு அவளுடைய கடந்த காலம் தான் வில்லன் என்றால் அபிராமி தினம் தினம் எதற்காகவோ

யாரிடமிருந்தோ ஒளிந்து கொண்டிருக்கிறாள்

இந்த இரண்டு மூண்று நாட்களாய் வேலைக்குப் போகாமல் அபிராமி இருப்பதும் நந்தினிக்கு குழப்பமாக இருந்தது.ஆனாலும் அபிலாஷா தேவையில்லாமல் தண்டிக்கப் படுவது நந்தினிக்கு சரியாக படவில்லை. ஏதோ முடிவெடுத்தவளாய் தன் அறைக்கு சென்று உடையை மாற்றிக் கொண்டு வந்தாள். அபிராமி அபிலாஷாவை தண்ணீரில் வைத்துக் கொண்டே காலை சாப்பாட்டை ஊட்டி விட்டு வெளியே கொண்டு வரும் வரை காத்திருந்தவள், அபிராமியை அணுகினாள்

கிளம்பு அபிராமி'' நாம் மூவரும் எங்காவது போய் வருவோம்.

இதை எதிர்பார்க்காதா அபிராமி திணறினாள். அபிலாஷாவை எப்படி வெளியேக் கொண்டு போவது?

. கொத்திக் கொண்டு போக காத்திருக்கும் கழுகாக அந்த ஒல்லித் துப்பறிவாளர் வெளியே காத்திருக்கையில் வீடு என்ற பாதுகாப்பைவிட்டு அவளை வெளியே கொண்டு போக தயக்கமாக இருந்தது. இவளைப் பற்றியும் அபிலாஷாவைப் பற்றியும் தெரிந்தவுடனே கைலாஷ் இங்கு வந்து குதிப்பான்.. அவன் அவளைத் தேடி வருவான் என்பது அபிராமிக்கு நிச்சயமே

எல்லோரையும் தன் ஆளுமையில் வைத்திருக்க வேண்டும் என்ற அவனது அகங்காரம் அபிராமி சொல்லாமல் கொள்ளாமல் வீட்டை விட்டுக் கிளம்பியதை எதிர்பார்த்திருக்காது. அபிராமி அவனது இரும்புப் பிடியிலிருந்து நழுவிவிட்டாள் என்பதை அவனால் ஏற்றுக் கொள்ளவே முடியாது. தான் எதுவும் தவறாக செய்யவில்லை என்று அபிராமியிடம் சொல்வதற்காகவே கைலாஷ் அபிராமியைத் தேடிக் கொண்டிருப்பாம் என்பது அவளுக்கு நிச்சயம்.

வெளியே போக அபிராமி தயங்குவதைப் பார்த்த நந்தினி அபிலாஷாவை சட்டென்றுத் அலுக்காமல் தூக்கினாள்.. அழலாமா வேண்டாமா என்பது தெரியாமல் காதை இரண்டையும் மூடிக் கொண்டு மிரண்டு மிரண்டு விழித்தது குழந்தை. யோசிக்காமல் அபிராமி வேண்டாம் என்று சொல்ல சொல்ல வெளியே வந்து படியில் இறங்கினாள். புது சூழ்நிலையை காண்பது வளரும் குழந்தைக்கு மிக முக்கியம் என்று அவளுக்குத் தோன்றியது. தன்னுடைய சுயநலத்திற்காகவும் தான் நந்தினி குழந்தையைத் தூக்கிக் கொண்டு வெளியே வந்தாள்.

குழந்தையைக்கு போக்கு காட்டி விளையாடுவது போல தானும் கொஞ்சம் கொஞ்சமாக தன் எல்லையை விரிவு படுத்த வேண்டும். அப்போது தான் அவளுடைய இருட்டிலிருந்து கொன்ஞ்சம் கொஞ்சமாய் அவளால் வெலிவரமுடியும்.நவீனிடமாவது உண்மையைச் சொல்ல வேண்டும் என்றுத் தோன்றியது இந்நேரம் அவனுக்குத் திருமணம் கூட ஆகியிருக்கும். ஆனாலும் நவீனுக்கு உண்மைத் தெரிந்திருக்க வேண்டும்

அத்தியாயம் 14

நந்தினி இப்படி சட்டென்று குழந்தையைத் தூக்கிக் கொண்டு போவாள் என்று அபிராமி எதிர் பார்க்கவே இல்லை. நந்தினி மேல் ஆத்திரமாக வந்தது. பல்லைக் கடித்துக் கொண்டாள். நான் தானே இந்தக் குழந்தையின் தாய் இவளுக்கு என்ன தெரியும் இன்னும் திருமணம் கூட ஆகாத சின்னப் பெண் இவளுக்கு என்னத் தெரியும் குழந்தை வளர்ப்பைப் பற்றி? பெரிய இவளா என்ன?என் குழந்தையை காப்பாற்ற வந்து விட்டாள். இயலாமையுடன் கலந்த ஆத்திரத்துடன் சட்டெண்று நந்தினியின் பின்னால் செல்ல யத்தனித்த்வள் நின்றாள்.

அவளுக்கும் கைலாஷுக்கும் என்ன வித்தியாசம்? குழந்தை தனக்கு மட்டுமே சொந்த்ம். என்பது எவ்வளவு பெரிய சுயநலத்தனம். குழந்தை எனப்து கடவுளின் பரிசல்லவா? நந்தினி யார்? திக்குத் தெரியாது விமானநிலையத்தில் நின்று கொண்டிருந்தவளிடம் உனக்கு நான் இருக்கிறேன் என்று உதவி செய்தவள்.அபிலாஷாவை வயிற்றில் சுமந்து கொண்டு இருக்கிறாள் என்று தெரிந்தவுடன் பழம் காய்கறி என்று பார்த்துப் பார்த்து வாங்கிக் கொடுத்து சாப்பிட வைத்த புண்ணியவதி.

அபிராமி கூட கொஞ்ச நேரத்திற்கு முன்னால் நீ என் கூடப் பிறக்காத சகோதரி என்று சொன்னாள் தானே

யோசிக்க யோசிக்க ஒரு நிதானத்திற்கு வந்தாள் அபிராமி.

அபிலாஷாவின் கத்தல் இல்லாமல் அவளைச் சூழ்ந்த அமைதியை அப்போது தான் அபிராமி கவனித்தாள். முறுக்கிய கம்பியாய் முடுக்கி விடப்பட்டிருந்த அவளுடைய நரம்புகள் மெள்ள மெள்ள தன் நிலைக்கு வருவதை ஒருக் குற்ற உணர்ச்சியோடு உணர்ந்தாள்.

நந்தினி ஒரு அரை மணிநேரமாவது குழந்தையை வைத்திருப்பாள். அதற்குள் நிமமதியாகத் தலைக் குளித்துவிடலாம் என்று தோன்ற,குளியலறைக்குள் சென்று தண்ணீசர் அடியில் நின்றாள்.

குழந்தை அழுதுவிடுமோ கத்தி ஆர்ப்பாட்டம் செய்யுமோ என்ற பயமில்லாமல் நீரில் நிற்பது எத்தனை சுகம் என்பதை அபிராமி மறந்தே போய்விட்டிருந்தாள்.

அட்லாண்டாவில் அவள் வாழ்க்கையையும் ஏறக்குறைய மறக்கக் கற்றிருந்தாள் என்றே சொல்ல வேண்டும். இந்த ஒல்லிப் பாச்சான் வந்து நோட்டம் விடும் வரை.

விவாகரத்து தான் செய்தாகி விட்டதே கைலாஷ் ஏன் இவளை இப்படி அலைகழிக்க வேண்டும். போனவள் போகட்டும என்று அப்படியே விட வேண்டும்? ஏன் இவளைத் தேட வேண்டும் ? நான் இல்லாமல் உன்னால் எப்படி வாழ முடிகிறது என்று பார்க்கவா? மனம் குமுறக் குமுற உடலில் விழும் வெந்நீருக்குத் துணையாக அவள் கண்களிலிருந்து கொட்டியது கண்ணீர். முகத்தை தூக்கிடூ தூரலாய் விழும் வெந்நீருக்கடியில் காட்டினாள். கரங்களால் நீரைப் பிடித்து முகத்தில் தெளித்துக் கண்ணீரைக் கழுவிக் கொண்டாள். முதல் முறையாக தன் முகச் சருமம் மென்மை இழந்து சொரசொரப்பாக இருப்பதை உணர்ந்தாள். பட்டுக் கன்னம். பனி இதழகள் என்று அவள் கன்னம் தடவி உதட்டைச் சுண்டுவான் கைலாஷ்.

இப்போது அவளைப் பார்த்தாலென்ன சொல்வான்?

அரைக் கிழவியாகிவிட்ட அவளை அவனுக்குப் பிடிக்குமா?

இப்ப்பொது கைலாஷ் எப்படி இருப்பான்? நேரில் பார்த்தாள் எப்படி இருக்கும்? என்ன பேசுவார்கள்?

தன் மனம் செல்லும் பாதைப் பிடிக்காமல் ரூஓபூபூ௱௱ளீறுரூஊ வெளியே வந்தாள்

எந்நேரமும் நந்தினி குழந்தையுடன்

வந்து விடுவாள் என்ற நினைப்பு வரவே இரண்டு வினாடிகளில் அபிராமி மீண்டும் தாயாகிப் போனாள்

நந்தினியால் அபிலாஷாவை சமாளிக்க முடியுமா? அந்த ஒட்டடைக்குச்சி மனிதன் குழந்தையை அடையாளம் தெரிந்து

கொண்டு நந்தினியைப் பின் தொடர்ந்து தொந்தரவு செய்வானோ? நந்தினியைத் தனியாக் விட்டிருக்ககூடாது
கவலையுடன் அறையை விட்டு தலையைத் துவட்டியபடி வெளியே வந்தாள்.

அபிராமியின் கவலை சரியாகவே இருந்தது.
கைலாஷின் துப்பறிவாளர் அபிலாஷாவை அடையாளம் கண்டு கொண்டு நந்தினியை பின் தொடர ஆரம்பித்தார். அவருக்கு தான் தேடி வந்திருக்கும் பெண்ணைக் கண்டுபிடித்துவிட்டோம் என்பது நிச்சயமே ஆனாலும் முன்பு கலிபோர்னியாவில் ஆனது போல எந்த விததிலும் பெண்ணைக் கோட்டை விட்டு விடக் கூடாது என்று கூறியாக இருந்தார்.அதுவும் இல்லாமல் தான் தேடிவந்தப் பெண்ணின் கையில் ஒரு குழந்தை இருப்பது அவருக்குக் குழப்பத்தை உண்டு பண்ணியது. அதனால் கைலாஷை அணுகும் முன் ஒன்றுக்கு இரண்டு தடவையாக விவரங்களை சரி பார்த்துக் கொள்வது நல்லது என்று அவர் எண்ணினார். அதனாலேயே பொறுமையாக அபிராமியின் இருப்பிடத்தைக் கண்காணித்த படி இருந்தார். இதோ இப்போது நந்தினியின் பின்னால் பூனை போல் நடந்ந்தார்.
தன்னை ஒருவர் தொடர்வது அறியாமல் டிவான் அவென்யூவில் நடந்து கொண்டிருந்தாள்.நந்தினி அவள் கவலை எல்லாம் ஏதோ ஒரு தைரியத்தில் குழந்தையைத் தூக்கிக் கொண்டு வந்தாயிற்று குழந்தை அடம் பிடித்து அழ ஆரம்பித்து விட்டால் என்ன செய்வது என்று யோசனையாக இருந்தது.
அவள் கையிலிருந்து குழந்தையும் திமிற ஆரம்பித்தது
நந்தினி நடந்து போகும் மனிதர்களையும் கடந்து போகும் கார்களையும் சுட்டுக் காட்ட ஆரம்பித்தாள். அவள் கை நீட்டும் திசையையே பார்ப்பதாக இல்லை குழந்தை. திமிறி திமிறி அழ ஆரம்பித்த குழந்தையை எப்படி சமாளிப்பது என்று யோசித்தவள் சட்டென்று தன்னுடைய ஆள்காட்டிவிரலால் குழந்தையின் முதுகுத் தண்டை அழுத்தித் தடவினாள். அவளுடைய செய்கை குழந்தைக்கு ப் புரிந்ததோ என்னவோ அவளைக் குழப்பமாய்

பார்த்த்து. குழந்தையின் கண்களைப் பார்க்காமல் நேராகப் பார்த்தபடி வேகமாக நடந்தாள் நந்தினி, தன் கண்களைச்சந்தித்தால்குழந்தை மிரண்டுவிடும் என்று தோன்றியது..ஆனால் குழ்ந்தையின் முதுகில் தடவுவதை மட்டும் நிறுத்தவில்லை.

குழந்தையின் திமிறல் மெல்ல மெல்ல அடங்கியது அவளுடைய தோளில் தலையை சாய்த்துக் கொண்டு ரோட்டை வேடிக்கைப் பார்க்க ஆரம்பித்தது.

நடக்க நடக்க குழந்தையின் உடல் கனத்தை நந்தினியால் தாங்க முடியவில்லை. வீட்டிற்குத் திரும்பிவிடலாமா என்று யோசிக்க ஆரம்பிக்கும் போது தான் தன்னையோரோ தொடர்வதை உணர முடிந்தது.

பயந்து போனாள் நந்தினி உடலெல்லாம் நடுங்க ஆரம்பித்தது.

பயத்தை மென்று விழுங்கியவள் அப்படியே ஒரு கடைக்குள்ளே புகுந்தாள். கூட்டமாய் இருக்கும் இடத்தில் பாதுகாப்பு அதிகம்.

அவள் அப்படி நுழைந்தது ஒரு சின்ன சாண்ட்விச் விற்கும் இடம். கூட்டம் காலை நேரம் என்பதால் கூட்டம் குறைவாகவே இருந்தது. முதுகைக்காட்டிக் கொண்டு வேலை பார்த்துக் கொண்டிருந்த சிப்பந்தி சத்தம் கேட்டுத் திரும்பினான். ஒரு சிறிய காபி என்று சொல்லியபடி கால் நடுங்க நின்று கொண்டிருந்தாள். கடையின் கதவுத் திறக்கும் சத்தம் கெட்டது

கவனிக்காத்து போல தலையைத் திருப்பிப் பார்த்தாள்.. அவளை பின் தொடர்ந்து வந்தவன் தான். இதயம் உறைந்தது.

சில்லிட்ட கால்களை இழுத்து நின்ற இடத்தில் இருந்து நகர்ந்து அங்கே இருந்த விளையாட்டுக் கருவியில் 50 செண்ட் காசைப் போட்டு ஒரு சின்ன பந்து ஒன்றை எடுத்து தன் மேல் சாய்ந்திருந்த குழ்ந்தையின் கையில் கொடுத்தாள்.அதைக் கையில் வாங்கிய குழந்தை அதே வினாடியில் அலற ஆரம்பித்தது. சட்டென்று திரும்பினாள் நந்தினி

அவளைத் தொடர்ந்து கொண்டிருந்தவன் அவள் பின்னால் நின்றிருந்தான். தன் வீட்டின் அருகே பார்த்திருக்கிறோம் இவனை என்று அவள் மூளையில் உரைத்தது. நந்தினியிடம் ஏதோ கெட்க

முனைபவனைப் போல் அவள் அருகில் அந்த ஆள் வர
அவள் அடிவயிற்றில் பயம் புளியைக் கரைத்தது.
அவ்வளவு தான்
அடிவயிற்றின் பயம் ஆவேசமாக மாறியது. நந்தினி. பேயாகிப் போனாள்.

குறுஞ்சிரிப்போடு எகத்தாளமாகத் தன்னை நோக்கியவனின் பார்வையிலிருந்து கண்ணை எடுக்காமலே கையிலிருந்த குழ்னதையை அழ அழ தன்னிச்சையாக் இறக்கிவிட்டவள் தன்னைப் பார்த்துக் கொண்டிருந்தவனின் கழுத்தைப் பிடித்தாள். தன் உடல் பலத்தோடு வயிற்றிலிருந்து ஆவேசம் வேகமாய் உந்தித் தள்ள அந்த மனிதனின் கழுத்தை நெறிக்க ஆர்ம்பித்தாள்.
அவள் காலைக் கட்டிக் கொண்டு சின்னக் குழந்தைக் கதற அவளால் காலைத் தூக்கி அவனை உதைக்க முடியவில்லை

நீ நீ உன்னை ஆத்திரத்தில் பேச்சுத் தடுமாறியவள் என்னைப் பற்றி என்ன நினைத்துக் கொண்டு இருக்கிறாய்? என்றவள் அசுர பலத்தோடு அவனை சுவற்றில் தள்ளி அவன் அசைய விடாமல் வைத்துக் கொண்டு அலற ஆரம்பித்தாள்
இந்த ஆள் என்னைத் தாக்க வந்திருக்கிறான். என்னைக் காப்பாற்றுங்கள் என்னைக் காப்பாற்றுங்கள்

அத்தியாயம் 15

உணவகத்தில் அஸ்வினிக்காக காத்திருந்தான் நவீன். அவன் கைகளில் அஸ்வினி கொடுத்த வாழ்த்து அட்டை.

வாழ்த்து அட்டையின் முனையை மேஜையின் மேல் டொக் டொக் கென்று அடித்துக் கொண்டிருந்தது அவன் கை,. நந்தினியைத் தேட வேண்டும் என்று முடிவெடுத்து விட்ட பிறகு அவளிடம் இன்னும் சில் விவரங்களைத் தெளிவாகத் தெரிந்து கொண்டு சிக்காகோ செல்வதா அல்லது பாஸ்டன் சென்று அவளைக் கண்டுபிடிக்க முயற்சி செய்வதா என்று யோசித்துக் கொண்டிருந்தான். ப்ராஜக்ட் முடிந்து வரும் வேளையில் இரு வார இறுதியில் நந்தினியைத் தேடிப் போகலாம் என்று அவன் கணக்கிட்டான். அவளைப் பற்றி ஏதாவது தகவல் தெரிந்து தேவை ஏற்பட்டால் அமெரிக்காவில் தன்னுடைய வாசத்தை நீட்டிக்கலாம் இல்லையென்றால் இந்தியாத் திரும்பலாம் என்றுத் தீர்மானித்திருந்தான்.

காத்திருந்தவனின் கண்கள் தன்னைச் சுற்றி நோட்டமிட்டன. ஐம்பது அறுபது வருடங்களுக்கு முன்னால் எடுத்திருக்கக் கூடிய பல வித மான ஃபோட்டாக்கள் கறுப்பு வெள்ளையில் ஆங்காங்கே சுவற்றில் தொங்கின. ஒவ்வோரு அலங்காரமாய் நிதானமாய்க் கண்களைச்ளைச் சுழலவிட்டவன் பார்வையில் ஆங்காங்கேத் தொங்கிய வண்ண விளக்குகள் அலங்காரத்திற்காக மாட்டப்படிருந்த மீன் வலைகள், படகின் தூடுப்புக்கள் என்று ஒவ்வொன்றாய் பட்டது. உணவகத்தின் ஒவ்வோரு மூலையிலும் தொலைக்காட்ச்சிப் பெட்டிகள் தொங்கின. சி என் என்னின் தலைப்புச்செய்திகள் மெல்லிய ஒலியில் ஓடிக் கொண்டிருந்தது. ஞாயிற்றுக்கிழமை காலை என்பதாலோ என்னவோ கூட்டமே இல்லை. தனக்கு அருகிலிருந்த தொலைக்காட்சியில் கவனத்தை செலுத்தினான். தொலைக்காட்சியிலிருந்து சன்னமாகத் தான் ஒலி வந்தாலும் அங்கு சொல்லப்படும் செய்திகள் வார்த்தை வடிவில் அவர்கள் பேசப்பேச பார்ப்பவர் படிப்பதற்கு வசதியாக வந்து கொண்டிருந்தன.

தன்னை நோக்கி யாரோ வருவது போலத் தோன்ற கவனத்தைத் தொலைக்காட்சியிலிருந்து திருப்பினான்.

அஸ்வினை அவனை நோக்கி வந்து கொண்டிருந்தாள்.

இவன் தன்னைக் கண்டுவிட்டான் என்றதும் பளிச்சென்று கள்ளம் கபடமில்லாமல் சிரித்தது அந்தப் பெண்

அதைப்பார்த்ததும் அடிவயிற்றிலிருந்து துக்கம் குபீர் என்று எழுந்த்து.அவன் தங்கை மோனி அவன் கண் முன் வந்து போனாள். இந்தப் பெண்ணும் அவளைப் போல எனக்கு ஒரு தங்கை என்றுத் தோன்றியது

அதுவே அவனுக்குப் போதுமாய் இருந்த்து இந்தப் பெண்ணுக்கு முடிந்த வரை உதவி செய்ய வேண்டும் என்று முடிவெடுத்துக் கொண்டான்.

ஒரு சின்னப் புன்னகையில் தன் மனச்சங்கடத்தை மறைத்தபடி அசுவினையை வரவேற்க எழுந்தான். அபோது தான் அஸ்வினியின் பின்னால் நான்கடித் தள்ளிவந்து கொண்டிருந்தவனைக் கவனித்தான். அஸ்வினையை விடக் கொஞ்சம் உயரமாகக் குண்டாக ஒரு அலட்சியமான திமிருடன் அசைந்து அசைந்து குட்டி யானையாய் நடந்து வந்து கொண்டிருந்தான்.அந்த ஆடவன். குண்டுக் குழந்தையின் கன்னங்கள் பொல் உப்பியிருந்த கன்னத்திற்கு கொஞ்சமும் பொருந்தாத குறுந்தாடியும் என்னைப் பார் என் அழகைப் பார் என்ற சிரிப்பும் நவீனுக்கு எரிச்சலூட்டின. அங்கும் இங்குமாய் அலைந்த கண்கள் அவனை நம்ப வேண்டாம் என்று சொல்லாமல் சொல்லியது.

அவன் முன்னால் அதற்குள் வந்து நின்ற அஸ்வினி

வணக்கம் நவீன்

இது ராஜ் என்று அவனுக்கு தன்னுடன் வந்திருந்த ஆடவனை அறிமுகப் படுத்தினாள்.

ஒரு போலிப் புன்ன்கையை முகத்தில் தவழ விட்டபடி கையை நீட்டினான் நவீன். ராஜூ கைக் குலுக்கியபோது அந்த்ப் பிடியில் அழுத்தம் இல்லை மெத்தைபோல மிருதுவாக இருந்த அவன் கைகள் நவீனின் கைப்பிடியில் இருந்து அவசரமாகவே

விடுவிக்கவே முயன்றன.

நவீனின் உள்மனதில் எச்சரிக்கை மணி மெல்லியதாய்ச் சிணுங்கியது அதைக் கேட்க மறுத்தவனாய்

உட்கார் அஸ்வினி என்ன சாப்பிடுகிறாய் உபசாரமாய் சொல்லியபடி தன் இருக்கையில் உட்கார்ந்தான். அஸ்வினியும் எதிர்பக்கமாய் உட்கார அவள் அருகில் அவளை உராய்த்தபடி உட்கார்ந்தான். அவனது சில்மிஷத்தை ரசித்து சிரித்தாள் அஸ்சினி.

நவீனுக்குப் பார்ப்பதற்குச் சங்கடமாயிருந்தது. மோனியும் ஒருவனிடம் இப்படித் தானே ஏமாந்தாள் என்று தோன்றியது. ஆனாலும் ஒன்றும் சொல்லாமல் தன் கண்களைத் திருப்பினான்.

ராஜ் நந்தினிக்காவின் வகுப்பில் படித்தவன் அது தான் கூட்டி வந்தேன். அக்கா பற்றி அவன் கொடுக்கும் விவரங்கள் உங்களுக்கு உதவியாய் இருக்குமே என்றவள் தொலைக்க்காட்சி மேலேயே கண்ணாயிருந்த ராஜை தன் முழங்கையால் இடித்தாள் நந்தினி

ஓ ஆமா ஆமா நந்தினி என் க்ளாஸ்மெட் தான். ஷீ இஸ் அ கூல் கேர்ள் யூ நோ. அவ ஏன் தான் இப்படி அங்கிள் ஆண்ட்டியை வருத்தப் படுத்தினாள்ன்னே தெரியலை சொன்னவனின் பாதிப்பார்வை தொலைக் காட்சி மேலும் பாதிக் கவனம் நவீனிடமும் தவ்வியது.

நவீனுக்கு எரிச்சலாய் வந்தது

அவன் பொறுமை இழப்பதைப் பார்த்த நந்தினி நவீன் நீங்க சொல்லுங்க அக்காவைப் பற்றி உங்களுக்கு என்ன விவரம் வேண்டும்?

உங்கள் அக்கா வின் பாஸ்டன் நண்பர்கள் பற்றி ஏதாவது தெரியுமா? நான் இந்த வார இறுதியில் பாஸ்டன் போகலாம்ன்னு இருக்கிறேன். அங்கே போய் விசாரித்த பிறகு தான் என்ன செய்வது என்று முடிவு செய்ய முடியும். ப்ராஜக்ட் முடிந்துவிட்டால் உடனே இந்தியாக் கிளம்ப வேண்டும் அதற்குள் ஏதாவது விவரம் சேகரிக்கலாம் என்று நினைத்தேன்

நீ என் தங்கை மாதிரி அதனால தான் நான் உனக்கு இந்த உதவியைச்

செய்ய தீர்மானித்தேன். உனக்கு உருப்படியாய் உதவி செய்ய யாரும் இல்லை என்றவன் அந்த ராஜை அலட்சியமாக ஒரு பார்வை பார்த்தான். ராஜின் கவனமோ தொலைக்காட்சியில் இருந்த்து.

அப்ப அக்காவை சிகாகோவ்வில் முதலில் தேடலையா? கேட்டாள் அஸ்வினி

அது இல்லை நந்தினி சிக்காகாவில் இருக்கிறாள் என்றாலும் அவளுக்கு ஏதாவது தெரிந்தவர்கள் மூலமாகத்தானே சிகாகோ சென்றிருப்பாள் அது தான் அவள் நண்பர்களிடம் பேசிப்பார்க்கலாம் என்று யோசித்தேன் என்றவன் ராஜ்ஜின் பக்கம் திரும்பினான்

நந்தினிக்கு தெரிந்து அவளுடைய பள்ளித் தோழிகள், தோழர்கள் யாராவது சிககோவில் இருக்கிறார்கள் என்று நினைக்கிறீர்களா? கேட்டான் நவீன்.

நீங்க ஏன் நந்தினியைத் தேடுரீங்க?

அதெல்லாம் ஒரு வேஸ்ட். அவ உங்களிடம் அவ்வளவு சீக்கிரம் சிக்கமாட்டாள் அலட்சியமாகச் சொன்னான் ராஜ்

ராஜ் ... என்று அலுப்பாக இழுத்த அஸ்வினி உனக்கு மறந்து போச்சா நவீனக்காவிற்கு நிச்சயமான மாப்பிள்ளை. அவர் அக்காவைத் தேடி இந்தியாவிலிருந்த் வந்திருக்கிறார். கொஞ்சம் சீரியஸாகப் பேசேன் குரலில் கண்டிப்புக் காட்டினாள்.

அதுக்கில்லை அஸ் அவ ரொம்ப ஸ்மார்ட். உங்களை எல்லாம் அழ வைக்கணும் என்றுதானே வேண்டும் என்றே உங்களை விட்டு விலகி இருக்கிறாள். அவள் அப்படித் திட்டம் போட்டு விலகி இருக்கும் போது அவளை அவ்வளவு ஈசியாக் கண்டுபிடிச்சிட முடியுமா என்ன? என்றவன் முதன் முறையாக நவீனை நேராகப் பார்த்தான்.

அவன் பார்வையில் கிண்டல், எகத்தாளம் அலட்சியம் எல்லாம் இருந்தது. நந்தினியைப் பற்றிய நிஜமானக் கவலையை தோழமையை நவீன் அந்தக் கண்களில் பார்க்கவில்லை.

''நந்தினி ரொம்ம்ப....... அழகான பெண்ணில்லை. அவளை

மறக்கிறது ரொமபக் கஷ்ட்டம் தான். அதுவும் அவளுடைய அழகு எதையும் அனுபவிக்காமலேஅவளை இப்படித் தொலைப்பது ரொம்பக் கஷ்ட்டம் தான் எனக்குப் புரிகிறது'' என்றவன் என்று தன்னுடைய கிண்டலைத் தானே ரசித்தபடி "ஓஹோ" என்று சத்தமாகச் சிரித்தான்.
கோபத்தில் அவனைப் பளாரென்று அறைய வேண்டும் போலிருந்தது நவீனுக்கு
அவனின் கைமுஷ்ட்டிகள் மேஜைக்குக் கீழே இறுகின.ஆத்திரத்தில் அவன் செயல் படும் முன், தொலைக்காட்ச்சியில் தன் கவனைத்தைத் திருப்பிய ராஜின் முகம் அரைவினாடி வெளிரிச் சிவந்ததது.பின் அவன் முகத்தில் ஒரு அலட்சியப் புன்னகை உதிர்ந்தது.
"ஏ அஸ் இங்கே பார் டிவியில் தெரிவது உன் அக்கா மாதிரி இல்லை. அவ கையில் ஒரு குழந்தை கூட இருக்குப் பார்". என்றவன் நவீனை நோக்கினான்
''மிஸ்டர் நவீன் உங்களை நினைச்சா எனக்குப் பாவமாய் இருக்கிறது உங்க நந்தினியை அவள் அழகை வேறு ஒருத்தன் ஏற்கனவே அனுபவிச்சிட்டான் போல'' சொல்லிச் ஆரவராமாய்ச் சிரித்தவன் தாடையில் நவீனின் முஷ்ட்டி இடியென இறங்கியது.
அதிர்ந்து அவனை நோக்கினான் ராஜ். அவன் உதடு பல்லில் பட்டு இரத்தம் கசிய ஆரம்பித்த்தது. அதைத் தன் புறங்கையால் துடைத்தவன் அஸ்வினையைப் பார்த்துக் கத்தினான்.
"நாயே நீ கூப்பிட்டாய் என்று தானே வந்தேன். நீயும் உன் அக்காவும் ஒன்று தான் என்று காட்டிவிட்டாயே உஙக அக்கா என்னத் திமிரா பேசுவா என்னவோ ஜான்ஸி ராணி மாதிரி அலட்டிக்குவாளே இப்ப பாரு உங்கள் குடும்பத் தோட மானமே தேசியத் தொலைக்காட்சியில் கப்பல் ஏறுது''

என்று கத்தியபடி வேகமாக அந்த இடத்தை விட்டு வெளியேறினான்.
தொலைக் காட்சியைவெறித்தபடி நின்றிருந்தாள் அஸ்வினி.அவளைப் பார்த்த நவீனும் தொலைக்காட்சியை

நோக்கித் திரும்பினான்

தொலைக்காட்சியில் விலங்கிடப்பட்ட கைகள்முதுகுக்குப் பின்னாலிருக்க தலைக் குனிந்த படிஒரு ஒல்லியான ஆள் நடந்து போக அவன் பின்னால் இரண்டு போலீஸ் நடக்க ஒரு மூலையில் அழும் குழந்தையை அணைத்தபடி நின்று கொண்டிருந்தாள் நந்தினி

துப்பறிவாளர் கைது என்று கொட்டை எழுத்தில் தொலைக்காட்சியில் பளீரிட்டது.

கல்லாய் நின்றிருந்தனர் அஸ்வினியும் நவீனும்

சுனாமியும் சூறாவளியும் பூகம்பமும் ஒரு சேர நவீனின் அந்த வினாடியில் தாக்கியது,

தொலைக் காட்சியில் நந்தினையை கண்ட மனம் கல்லாய் கனத்தது தன்னை விட்டு நந்தினி இன்னோருவனை மணந்து குழந்தைபெற்றிருப்பாள் என்று நினைக்கும் போது இதயம் வலித்தது. அவன் மனதில் கொண்டிருந்த காதல் ஒரு கானல் நீராகிப் போனதா? ஆனாலும் மிரண்டபடி நிற்கும் நந்தினியையும் அழுது கொண்டிருக்கும் குழ்ந்தையையும் விட்டுக் கண்ணை எடுக்கமுடியவில்லை. தொலைக்காட்சியில் அவன் பார்க்கும் நந்தினி ஒளியிழந்தை களை இழந்து தூக்கிக் கொண்டிருக்கும் குழந்தையின் கனத்தில் உடைந்துவிடுபவள் போல நின்றிருந்தாள்.

வெறுமையாக இருந்த அந்தக் குழந்தையின் கண்கள் அவன் மனதுக்குள் ஒரு சங்கடத்தை உண்டாகியது.

குழந்தையை நந்தினியிடமிருந்து வாங்கி அவளைத் தன் தோளில் சாத்திக் கொள்ள துடித்தக் கைகளை அடக்கும் விதமாக பாண்ட் பாக்கெட்டுக்குள் கைவிட்டுக் கோண்டு உடல் இறுக நின்றான்.

நந்தினி உன்னைப் பார்க்காமலே நான் இந்தியா போவது தான் நல்லது என்று நான் நினைக்கிறேன் என்று மனதுக்குள் பேசியவனுக்குப் பதில் சொல்லும் விதமாக அவனுடைய செல்போன் சிணுங்கியது.

அத்தியாயம் 16

சோபாவில் சுருண்டு படுத்திருந்தாள் நந்தினி.அவள் உடலெல்லாம் நடுங்கிக் கொண்டிருந்தது. தன் அறையின் தனிமைக் கூட அவளுக்கு பயமாக இருந்தது.இப்படியெல்லாம் நடக்கும் என்று அவள் எதிர்பார்க்கவேயில்லை. அந்த ஆள் அவளை ஏன் பின் தொடர்ந்து வந்தான்? அவளைப் பார்த்தாலே பார்ப்பவர்களும் பழகுபவர்களுக்கும் தீய எண்ணங்கள் வந்துவிடுமோ? அப்படி என்ன தவறு செய்தாள் இவள்.

காய்ந்த சருகு போல் நந்தினியைப் பார்க்க பார்க்க அபிராமிக்கு கைலாஷ் மேல் தான் கோபம் வந்தது

அடிபட்ட புலியாய் குறுக்கும் நெடுக்குமாக நடந்து கொண்டிருந்தாள் அபிராமி அதுவும் நடுங்கியபடிப் படுத்திருக்கும் நந்தினியைப் பார்க்க பார்க்க அவள் கோபம் அதிகம் தான் ஆகியது.

ஒரு சின்னப் பெண்ணை எந்த நிலைக்கு தல்ளிவிட்டிருகிறோம் என்று இந்தக் கைலாஷுக்குத் தெரியுமா? எப்படி பயப்பட்டுக் கொண்டிருக்கிறாள்?ஏதோ ஒரு மூலையில் உட்கார்ந்து கொண்டு அனைவர் வாழ்க்கையையும் பெரிய கடவுள் மாதிரி ஆட்டிப் படைத்துக் கொண்டிருக்கிறர்ன் என்ன திமிர் அவனுக்கு.

ஒரு போன் போட்டு அவனைக் கண்டபடி திட்ட வேண்டும் என்று தோன்றியது. ஆனால் அதைத் தான் அவன் எதிர் பார்க்கிறான்.

அபிராமி உன்னால் தனியாக இருக்க முடியாது. என்று சொல்லாமல் சொல்லிக் காட்டுகிறான். நீ எங்கிருந்தாலும் உன்னை நான் கட்டுப் படுத்திவேன் என்று எல்லாவற்றையும் செய்து காட்டுகிறான். பாவம் அவனைப் பற்றி தெரியாமல் இந்தப் பெண் பாவம் இருவருக்கும் இடையில் மாட்டிக் கோண்டு துன்பப படுகிறாள்.

''நந்தினி பயப்படாதே நாம் கவனமாக இருந்தால் இனி இப்படியெல்லாம் நடக்காது. நீ தேவையில்லாமல் பிரச்சனையில் மாட்டிக் கொண்டாயே என்பது தான் என்னுடையக் கவலையே' நடுங்கிக் கொண்டிருக்கும் நந்தினியை

சமாதன்ப் படுத்தும் விதமாகப் பேசினாள்.
‘இல்ல அபி நீ அந்த ஆளைப் பார்த்தைல்லையே அவன் என்னைப் பின் தொடர்ந்து வருகிறான் என்று எனக்குப் புரிந்த உடனே எனக்கு எவ்வளவு பயமாக இருந்தது தெரியுமா? கையில் அச்சுக் குட்டி இருந்ததால் வேகமாக
ஓடகூட முடியவில்லை. ஒருவரை தொடர்வது எவ்வளவு பெரிய தப்பு
தப்பு செய்தற்கு லைசன்ஸ் வேறு.
பற்கள் கிடுகிடுக்க பேசிய நந்தினியை ப்பார்க்க பாவமாக இருந்தது
எழுந்து சென்று சூடாக உப்புமாவைக் கிளறினாள்.
தட்டில் எடுத்துக் போய் நந்தினியிடம் கொடுத்து விட்டு தானும் உண்டாள்,

என்னைத் தேடி என் கணவன் ஆள் அனுப்பியிருக்கிறார் என்று சொன்னேனில்லையா அது அவனாகத்தான் இருக்கும். அவன் உன்னிடம் ஏதாவது கேள்வி கேட்க வந்திருப்பான். அன்று கூட நாம் சண்டை போடான்று காலையில் அவன் இங்கேயே வந்து விட்டான்.நான் பயந்து கொண்டே இருந்தேன் எனக்கு வருகின்ற ஆபத்தை நீ தாங்கிக் கொண்டாயே கண்மணி உனக்கு நான் என்ன கைமாறு செய்வேன்

இங்கே பார் அம்முக் குட்டி அழுது அழுது அந்த அலுப்பிலேயேத் தூங்கி விட்டது.
நீயும் எழுந்து சாப்பிடு என்றவள் மடியில் வைத்துக் குழந்தையைத் தடவிக் கொடுத்தபடியே, “நான் அம்முக்குட்டியை மருத்துவரிடம் கூட்டிப் போகலாம் என்று முடிவு செய்து விட்டேன் நந்தினி நீ சொன்னதும் தான் நான் எவ்வலவு தன்னலாமாக இருந்திருக்கிறேன் என்று புரிந்தது. யாருக்கோ பயந்து அவளுடைய் அத்தியாவ்சியத் தேவைகளைக் கூட கவனிக்காமல் இருந்திருக்கிறேன். மற்ற குழந்தைகள் போல இவளுக்கு விளையாடக் கூட அவ்வளவு சாமான்கள் இல்லை. வெளியேக் கூட்டிச் செல்ல வசதியாக் ஒரு

தள்ளு வண்டி கூட வாங்கி வைக்காமல் என்னையும் அவளையும் இந்த வீட்டுக்குள்ளே நான் பூட்டி வைத்துக் கொண்டு எப்படி முட்டாள்த்தனமாய் நடந்து கொண்டிருக்கிறேன்.

அபிராமி குழந்தை அபிலாஷாவை ப் பற்றி பேச பேச மெதுவாகத் தன்னிலைக்கு வந்தாள் நந்தினி.

"அச்சுக்குட்டிக்கு அடி ஏதாவது பட்டதா அபிராமி. நான் அந்த ஆளைத் தாக்கும் போது வந்த ஆவேசத்தில் குழ்ந்தையை என்ன செய்தேன் என்று கூட நினைவில்லை. அவன் அவன் என்னைத் தாக்க வந்துவிட்டான் என்று நினைத்து விட்டேன் அபிராமி. ஏதோ இரண்டு மூன்று நாட்களாக நம் இடத்தை நோட்டம் விட்டுக் கொண்டிருந்தானாம். பக்கத்துக் கடையிலிருந்தவர்கள் சொன்னார்கள். இங்கே வசிப்பர்கள் பற்றி விவரம் தெரியுமா? என்று கேட்டு தொந்தரவு பண்ணியிருக்கிறார்கள். ஒரு நாள் என்னைத் தொடர்ந்து பேக்கரி வரை வந்து போயிருக்கிறான். சொல்லிக் கொண்டே வந்த நந்தினி

அமைதியானாள்

ஒருவேளை அப்பா அவளைக் கண்டு பிடிக்க முய்றசி செய்கிறாரோ. அம்மா நந்தினி இல்லாமல் தவிக்கிறாளோ. அப்படியும் இருந்தால் ஒரு வேளை நந்தினி ப்யதில் உணர்ச்சி வப்பட்டு நடந்து கொள்ளாமலிருந்தால் தந்தை தாயை மீண்டும் காண வாய்ப்புக் கிடைத்திருக்குமா?

அப்படியே வாய்ப்புக் கிடைத்திருத்தாலும் அவளால் அவர்களை எதிர் கொள்ள முடியுமா? வந்து விடுவேன் வந்து விடுவேன் என்று பயமுறுத்திக்கொண்டடிருந்த கண்ணீர் அவளை அறியாமல் வந்தது. அவளை அழாதே என்று சொல்லக் கூட அபிராமியால் முடியவில்லை. குழந்தையைத் தட்டிக் கொண்டே உட்கார்ந்திருந்தாள்.

தாயின் அழுத்தமான தட்டல் வலித்ததோ என்னவோ தலையைத் தூக்கிப் பார்த்த்து குழந்தை,

குழந்தையைக விழித்தைக் கண்ட நந்தினியின் நெஞ்சம் விம்மியது. பாக்கெட்டிலிருந்து அந்த சின்னப் பந்தை எடுத்து குழ்ந்தையிடம் நீட்டினாள்.

அதிசயமாக சிரித்துக் கோண்டு அவளிடம் தாவியது குழந்தை.
நவீன் அவளைப் பார்த்து சிரிப்பது போல இருந்தது நந்தினிக்கு. குழ்ந்தையை நெஞ்சோடு அணைத்தவள் ஏன் நவீன் உனக்கும் எனகும் திருமணம் இந்நேரம் நடந்திருந்தால் அச்சுக் குட்டி மாதிரி அழகான குட்டிப் பெண் நமக்கும் இருந்திருக்கும் தானே மனசுக்குள்ளிருக்கும் அவனிடம் கேள்வி கேட்டாள்.

ஐயோ வேண்டாப்பா இந்தப் பெண்களால் நான் படுகிற அவஸ்தைப் போதும் எனக்கு ஆண் குழந்தை தான் வேண்டும் கற்பனை நவீன் அவள் காதுக்குள் கிசிகிசுக்க தனனை அறியாமல் புன்னகைத்தாள் நந்தினி

அத்தியாயம் 17

நந்தினியை அவள் தந்தை நாராக நாராக கிழித்துக் கொண்டிருக்க கேட்டுக்கொண்டிருந்த நவீனுக்கு அவளை நினைத்தால் கஷ்ட்டமாக இருந்தது.

மோனி செய்த அதே தவறைத் தான் இங்கே நந்தினியும் செய்து இருக்கிறாள். வீட்டில் யாருக்கும் சொல்லாமல் வெளியேறி இருக்கிறாள். குழந்தையும் கையுமாக இருக்கிறாள் என்ரு தெரிந்து விட்டது. மகள் எங்கே இருக்கிறாள் என்று சந்தோஷப்படாமல இப்படி கோபப் பட்டு தாம் தும் என்று குதிப்பதால் என்ன பயன்? தன் தாயானால் எப்படிப்பட்ட நிலையிலும் வீடு வந்தால் போதும் என்று இருக்கிறார்.இந்தியாவில் இருக்கும் தன் பெற்றோரை நினைக்க நினைக்க அவனுக்குப் பெருமையாக இருந்தது.அமெரிக்காவில் இருந்தென்ன இவர்களுக்கு பரந்த மனப்பான்மையே இல்லையே

உணவகத்தில் ராஜ் அஸ்வினியை விட்டு விட்டு சென்றதால் அவளை வீட்டில் கொண்டு விட நவீன் அவளுடன் வந்திருந்தான். ஆனால் அவர்களுக்கு முன்னே ராஜ் வந்து இங்கே விஷயததைச் சொல்லி இருந்தான். அவன் சொன்னத்தைக் கேட்டு தொலைக்காட்சியில் தன் மகளைப் பார்த்து விட்டு தான் அந்த பெற்றோர்கள் வானத்திற்கும் பூமிக்கும் குதித்துக் கொண்டிருந்தார்.ராஜ் வேறு அவர்களின் கோபத்திற்குத் தூபம் போட்டுக் கொண்டிருந்தான்.

அவ எம் பொண்ணுன்னு சொல்லிக்கவே வெட்கமாக இருக்கிறது. என் மானத்தைக் கப்பல் ஏற்றுவதற்கு என்றே பிறந்திருக்கிறாள் அவ இருந்தா எனக்கென்ன செத்தா எனக்கென்ன? நாராயணன் கத்த கத்த அவர் மனைவி மைதிலி அழுதபடி சுவற்றில் சாய்நது அழுது கொண்டிருந்தார்.

நடந்து போய் ஓடிக் கொண்டிருந்த தொலைக்காட்சியை அணைத்த அஸ்வினி தந்தையிடம் சென்றாள்.

அப்பா உங்க கோபமும் வருத்தமும் எனக்குப் புரியுது

ஆனா எனக்காக யோசிச்சுப் பாருங்க நந்தினி என்னோட அக்கா.

அவ இல்லாம என் ஒரு கையையே வெட்டிட்ட மாதிரி ரொம்பக் கஷ்ட்டமாக இருக்கிறது. ப்ளீஸ்பா அக்காவைப் போய் கூட்டிட்டு வந்திடலாம்.

நாராயணன் அவளை முறைத்தார்

அறிவு கெட்டத்தனமாக பேசாதே அஸ்வினி.நந்தினி உன் பெற்றோரை எவ்வளவு அவமதித்து மனக் கஷ்ட்டத்திற்கு உள்ளாக்கி இருக்கிறாள் என்று உனக்குப் புரியவில்லையா? ராஜ் கடுகடுத்துக் கொண்டான்

என்ன அந்த அவமானத்தை என் வீட்டுக்குள்ளே நான் கூப்பிடணுமா? உனக்கு அறிவில்லை நாராயணனும் சேர்ந்து எகிறினார். அச்வினி தன் தாயை அணுகினாள்.

நவீனால் வெறும் பார்வையாளராக மட்டுமே இருக்க முடிந்தது.

அம்மா நீயாவது அப்பாகிட்டே சொல்லும்மா அக்காவைப் பார்த்தாயா? எப்படி மெலிந்து போய் கண்கள் உள்ளேபோய் என்ன கஷ்ட்டமோ என்னவோ பார்க்கவே பாவமா இருக்கும்மா

அவள் பேசிக் கொண்டிருக்கும் போதே ராஜ் அவள் தோளைத் தள்ளி விட்டான்

"நான் சொல்றது புரியலையா அஸ்வினி. தள்ளிப்போ ஆண்ட்டியைத் தொந்தரவு பண்ணாதே! அவங்க எப்படி ஃபில் பண்றங்கன்னு உனக்குத் தெரியலை நீ இன்னும் சின்னப் பிள்ளை மாதிரி நடந்துக்காதே நந்தினி இந்தக் குடும்பத்திற்கு வேண்டாம்" என்று தாயிடம் குனிந்துப் பேசிக் கொண்டிருந்த அஸ்வினையை வேகமாக விலக்கினான் ராஜ் எரிச்சலோடு அவன் பேச,அஸ்வினி தடுமாறி பின்னால் சாய்ந்தாள். அவளைச் சட்டென்றுத் தாங்கிப் பிடித்த நவீன் கைவிரலை தூக்கி ராஜை மிரட்டினான். கவனம் ராஜ் பெண்களை அவமதிகிறவனை எனக்குப் பிடிக்காது.

ஏய் என்னடா என்னடா பண்ணுவே என்ற ராஜ் மத யானை போல் நகர்ந்து நவீனைத் தள்ளி விட்டான்.

பின்னால் இரண்டு அடி தடுமாறி நகர்ந்த நவீன் அதே வேகத்தில் ராஜின் கையைப் பிடித்து முறுக்கி அவன் முதுகுக்குப் பின்னால்

கண் நேரத்தில் திருப்பினான்.

யாரிடம் வாலட்டுகிறோம் என்று யோசித்து செயல்படுங்கள் ராஜ். உணவகத்தில் கிடைத்த விருந்து நியாபகமில்லையா? ராஜின் காதுக்கருகில் சின்னதாய் உறுமினான் நவீன்.

பதறி விட்டார் நாராயணன்

ஏய் ஏய் என்ன இது?

மைதிலி கூட அழுவதை நிறுத்திவிட்டு பயத்தோடு நடக்கப் போவதை எதிர் பார்த்தார்.

பாருங்க அங்கிள். உங்க நலலதுக்கு நான் சொன்னா என்னை அவன் ஒரு அனிமல் மாதிரி ட்ரீட் பண்றான்னு பாருங்க நந்தினியே நீங்க யாரும் வேண்டாம்ன்னு தானே போனா. அவளை எதுக்கு நாம வலிய போய் அழைக்கணும்

நயமான வார்த்தைகளால் ராஜ் நாராயணனைத் துணைக்கு அழைத்தான்

“டேய் டேய் அவனா விடுடா அவன் யாருன்னு உனகுத் தெரியுமா? என் ஆத்ம நண்பனோட மகன். நாசாவில் வேலை பரர்க்கிற் அஸ்ட்ரானிக்கல் என்ஜியர். அவரைப் போய் மரியாதை இல்லாமா? பேசிய படியே ராஜை ந்வீனின் பிடியிலிருந்து விலக்கினார் நாராயணன்.

நகர்ந்து நின்றான் நவீன்.

தன் கைகளை தடவிக் கொடுத்தபடியே அவனை முறைத்தான் ராஜ்

“மிஸ்டர் நவீன் இது எங்க குடும்ப விஷயம். உங்களுக்கு நந்தினி பற்றி விவரம் தெரிய வேண்டையதா இருந்துச்சு .இப்ப தெரிஞ்சிடுத்து. உங்களுக்கு இங்கே இனி வேலையில்லை நீங்க கிளம்பலாம் நாராயணன் கடுப்பாகச் சொல்ல,

முகத்தில் அறைந்தது போல் பின் வாங்கிய நவீன் வாசலை நோக்கி அமைதியாக நடந்தான்,

அவன் மனம் குமுறிஅது. அவள் பின்னாலேயே ஓடி வந்தாள் அஸ்வினி

“சாரி நவீன்.” என்றவள் பின்னால் திரும்பி வீட்டைப் பார்த்தாள்.

அக்கா போனதிலிருந்து அப்பாவிற்கு என்ன ஆச்சுன்னே தெரியலை இந்த ராஜ் வேற

நீங்க இப்ப என்னன பண்ணப் போறீங்க? அக்காவை நீங்களாவது? என்று இழுத்தாள்

‘‘சிகாகோவிற்கு போறேன் என்றவன் அஸ்வினி விழிகள் விரிந்தது பார்த்தவுடன் நந்தினியைத் தேடி யில்லை. வேலை விஷயமாக உணவகத்தில் ஃபோன் வந்ததே எனக்கு சிகாகோவில் ஒரு ப்ராஜக்ட் வந்திருக்கிறது என்றவன் நடக்க ஆரம்பித்தான்.

உங்களை தொடர்பு கொள்வது எப்படின்னு சொல்லிட்டுப் போங்க அக்காவைத் தேடி நான் வந்தால் உங்களுக்கு சொல்கிறேன் என்று அச்வினி பின்னாலிருந்து குரல் கொடுக்க விரக்தியாய் அவளைப் பார்த்துப் புன்னகைத்தான் நவீன்

அத்தியாயம் 18

ரோஜாச்செடிகளின் ஒவ்வோரு இலைகளாகப் பார்த்து பார்த்துத் துடைத்துக் கொண்டிருந்தார் மரகதம்.கை வேலை செய்தாலும் மனம் தன் குடும்ப நிலையை எண்ணிக் கொண்டிருந்தது. அபிராமி கைலாஷை விட்டு சென்றதிலிருந்து மனம் உடைந்து இருந்தவர்,மோனியும் வீட்டை விட்டு ஓடிச் சென்ற பின் மன உளைச்சலுக்கே ஆளானார். இப்போது நவீன் அமெரிக்கா சென்றிருப்பது அவருக்கு பெரும் நிம்மதியைத் தந்தது. எப்படியும் நவீன் அபிராமியைக் கண்டு பிடித்து விடுவான் என்ற நம்பிக்கை அவருக்குப் பூரணமாய் இருந்தது.அந்த நம்பிக்கையே அவரைக் கொஞ்சம் நடமாட ஆரம்பித்தார்.

அபிராமித் திரும்பி வருவாள் என்று தோன்றிய உடனேயே தோட்ட வேலையில் இறங்கினார்

முதலில் கைலாஷின் செடியைத் தான் கவனிக்க ஆரம்பித்தார். அழுகிப் பழுத்த இலைகலையும் காய்ந்து இருந்தத் தண்டுகளையும் நீக்கினார். செடி முழுவதும் பூச்சிகள் பரவி இருப்பது தெரிந்தது. சிலந்திகளும் கூடு கட்டி இருந்தன. மெல்ல ஒவ்வோரு இலையாகப் பார்த்துப் பதமாக சிலந்தி வலைகளைத் துடைத்துவிட்டார். சமையல் சோடாவை நீரில் கரைத்துச் செடிகளின் மேல் தெளித்துவிட்டார்.

மரகதம் என்னத் தான் உற்சாகமாக வேலை செய்தாலும் கத்திரி வெயில் தன் வேலையைக் காண்பிக்க ஆரம்பித்தது.

வெயிலில் நின்று பிடிவாதமாக அவர் வேலை செய்ய செய்ய அவருக்கு வேர்த்து ஊற்றியது. எதை பற்றியும் கவலைப்படாமல் மரகதம் கைலாஷின் செடியை முற்றிலுமாக சீர் செய்தார். செடியின் கீழே இருந்த களைகளை பிடுங்கி எறிய ஆரம்பித்தவர் கண்களில் அந்தச் சின்ன ரோஜாச்செடி பட்டது.

மோனியின் செடி காய்ந்து கருகி நின்று கொண்டிருந்தது. உயிரோடிருக்கிறேன் என்பதற்குச் சாட்சியாக ஒரே ஒரு இலை மட்டும் செடியோடு ஒட்டிக் கொண்டிருந்தது.

அதைப் பார்த்ததும் மரகத்திற்குத் துக்கம் நெஞ்சை அடைத்தது.

அவரது ஒரே மகள் ஆசை மகள் அவள் பிறந்த போது நட்டு வைத்தச் செடி. எந்த நோய் வந்து அப்படியே கருகி நிற்கிறது.

செடியையேப் பார்த்துக் கொண்டிருந்தவர் என்ன நினைத்தாரோ குனிந்து அந்தச்செடியை வேரோடு பிடுங்கி எறிய முனைந்தார். அடி மண்னை விட்டு வர செடி மறுத்தது. மரகதம் விடாமல் காலை அகற்றி நின்று கொண்டு செடியை பூமியிலிருந்து பலமாக இழுத்தார்.

அவருடைய வேகத்திற்கும் பிடி வாதத்திற்கும் ஈடு கொடுக்க முடியாமல் அவரது இதயம் அரை வினாடி நின்றது. அதைப் பொருட்படுத்தாமல் இன்னுமோரு முறை செடியை அவர் பலமாக இழுக்க முயல் அவரது இருதயம் முரண்டு பிடித்தது.

உடலெல்லாம் வேர்க்க மூச்சு வாங்க நிமிர்ந்து நின்றார். அடுத்த வினாடி. தலையைச் சுற்றிக் கொண்டு வர அப்படியே கீழே விழுந்தார்.

அவர் அப்படி வேரறுந்து விழுவதைப் பார்த்த படித் தோட்டத்திற்குள் வந்து கொண்டிருந்தார் அவரது கணவர். பதறிப் போய் ஓடி சென்று மனைவியைத் தூக்கியவர், அவர் வலியால் துடிப்பதைக் கண்டு ஆம்புலன்ஸுக்கு ஓடிப் போய் போன் செய்தார். பின் ஓடி வந்து தரையில் கிடந்த மனைவியின் தலையைத் தன் மடியில் வைத்து தலையை ஆதரவாகக் கோதினார். மூன்று பிள்ளைகளைப் பெற்றிருந்தும் அநாதையாய் இருக்கும் தங்கள் நிலையை எண்ணி வருந்தியபடி ஆம்புல்னஸுக்குகாக காத்திருந்தார். நவீன் சொன்னது நினைவு வர அவனுடைய தோழன் சரவணனின் செல்லில் அழைத்து தங்களின் நிலையைச் சொன்னார். வேலையிலிருந்த அவன் அவரை நேராக மருத்துவமனையில் வந்து சந்திப்பதாக்க் கூறினான்.

நல்ல வேளையாக ஆம்புலன்ஸ் சீக்கிரமே வந்தது. மருத்துவப் பணியாளர்கள்

ஆம்புலன்ஸில் மரகதத்தை ஏற்றினர்,

நான் நவீனுக்கு போன் பண்ணிவிட்டு ஆம்புலன்ஸ் பின்னாலேயே வந்துவிடுவேன் என்ற படி மனைவியின் கையைப் பிடித்தார்

எனக்குக் கைலாஷைத் தான் பார்க்க வேண்டும் என்று மெல்லிய குரலில் முனங்கினார் மரகதம்

மனைவியின் கையை அழுத்திவிட்டு கவலையோடு அங்கிருந்து நகர்ந்தார்.

கைலாஷின் அலுவலக வரவேற்பறையில் உட்கார்ந்திருந்தார் அந்தத் துப்பறிவாளர். இதுவரை அவர் செய்த வேலைகளில் மிஸ்டர் கைலாஷுக்காக அவர் கடந்த மூன்று வருடங்கள் தான் குழப்பமானது. சொல்லாமல் கொள்ளாமல் சென்ற மனைவியைத் தேட இந்த மனிதர் எவ்வளவு செலவு செய்திருக்க வேண்டும் ஆனாலும் தேவையில்லாமல் பல பிரச்சனைகள். அண்மையில் தேவையில்லாமல் சட்டத்தோடும் காவலர்களோடும் ஒரு உரசல். அவருடையத் தொழிலுக்கு இது நல்லதல்ல

கைலாஷ் வந்தவுடன் என்ன என்ன பேச வேண்டும் என்று பட்டியலிட்ட படியே அவர் உட்கார்ந்திருக்க அவரை அணுகினான் கைலாஷ்

என்ன சார் எதாவது விஷயம் தெரிந்ததா? ஆவலாகக் கேட்டான் கைலாஷ், அவனுடைய கண்கள் துப்பறிவாளரின் கையிலிருந்த கனத்த கோப்புக்களை கண்ணோட்டம் விட்டது.

ஆமாம் மிஸ்டர் உங்கள் மனைவியை கண்டுபிடித்த மாதிரி தான். ஆனால் சந்தேகமில்லாமல் சொல்ல முடியவில்லை. அதற்குள் ஒரு சிக்கல் ஏற்பட்டு விட்டது. என்றவர் தன் வசமிருந்த கோப்புக்களைத் திறக்க ஆரம்பித்தார்.

கைலாஷ் வரவேற்புப் பெண் அழைத்தாள்

"உங்களுக்கு போன். உங்கள் தந்தையாம் ஏதோ அவசரமாகப் பேச வேண்டுமாம்." தந்தையா? கேள்விக் குறியுடன் வரவேற்பு மேஜைக்கு சென்று போனை எடுத்தான்.

அப்பா மெல்லியக் குரலில் அழைத்தான். ஒருவேளை இந்தியாவில் தான் இருக்கிறாளா? அப்பா கண்டுபிடித்து விட்டாரா? பரபரப்பில் அவனுடைய இதயம் வேகமாக அடித்துக் கொண்டது.

கைலாஷ் என்று தொடங்கி வார்த்தைகள் வரமால் மறுமுனையில் அழ ஆரம்பித்தார்

"அப்பா என்ன ஆச்சுப்பா?"
கைலாஷ் அம்மாவிற்கு மாரடைப்பு வந்து மருத்துவ மனையில் சேர்த்து இருக்கப்பா நாளைக்கு காலையில் சர்ஜரி. அம்மா உன்னுடன் பேச ஆசைப்படுகிறாளப்பா

என்னப்பா என்ன ஆச்சு கவலையோடுகேட்டான் கைலாஷ்
நீ இங்கே வாப்பா நான் அவ்வளவு தான் சொல்ல முடியும் என்றவர் அழுதவாறு ஃபோனை வைத்தார்.
மலைத்து நின்றான் கைலாஷ்.
அம்மாவிற்கா ஹார்ட் அட்டாக் நம்பவே முடியவே இல்லை தன் கண் அசைவாலேயே வீட்டையே ஆண்டவர் இப்போது படுக்கையிலா?இத்தனை நாள் தன் பெற்றோரைத் தன்னலமாய்ப் புறககணித்த குற்ற உணர்ச்சி குத்தியது. தந்தையே கலங்கி அழுகிறார் என்றால்

உடனே இந்தியாப் போய் அம்மாவைப் பார்க்க வேண்டுயதின் அவசியம் புரிந்தது
வரவேற்புப் பெண்ணிடம் சொன்னான்
சென்னை செல்ல எவ்வளவு சீக்கிரம் போகபயணச்சீட்டு கிடைக்கும் என்று பார். நான் உடனடியாக செல்ல வேண்டும். என்றவனொரு நிமிடம் பொங்கும் கண்ணீரை அடக்க பெரும் பாடு பட்டான்

தன்க்காகக் காத்திருக்கும் துப்பறிவாளர் நினைவிற்கு வந்தார். அவரை நோக்கித் திரும்பி நடந்தான்
அவன் முகத்தைப் பார்த்ததுமே டெலிபோனில் வந்த செய்தி நல்ல செய்தி இல்லை என்று துப்பறிவாளருக்குத் தெரிந்தது.
மிஸ்டர் கைலாஷ் உங்களை இந்த மாதிரி நேரத்தில் தொந்தரவு செய்வதற்கு மன்னிக்க வேண்டும்.
உங்கள் மனைவி என்று நீங்கள் விவரம் சொல்லிக் கொடுத்த

பெண்ணைப் பற்றி நாங்கள் இதுவரை சேகரித்த விவரங்கள் இந்தக் கோப்பில் இருக்கிறது. எங்களால் இனியும் உங்களுக்கு உதவ முடியுமாஎன்று சந்தேகமாக இருக்கிறது அவர் சொல்லச் சொல்ல திகைப்பாய் இருந்தது

சார் நீங்க என்ன சொல்கீறீர்கள்? பதட்டமாகக் கேட்டான் கைலாஷ்
எல்லா விவரங்களைளம் இந்த கோப்புகளில் இருக்கின்றன பார்த்துக் கொள்ளுங்கள். எங்களால் உங்களுக்கு ஏற்ற படி சேவை செய்ய முடியாது என்று எங்களுக்குத் தோன்றுகிறது அதைத் தான் சொல்லி விட்டுப் போகலாம் என்று வ்ந்தேன் என்றவருக்கு கைலாஷ் பதில் சொல்லும் முன் வரவேற்ப்புப் பெண் அவனை அழைத்தாள்
கைலாஷ் இன்று மதியம் செல்லும் விமானத்திலேயே இடம் கிடைத்து விட்டது என்று அவள் கைலாஷ் அருகில் நடந்து வந்தபடியே கூறினாள்.
உங்களுக்கு வேறு அவசரமான வேலை இருக்கிறது என்று நினைக்கிறேன் அப்படியானால் நான் விடைபெற்றுக் கொள்கிறேன். உங்களுக்கு என்னுடைய பில்லை தபாலில் அனுப்பி விடுகிறேன் என்றவர் கைலாஷின் பதிலுக்குக் காத்திராமல் நடக்கத் தொடங்கினார். அவரை பொறுத்தவரை இந்த அபிராமி கேஸ் ஒரு பெரியத் தலை வலியாகத் தான் முடிந்தது.
கையிலிருந்த கோப்புக்களையே பார்த்தவன்,அதைப் படபடப்பாக புரட்டினான். அப்படியே அங்கேயே உட்கார்ந்து எல்லாவற்றையும் படிக்க உந்தியது.
ஆனாலும் இன்று அவன் இந்தியா செல்ல வேண்டுமென்றால் அதற்குத் தேவையான ஏற்பாடெல்லாம் செய்ய வேண்டுமே. யோசனையோடு பக்கங்களைப் புரட்டியவனை அழைத்தபடி தாஸ் வந்தார்.
என்ன கைலாஷ் இந்தியாவிற்குப் போக பயணச்சீட்டு வாங்கச் சொல்லியிருந்தாயாமே அபிராமி அங்கே தான் இருக்காளா? ஆர்வமாகவும் அக்கறையுடனும் கேட்டார்
இல்லை அம்மாவிற்கு மாரடைப்பாம் ரொம்ப சீரியஸ்

போல என்னிடம் பேச வேண்டும் என்று துடிக்கிறார்களாம் அது தான் சென்று விட்டு வரலாம் என்று நினைத்தேன் பேசியபடியே இருவரும் நடந்தனர்.

ஓ அங்கே உன் அம்மாவைப் பார்த்துக் கொள்ள உன் தம்பி இல்லை நீ இப்படி அடிக்கடி என் குடும்பத்திற்காக பயணம் செலவதால் ஏன் வேளைப்பளு கணிசமாய் அதிகரித்துவிட்டது கைலாஷ். நீ எவ்வளவு சீக்கிரம் திரும்பி வர முடியுமோ திரும்பி வரப் பார் என்ற படி தன்னுடைய அறைக் கண்ணாடிக் கதவு வழியாக அறையின் உட்பக்கத்தைக் காட்டினார்

அங்கே இருவர் உல்கார்ந்திருக்கிறார்கள். இதோ பார் இவர்கள் இருவரும் நீ தான் இந்தப் ப்ராஜக்கட்டை எடுத்துக் கொள்ள வேண்டும் என்று பிடிவாதமாக இருக்கிறார்கள் இவர்களுடைய நிலத்தை நீ தான் பார்வை யிட்டு சரியான முறையில் யோசனை சொல்ல வேண்டுமாம். ஒரு முதியோர் இல்லம் ஒன்று கட்ட இருக்கிறார்கள். ஆனால் மிக சிறிய நிலம் போலத் தோன்றுகிறது. உன்னைப் பார்க்க வேண்டும் என்று இரண்டு மாதமாய் சொல்லிக் கொண்டு இருந்தார்கள் இன்று தான் நீ அலுவலகத்தில் இருப்பாய் என்று நினைத்து அவர்களை வரச் சொன்னேன். நீயானால் திடீரென்று இந்தியாப் போகிறேன் என்கின்றாய் தாஸின் குரலில் அலுப்பு இருந்தது.

அவரை திருப்ப்துப் படுத்தும் நோக்கத்டோடு ஆவருடன் அவர் அறைக்குள் நுழைந்தான் கைலாஷ்.

அவ்ர்களிடம் திருப்தித் தரும் வகையில் பெசி முடித்து அவன் அவசர அவசரமாக இந்தியாவிற்கு விமானம் ஏறியபோது காலையில் துப்பறிவாளர் அவனிடம் கொடுத்திருந்த அபிராமியைப் பற்றியக் குறிப்புக்கள் அவன் வசம் இல்லை..

தன்னையே நொந்த படி பயணித்தான் கைலாஷ்

அத்தியாயம் 19

உங்கள் குழந்தைக்கு ஆட்டிஸம் இருக்கிறது மிஸஸ் அபிராமி மருத்துவரின் வார்த்தைகள் வெடி குண்டாய் அபிராமியின் காதுகளில் ஒலித்தன. தன்னை அறியாமல் கண்களில் கண்ணீர் கொட்டியது.

மிஸஸ் அபிராமி உங்களுக்கு ஆட்டிஸம் என்றால் என்ன என்றுத் தெரியுமா? அவள் முன்னால் உட்கார்ந்திருந்த மருத்துவர்கேட்டார்.

இல்லை என்பது போல் தலையட்டினாள் அபிராமி

தெரிந்து கொள்ளுங்கள் அப்போது தான் நீங்கள் இந்த அளவிற்குகலங்கி நிற்காமல் உங்கள் குழந்தைக்குச்செய்ய வேண்டியதைச் செய்வீர்கள். ஒன்று புரிந்து கொள்ளுங்கள். அபிலாஷாவிற்கு ஆட்டிசம் இருக்கிறது என்பதை நாம் இவ்வளவு சீக்கிரம் கண்டுபிடித்து விட்டோம் ஆட்டிஸம் என்பது பிறவியிலேயே ஒருவருக்கு இருக்கக் கூடிய ஒருவிதமான குறைபாடு. அவர்களுடைய மூளையின் வளர்ச்சியைப் பொறுத்தது. ஆட்டிஸம் உள்ளவர்களுக்கு தங்கள் உணர்ச்சிகளை எண்ணங்களை மற்றவர்களுடன் பகிர்ந்து கொள்ளத் தெரியாது. அது போலதன்னை சுற்றி இருக்கும் உலகத்தின் நெறிமுறைகளை பின் பற்ற வேண்டும் என்பதும் தெரியாது. அதனால் அவர்கள் முட்டாள்கள் என்று நினைத்துவிட வேண்டாம். என்றவர் உலகின் பெரிய அறிவாளியான் ஐன்ஸ்டைனுக்கு குட ஆட்டிஸம் உண்டு.கண் அபிலாஷாவை பார்த்தது.

தன் கண்களைத் துடைத்துக் கொண்ட அபிராமியும் மகலைப் பார்த்தாள்

தன்னைப் பற்றித் தான் பேசிக் கொண்டிருக்கிறார்கள், நாம் ஒரு புது இடத்தில் இருக்கிறோம் என்ற ஒருவித பதட்டமும் இல்லாமல் கையிலிருந்த அந்தச் சின்னப் பந்தையே உருட்டி உருட்டி விளையாடிக் கொண்டிருந்தது அந்தக் குழந்தை அந்தப் பந்துக்கும் குழந்தைக்கும் நடுவில் ஏதோ ஒரு தனி பந்தம் இருப்பதாகப் பட்டதுஅபிராமிக்கு.

உங்கள் குழந்தையை நன்றாகக் கவனித்துப் பாருங்கள் அவள்

அவளுக்குள்ளேயே ஒரு உலகத்தைப் படைத்துக் கொண்டு அதில் வாழ்ந்து கொண்டிருக்கிறாள் என்று தெரியும். நாம் அவளுடைய உலகத்தைப் புரிந்து கொண்டால் தான் அது எத்தகைய ஒரு வித்யாசமானது என்பது நமக்குப் புரியும். அவளுடைய உலகைப் பற்றி நாம் புரிந்து கொண்டால் தான் அவளை நம்முடனபேச வைக்கவும், அவளுடைய வெளி உலகைப் புரிந்து கொண்டு அவள் செயல் பட நாம் அவளுக்கு உதவவும் முடியும்.

பிரம்மித்துப் போய் உட்கார்ந்திர்ந்தாள் அபிராமி.

அவளுடையச் செல்லக கிளி. தன்க்குள்ளே ஒரு உலகத்தைப் படைத்துக் கோண்டு அதில் வாழ்ந்து கொண்டிருக்கிறதா? அவளுடைய உலகில் அவள் யார்? நந்தினி யார். இவர்களைப் பற்றி எல்லாம் இவள் என்ன நினைத்துக் கொண்டிருக்கிறாள்.குழப்பமாகவும் கவலையாகவும் இருந்தது அபிராமிக்கு. தன் குழந்தையின் உலகை அறிந்து கொள்ளும் ஆவலும் அதிகமாகியது.

கவலைப் படாதீர்கள் மிஸஸ் அபிராமி ஆட்டிஸம் பற்றி படித்தவர்கள் அபிலாஷா மாதிரியான குழ்ந்தைகளுக்கு உதவ இருக்கிறார்கள். நிறைய தொண்டார்வ நிறுவனங்கள் கூட இருக்கின்றன. அது மட்டுமல்லாமல் நமது மருத்துவ மனையிலேயே அரசு சார்பில் நடத்தும் ஒருமையம் இருக்கிறது. உங்களுக்கு விருப்பம் என்றால் நான் அபிலாஷாவை அவர்கள் பார்ப்பதற்கு நாளையே ஏற்பாடு செய்கிறேன் அதுவரை இந்தச் சின்னக் குறிப்புப் புத்தகங்கள் உங்க்ளுக்கு சில அடிப்படை விஷயங்களைத் தரும் என்று சொல்லி அவளிடம் அந்தக் குறிப்புக்களைத் த்ந்தார். அதை வாங்கிக் கொண்டு மருத்துவவ மனையை விட்டு வெளியே வந்தாள்.

தலை மேல் மலையைச் சுமப்பது போல இருந்தது அபிராமிக்கு.

ஆட்டிஸம். தன் அருமை மகளுக்கு ஆட்டிஸம் நினைப்பதற்கே பயமாக இருந்தது.

கைலாஷைக் கூப்பிட்டு விவரத்தைச் சொல்லுவோமா என்று யோசித்தாள் அபிராமி. அவனுக்கும் அபிலாஷா குழந்தை தானே

யோசித்த படியே குழ்ந்தையைத் தூக்கிக் கொண்டு பேருந்து நிலையத்திற்கு நடந்தாள் அபிராமி.இப்படியெல்லாம் வெளியே வந்து பழகியிராதக் குழந்தை அவள் தோளில் தூங்க ஆரம்பித்தது.அதன் கையில் நந்தினை வாங்கிக் கொண்டிருந்த அந்தச் சின்னப் பந்து.

கவலையோடும் யோசனையோடும்நின்று கொண்டிருந் வீட்டிற்குப் போக மனமில்லை அவளுக்கு. அவளுடைய பாரத்தை யாராவது தாங்கிக் கொள்ள மாட்டார்களா? என்று இருந்தது. ஏன் உனக்குத் தான் கைலாஷ் இருக்கிறானே என்று அவள் உள் மனது அவளை இடித்துக் காட்டியது. ஆனால் அதே மனம் அவனிடம் திரும்பப் போய் உதவிக் கேட்கவும் மனம் முரண்டு பிடித்தது.அரோராவில் இருக்கும் கோவில் நினைவிற்கு வந்தது

. பேருந்து ப்ரயாணம் முழுவதும் யோசித்த படி தூங்கும் குழந்தையை மடியில் போட்டபடி கல்லாய் உட்கார்ந்திருந்தாள் அபிராமி.

அன்று ஒரு நாள் மதுரையில் தந்தையோடு பேருந்தில் ஏறிய நாள் முதல், கைலாஷ் தன்னை பெண் பார்க்க வந்தது, தீடீர் திருமணம் நடந்து அமெரிக்கா வந்தது. சின்னச் சின்ன விஷயங்களுக்கெல்லாம் கைலாஷுடன் சண்டை போட்டது என்று ஒன்று ஒன்றாய் அவள் மனக் கண் முன் ஓடியது. கண் கலங்கி மதி குழம்பி பேருந்திலேயே உட்கார்ந்திருந்த அபிராமிக்கு நினைவு வந்த போது பேருந்து நின்று விட்டிருந்தது. பஸ்ஸில் யாரும் இல்லை மெள்ள இறங்கி பார்த்ததில் எங்கே இருக்கிறோம் என்றே தெரியவில்லை

ஒரு வினாடி மனதுக்குள் பயம் எட்டிப் பார்த்தது.

கைலாஷை விட்டு விட்டு வந்தோம்?இப்போது தன்னம்பிக்கை இழந்து தன்னைத் தானே சிறைவைத்துக் கொண்டு ஒரு கூட்டுப் புழுவாகி விட்டாளே இஅந்த அபிராமி.

இந்தியாவில் எல்லாவற்றையும் தன்னந்தனியாக செய்து பழகியவள் இப்போது இப்படித் திணறுகிறாளே

அதற்குத் தண்டனையாகத் தான் அம்முக் குட்டிக்கு ஆட்டிஸம் வந்து விட்டதோ? குற்ற உணர்ச்சியில் குறுகுறுத்தாள் அபிராமி

உள் மனம் தூண்ட கைலாஷிற்கு தொலைபேசி ஆபரேட்டர் மூலம் போன் செய்தாள்.

எதிர் முனையில் போன் அடித்துக் கொண்டிருக்க

அபிராமி என்ற பெயரைக் கேட்டவுடனேயே கைலாஷ் போனை வைத்துவிட்டால் என்று பயமாகவும் கவலையாகவும் இருந்தது.

ஆனால் எதிர் முனையில் அடித்துக் கொண்டிருந்த போனை எடுக்கத் தான் ஆளில்லை.

மனம் உடைந்து போனாள் அபிராமி.தனக்கு ஆதரவுக் கரம் நீட்ட யாருமில்லையே என்ற சுயப் பச்சாதாபம் அவளை அழுத்தியது

மனிதர்கள் யாரும் துணை இல்லை என்றால் தெய்வம் தானே துணை. தெய்வத்தை மனதுக்குள் அரற்றி துணைக்கு அழைத்தபடியே வெகு நேரம் மலைத்த் படி உட்கார்ந்தவள் சிந்தனை தெளிந்த போது மாலையாகி விட்டிருந்தது.

வீடு திரும்பினாள்

நந்தினி குறுக்கும் நெடுக்குமாக நடக்கும் அபிராமியைப் பார்த்தபடியே சோபாவில் உட்காந்திருந்தாள். குழந்தை அச்சுக் குட்டி அறையின் மூலையில் உட்கார்ந்து சின்னப் பந்துகளுடன் விளையாடிக் கொண்டிருந்தாள்.

தனக்குள்ளே பேசிக் கொண்டு நடந்து கொண்டிருக்கும் அபிராமியைப் பார்க்க நந்தினிக்கு வேடிக்கையாக இருந்தது.

நேற்றுத் தான் முதல் முதலாக அபிலாஷா மருத்துவ மனையில் இருக்கும் மருத்துவ மனையில் இருக்கும் ஆட்டிஸ மையத்திற்கு சென்று வந்தாள்.

சிறுவயதிலேயே பயிற்சி ஆரம்பித்தால் நிறைய முன்னேற்றம் இருக்கும், என்று அங்கு இருந்த பெண்மணியும் சொன்னதைக் கேட்டதிலிருந்து அபிராமி இப்படித்தான் ஒரு வேகத்துடன் நடந்து கொண்டிருக்கிறாள். நேற்று இரவு கதீஜாவிடம் போய் ரொம்ப

நேரம் பேசி விட்டு வந்தாள்.
நான் சொல்வதைக் கேள் சரியாய் இருக்கிறாதா பார்
என்று அவள் முன் வந்து நின்றாள் அபிராமி.
அம்முக்குட்டிக்கு நான் தான் எல்லாம். ஒரு குழந்தையின் அன்றாடத் தேவைகளைவிட இவளுடையத் தேவைகள் வேறுபட்டது அதிகமானது வித்யாசமானது. மருத்துவவ மனையில் துப்புறவு வேலை செய்து அதை என்னால்
நிறைவேற்ற முடியாது வேறு ஏதாவது தான் செய வேண்டும் என்ன நன் சொல்வது சரி தானே? தனனையேப் பார்த்துக் கொண்டிருந்த நந்தினியைக் கேட்டாள் அபிராமி
நீ சொல்வது சரி தான் அபிராமி நீயே எல்லாவற்றையும் செய்ய வேண்டும் என்பதில்லேயே உனக்கு உதவி செய்ய யாரும் இல்லையா? அச்சுக்குட்டியோட அப்பாவிடம் விவரம் சொல்ல முடியாதா? தயக்கத்துடனே இந்தக் கேள்வியைக் கேட்டாள் நந்தினி
கைலாஷைப் பற்றிக் கேட்டதும் அபிராமியின் முகமே மாறிவிட்டது. இவள் தான் முட்டாள் தனமாக கைலாஷுக்கு போன் செய்தாள். அவன் தான் இல்லையே இந்நேரம் அவன் இன்னோரு மணம் கூட செய்திருக்கலாம். அபிலாஷா மாதிரி குறை உள்ள குழந்தையை தன் மகளாக அவன் ஏற்றுக் கொள்வானோ என்பது சந்தேகமே! அவனுக்குத் தான் எல்லாம் பெர்பெக்ட்டாக இருக்க வேண்டுமே!
இல்லை அம்முக்குட்டிக்கு நான் மட்டும் தான் பிடிவாதமாக வந்தது அபிராமியின் குரல்
அவள் முகத்திலிருந்ததீவிரம் நந்தினியை வாயைடைக்க வைத்தது.
சரி அபிராமி அப்போ என்ன செய்யலாம்ன்னு இருக்கிறாய்?
நான் சொந்தமாக பிஸினஸ் தொடங்கலாம்ன்னு இருக்கிறேன்
சர்வ சாதாரணமாய் அபிராமி சொல்ல சோபாவிலிருந்து துளிக் குதித்தாள் நந்தினி
என்ன பேசுகிறோம்ன்னு யோசிச்சு தான் பேசுகிறாயா அபிராமி
உன்னால் முடியுமா?

முடிஞ்சு தான் ஆகணும் அம்முக்குட்டிக்காக நான் செய்து தான் ஆகணும். என்ற அபிராமி நான் சொல்வதைக் கேள் நந்தினி

நீ நினைக்கிற மாதிரி இந்த பிஸ்னஸ் ரொம்ப கஷ்ட்டமில்லை. பிஸ்ஸா ஹட் மாதிரி வேண்டியவர்கள் பனம் கொடுத்து வாங்கிச் ச்ல்கிர மாதிரி மட்டும். பண்ற ஒரு இந்திய உணவகம் ஒரு சில சாத வகைகள் சில சிற்றுணிடி வகைகள்ன்னு அட்டவனைப் போட்டுக்கிட்டால் வேலை கம்மி

உணர்ச்சி வசப்பட்டு பேசும் அபிராமியைப் பார்க்கும் போது நந்தினிக்கு அவளின் தாய் நினைவு வ்ந்தார். அவரும் இப்படித் தான் சமையல் பற்றி பேச ஆரம்பித்தாலே நாக்கு ஊறும் படி தான் பேசுவார்

தன் நினைவுகளை ஒதுக்கியவளாய் சரி அபிராமி ஐடியா நல்லாத் தான் இருக்கு ஆனால் இதன் செயல் முறை என்று யோசித்தாயா?

அதைப் பற்றி தான் கதிஜாவிடம் பேசினேன். அவரிடம் சமையலறையை வாடகைக்குப் பெசியிருக்கிறேன். அவரும் உதவுவதாக ஒத்துக் கொண்டார். உணவை எடுத்துச் செல்லும் ஆட்களையும் ஏற்பாடு செய்வதாகச் சொன்னார். முதலுக்குத் தானேற்பாடு பண்ண வேண்டும். உணவை எடுத்துச் செல்லும் பெட்டியைத் தான் யார் எப்படி செய்வார்கள் என்று யோசிக்க வேண்டும். கம்பெனி தொடங்குவதற்கான முதலை வங்கிகளில் கடனாகத் தான் வாங்க வேண்டும் தன் மனதில் இருப்பதைக் கொட்டிய அபிராமி நந்தினையைப் பார்த்தாள்

என்ன நினைக்கிறாய் நந்தினி?

கேட்பதர்கென்னவோ நன்றாகத் தான் இருக்கிறது. ஆனால் நன்றாக யோசித்து செய் அபிராமி நம்ம அச்சுக்குட்டியை என்ன செய்யப் போகிறாய்?

ஓ அம்முவையா? என்று இருவரும் ஒரேக் குழந்தையை இருவிதமாகக் அழைப்பதை நினைத்து சிரித்தபடி சொன்னாள் அபிராமி மருத்துவமனையிலேயே ஒரு குழந்தைகள் காப்பகம் உள்ளது. அங்கே கொண்டு விடப் போகிறேன் என்னிடம் இங்கே தனியாக உட்கார்ந்து இருப்பதைத் தவிர அங்கே அவள் வய்துக்

குழந்தைகளைப் பார்ப்பதும் அவளுக்கு நல்லது என்றார்கள். அங்கேயே ஆட்டிஸக் குழந்தைகளுக்குப் பயிற்சிக் கொடுப்பவர்கள் வாரம் இருமுறை வந்து மூன்று மணி நேரம் பயிற்சி கொடுப்பார்கள். பின் வாரத்திற்கு இரண்டு முறை நான் அவளை இன்னோரு இடத்திற்கு அழைத்துப் போக வேண்டும். நான் கூட அவர்களிடம் பயிற்சி எடுத்துக் கொள்ளப் போகிறேன். ஆட்டிசம் என்பது ஒரு பெரிய குறையே இல்லை நந்தினி ஆட்டிஸம் உள்ளக் குழந்தைகள் வெளி உலகத்தோடு தங்கள் எண்ணங்களைப் பகிர்ந்து கொள்ளத் தெரியாதவர்கள். அவர்களுக்குள்ளே ஒரு உலகத்தைப் படைத்துக் கொண்டு அதற்குள் மட்டும் தான் வாழ்த் தெரிந்தவர்கள்என்றபடியே குழந்தையின் அருகில் சென்று உட்கார்ந்தாள்.

நீ வாங்கிக் கொடுத்த இந்தச் சின்னப் பந்து ஒன்று அவளுடைய உலகமாகி விட்டது பார்.

இவளுடைய இந்தச் சின்னத் தலைக்குள் இருக்கும் அந்த விநோதமான உலகத்தை நான் புரிந்து கொள்ள வேண்டும்.இவளுடைய அந்த சின்ன உலகத்தை பெரிதாக்க முடியுமா என்று பார்க்க வேண்டும். நிஜவாழ்க்கைக்கும் இவளுடைய உலகக்கும் நடுவில் ஒரு பாலம் அமைக்க வேண்டும் இதற்கெல்லாம் பணம் வேண்டும்.

இதையெல்லாம் ஒரு மருத்துவ மனையில் துப்பரவுத் தொழில் செய்து கொண்டு மட்டும் என்னால் செய்ய முடியுமா என்று தெரியவில்லை. அதனால் தான் துணிந்து இந்த முடிவில் இறங்கி விட்டேன். குழந்தையுடன் கொஞ்சிய படியே பேசும் அபிராமியைப் பார்ப்பதற்கு ஆச்சிரியமாக இருந்தது நந்தினிக்கு.

அன்று விமான நிலையத்தில் பார்த்தபெண்ணா இவள்.

எத்தனை தன்னம்பிக்கையுடன் பரவசமாக பேசுகிறாள். தாய்மை என்பதின் மந்திரம் இது தானோ?

அபிராமியையேப் பார்த்துக் கொண்டு இருந்தவள் சிந்தனை தன்னைப் பற்றி ஓடியது.

தாய்மை எனனும் தவம் நந்தினியின் வாழ்வைல் இருக்கிறதா? நினைப்பே மூச்சை அடைக்க அந்த இடத்தைவிட்டு

நகர்ந்தாள் நந்தினி
அவளுக்குளேயே பேசிக் கொண்டிருக்கும் நவீனால் கூட அவளின் மனச்சுமையை இறக்கி வைக்க முடியவில்லை.

அத்தியாயம் 20

என்னவோத் தெரிய வில்லை,இரண்டு மூன்று நாட்கலாக மனதுக்குள்ளே சின்னதாய் ஒரு சந்தோஷம். என்னவென்று நந்தினிக்குத் தெரியவில்லை அவளுக்கு. ஏதோ நல்லதாய் நடக்கப் போகிறது என்று மட்டும் புரிந்தது.எதையும் சந்திக்கலாம் என்ற தைரியம் அவளுக்கு வந்தது.

தன்னை அறியாமல் தனக்குள் சிரித்தபடிவேலையைச் செய்து கொண்டிருந்தாள் நந்தினி.

தன் வேலையில் மும்முரமாக இருந்தாலும் நந்தினியின் யோசனைகள் எங்கேயோ ஓடிக் கொண்டிருந்தன. பரவசமாய் பேசிய அபிராமி அவள் கண்முன்வந்து போனாள். தானும் அப்படி பரவசமாய் இருந்தக் காலம் உண்டு நந்தினி என்றால் துள்ளும் பந்து என்று அப்பா சொல்வார். அந்த நந்தினி எங்கே போனாள் என்று அவளுக்கேத் தெரியவில்லை.

''நீ அபிராமியை மீட் பண்ணனும் நவீன் ரொம்ப ஸ்வீட் கேர்ள் அவ பொண்ணுக்காக எப்படி உருகுறா தெரியுமா? நான் எல்லாம் அவ இடத்திலே இருந்திருந்தா என்ன செய்வேனோ தெரியாது . ஒரு மூலையில் உட்கார்ந்து அழுதுகிட்டு இருப்பேனோ என்னவோ இந்தப் புது அபிராமியை பார்க்கவே ஆச்சிரியமா இருக்கு எனக்கும் என்னோட பிரச்சனைகள் எல்லாவற்றயும் எதிர்ந்து போரட வேண்டும் என்று தோணுது நவீன். நீ என்ன சொல்ற?'

கற்பனையாய் நவீனுடன் பேசிய படியே தன் வேலைகளை செய்து கொண்டிருந்தாள் நந்தினி.

'உனக்கென்ன யாராவது அழகான பெண்ணைக் கல்யாணம் செய்து இருப்பாய் அவ ஆசை ஆசையாய் சமைக்கிறதை சாப்பிட்டு அச்சுக் குட்டியைப் போல ஒரு பெண்ணை பள்ளிக்கு கூட்டிட்டிப் போயிட்டு இருப்பே மனதுக்குள் பேசிக் கொண்டிருந்தவள் தன்னை அறியாமல் பெருமூச்சு விட்டாள்.அவளுடைய மன துக்கங்கள் எல்லாம் அந்த மூச்சிலிருந்த்து/

அவள் அறியாமல் அவளையேப் பார்த்துக் கொண்டிருந்தார்

ட்ரேசி.இந்தச் சின்ன வயதில் இந்தச் சின்னப் பெண்ணுக்கு என்ன அப்படி பெரியக் கவலை இருக்க முடியும் என்று இருந்தது. ஒரு ஆணோடு சிரித்து உலாவி மகிழும் வயது.கவலையில்லாமல் சுற்றும் வய்து இது காதல் கற்பனையில் கனாக் காணாமல் உலகமே தன் தோளில் தான் என்பது போல எப்போதும் துவண்டு இருக்கிறதே இந்தப்பெண் என்று

அவர் நினைத்துக் கொண்டார். அன்று தொலைக் காட்சியில் நந்தினி தூக்கி வைத்திருந்தக் குழந்தை யாருடையது என்று நந்தினியை கேட்க அவருக்கும் ஆசை தான். ஆனால் அவளுடைய் அந்தரங்க விஷய்ங்களில் தலையிட்டால் நந்தினி அந்த வேலையை விட்டு விலகி விடுவாள் என்பது ட் ரேசிக்கு நிச்சயம்.

மலரில் அமர்ந்திருக்கும்ஒரு வண்னத்துப் பூச்சியை அணுகும் நேர்த்தியோஒடு மென்மையாக த் தான் அணுக வேண்டும்.

நந்தினி என்று அழைத்தபடியெ அவள் அருகில் சென்றார்

என் கணவருக்கு ஒரு பிறந்த நாள் பார்ட்டி கொடுக்க வேண்டும் என்று இருக்கிறேன அதற்கு வாயேன் என்று அழைக்கப் போனவர் நந்தினியின் முகமாறுதலைக் கவனித்தார். கண்களிலும் அவள் தன் அழைப்பை மறுக்கப் பொகிறாள் என்பது புரிந்து. எங்கள் அப்பார்ட்மெண்ட்டில் இருப்பவர்களை அழைக்கலாம் என்று நினைக்கிறேன். வருபவர்களுக்குஏதாவது வித்யாசமாக சமைக்க ஆசைப் படுகிறேன். ஏதாவது நல்ல இந்தியன் ரெசிபி தெரியுமா உனக்கு? என்று பேச்சை மாற்றினார்.

ஒரு மெனு போட்டுக் கொடுத்தால் நன்றாக இருக்கும்.

இந்திய சமையலா அதைப்பற்றி அந்தினிக்கு அன்னா ஆவன்னா கூடத் தெரியாதே , அம்மா தான் விதவிதமாய் சமைப்பாள். முகம் சுருக்கியவள்

உடனே முகம் மலர்ந்தாள்

அபிராமிக்கு உதவ ஒரு நல்ல சான்ஸ்.

பார்ட்டி என்று வைத்துக் கொண்டு நீங்கள் ஏன் புதியதாய் சமைத்துக் கஷ்ட்டப்பட வேண்டும்? எனக்குத் தெரிந்தவர் ஒருவர் இருக்கிறார் பதொழிலாய இதைச் செய்ய ஆரம்பித்து இருக்கிறார்.அவரிடம் என்ன மாதிரி வேண்டும் என்று சொன்னால்

அவரே உங்களுக்குத் தேவையானதை சமைத்துக் கொண்டு அனுப்பி விடுவார்.

இத்தனை நாட்களில் நந்தினி இவ்வளவு நீளமாகப் பேசி ட்ரேசி பார்த்ததே இல்லை.

நந்தினியிடம் பேச்சுக் கொடுத்து அவளிடம் ஒரு நல்ல உறவை ஏற்படுத்திக் கொள்ளவே முயன்றாரே தவிர தன் கணவனின் பிறந்த நாள்க் கொண்டாட்டத்தைப் பற்றி அவர் எல்லாவற்றையும் முதலிலேயே முடிவு செய்து விட்டார். இருந்தாலும்

ஓ அப்படியா சரி எனக்கு விபரம் கொடு நான் அவர்களிடம் பேசிப் பார்க்கிறேன் என்றவர் நந்தினியிடம் ஃபோன் நம்பரை எழுதி வாங்கிக் கொண்டார்.

நந்தினிக்கு அபிராமியின் பிஸினஸ் ஐடியா நன்றாக வரும் என்று தோன்றியது. தன்னை அறியாமல் ஒரு உற்சாகம் அவளைத் தொற்றிக் கொண்டது. நாள் முழுவதும் முகத்தில் ஒரு சின்ன சி ரிப்போடு நாள் முழுவதும் அவள் வேலை பார்த்ததை ட்ரேசியும் கவனிக்கத் தவறவில்லை.

நந்தினி சொன்ன கேட்டரிங் ஆள் அவளுக்கு மிக வேண்டப்பட்டவள் என்று அவருக்குப் புரிந்தத்து. நந்தினி தனியாய் இல்லை என்பது ஒரு வித நிம்மதியைத் தந்தது.. அது யார் என்ன ஏது என்று கண்டிப்பாக விபரம் விசாரிக்க வேண்டும் என்றுமனதில் குறித்துக் கொண்டார்.

அபிராமிக்காக சந்தோஷப்பட்ட நந்தினியின் உள்மனதில் மிகச்சின்னதாய் அவளுடைய ஆசை மீண்டும் மெள்ள துளிர் விட்டது. தன்னாலும் நகைச்சுவை கலஞி ஆக முடியுமோ என்று யோசிக்க ஆரம்பித்தாள்.

அவளுடைய தன்னம்பிக்கை மெள்ள எட்டிப் பார்த்தது

வேலை முடிந்து செல்லும் போது அவளாகவே ட்ரேசியை அணுகினா

ட்ரேசி எனக்கு ஒரு உதவி செய்ய முடியுமா?

தன்னருகே தயங்கி வந்து நின்ற நந்தினியை ஏறிட்டுப் பார்த்தார் ட்ரேஸி. அவர் கண்களில் ஆச்சரியம்

என்ன சொல்

எனக்கு எதிரில் இருக்கும் நகைச்சுவை மன்றத்தில் ஏதாவது வேலை வாங்கித் தரமுடியுமா?

ஏன் உனக்கு ஏதாவது பணத் தேவை இருக்கிறதா? கரிசனத்துடன் கேட்டார்

இல்லை இல்லை நானும் காமடியனாக ஆக வேண்டும் என்று எனக்கு ஆசை அது தான் நானும் அங்கே போய் ஏதாவது வாய்ப்புக் கிடைக்கிறதா என்று பார்க்கலாம் என்று நினைத்தேன். ஒரு வெட்கப் புன்னகையுடன் கேட்டு முடித்தாள்

ஓ அப்படியா வரும் வெள்ளி அன்று நாம் இருவரும் அங்கே போகலாம். நான் சொன்னால் உனக்கு கண்டிப்பாய் அந்தக் கிளப்பில்; வேலை தருவார்கள். ஆனால் பயிற்சி என்று த்தான் சேர்த்துக் கொள்வார்கள் பரவாயில்லையா? ட்ரேசி சிரித்தபடிகேட்கசந்தோஷமானாள் நந்தினி

நன்றி ட்ரேசி என்றவள் சிறு பெண் போல ஒரு துள்ளலோடு கிளம்பிச் சென்றாள். அவளையே புன்னகையுடன் பார்த்துக் கொண்டிருந்த ட்ரேஸி

அத்தியாயம் 21

நவீன் சிகாகோ வந்து ஒரு வாரமாகி விட்டது.
நந்தினியை தொலைக்காட்சியில் பார்த்ததிலிருந்து அவளை நினைத்து நினைத்து மனம் புழுங்கி இருந்த நவீனுக்கு தாயின் அரவணைப்புத் தேவையாய் இருந்தது. அம்மாவின் மடியில் தலை வைத்து நந்தினி பற்றி எல்லாவறையும் சொல்ல மனது துடித்தது. நந்தினி தனக்கில்லை என்ற எண்ணம் அவனை கல்லாய் கட்டிப் போடிருந்தது. என்னதான் மனதில் உளைச்சல் இருந்தாலும் தினப்படி வாழ்க்கை நடந்து தானே ஆக வேண்டும். தெய்வ சித்தமாக இப்பொது நவீன் சிகாகோவில் வேலை செய்ய வேண்டிய நிர்பந்ததில் தள்ளப்பட்டான்.
சிகாகோவில் வேலை செய்து கொண்டிருந்தஅனிதா என்ற பெண் திருமணம் முடிவாகிவிட்டது என்று தீடிரென்று இந்தியாக் கிளம்பிச் சென்று விட்டாராம். அவர் இடத்தை உடனடியாக் நிரப்ப ஏற்கனவே அமெரிக்காவில் இருக்கும் நவீனால் தான் முடியும் என்று நினைத்த அவனுடைய இந்திய அதிகாரிகள் அவனை உடனடியாக சிகாகோ கிளம்பச் சொல்லி போன் செய்தார்கள்
தன் தாய் தந்தைக்குக் கூட சொல்ல முடியாமல் உடனடியாக் கிளம்பி சிகாகோ வந்துவிட்டான் நவீன். இந்தியாக் கிளம்பிச் சென்ற அந்தப் பெண்மணியின் அப்பார்ட்மெண்டிலேயே தங்கிக் கொள்வது அவனுக்கும் வசதியாக் இருந்தது. வேலைக்கு சென்றுவருவதும் எளிதாக இருந்தது.
சின்ன ரோஜாச்செடியை தன் கையில் ஏந்தியபடி சிகாகோவில் தன்னுடைய புது அப்பார்ட்மெண்ட்டுக்குள் வந்து கொண்டிருந்தான்.
தான் சிக்காகோ வந்தது இறைவன் செயலோ என்று தோன்றியது நவினுக்கு.

நந்தினி நந்தினி என்று மனம் அலைந்த போது அவள் அவனுக்குக் கிடைக்க வில்லை.
இல்லை இனி நந்தினி நமக்கு இல்லை என்று நன்றாகப் புரிந்த பிறகு வேலை விஷயமாக சிகாகா வர வேண்டியிருப்பது என்றால்

பின் என்ன சொல்வது?

பூச்செடியும் கையுமாக நடந்து கொண்டிருந்த அவன் எதிர்பார்க்காத விதமாக ஒரு நாய் அவனை நோக்கி ஓடி வந்துஅவன் மேல் மோதியது. அவன் கையிலிருந்த செடி நழுவி விழ தன் மார்பு மேல் கால் பதித்து கொஞ்சத் துடித்த நாயை சமாளிக்க முறப்பட்டான் நவீன்.

ப்ரெளனி சும்மாயிரு என்று கத்தியபடியே பின்னால் ஒரு பெண் ஓடி வந்தார். அருகே அவந்து நாயின் காலரை இழுத்துப் பிடித்து நிறுத்தி அடக்கிய அந்த அமெரிக்கப்பெண் மணி.

நவீனிடம் நாய்க்காக மன்னிப்புக் கேட்டாள்

தயவு செய்து என்னை மன்னித்து விடுங்கள் என் நாய்காலையிலிருந்து அப்பாட்மெண்ட் உள்ளேயே அடைந்து கிடந்தது. கதவைத் திறந்ததும் வேகமாக வெளியே ஓடி வந்து விட்டது.

கட்டுப் படுத்த முடியவில்லை. சாரி என்று மன்னிப்புக் கேட்டாள் ப்ரெள்னி கர்ப்பமாக வேறு இருக்கிறாள். அதனால் நம் சொல்பேச்சும் கேட்பதில்லைஎன்ற படி அந்த நாயின் தலையைச் செல்லமாக கோதினாள் அந்தப் பெண்மணி

இல்லை பரவாயில்லை என்ற படி கீழே விழுந்திருந்த தொட்டியை எடுக்க குனிந்தான் நவின்.

நாயை இழுத்தபடியே நின்றிருந்த பெண் , நான் இதுவரை இங்கே பார்த்ததில்லையே நீங்கள் எந்த அப்பார்ட்மெண்ட் என்று கேட்டாள்.

என்னுடைய்தமேலே இரண்டாவது மாடியில் இருக்கிறது 7சி என்று சொன்ன நவீன பூந்தொட்டியை எடுத்துக் கொண்டு நகர முறப்பட்டான்.

ஓ நீங்கள் அனிதாவின் கணவனா அனிதாவிற்கு திருமணம் ஆகிவிட்டது என்று எனக்குத் தெரியாதே ஆச்சிரியமாக் கேட்டாள் அந்தப் பெண்மணி,

இல்லை நான் அனிதாவின் கணவன் இல்லை. அவர் திருமணம்

செய்து கொள்வதற்காக இந்தியா சென்றிருக்கிறார். வேலையில்அவரது காலி இடத்தை நிரப்ப நான் டெக்சாசிலிருந்த் நேற்று தான் வந்தே.எனக்குத் துணைக்கு இருக்கட்டுமே என்று இந்தப் பூந்தொட்டியை வாங்கினேன். என்றவன் என் பெயர் நவீன் என்று அந்தப் பெண்மணியிடம் கை குலுக்க கை நீட்டினான்.

ஓ பாருங்கள் இந்த ப்ரெள்னியால் நான் நல்ல பழக்க வழகக்ங்களை எல்லாம் மறந்து விட்டேன்.

என் பெயர் ட்ரேஸி நான் இருப்பது இதே கட்டடத்தில் தான். நம்பர் 6சி என்று கை குலுக்கிய பெண்மணி துணைக்குப் பூந்தொட்டியைத் துணைக்கு வைத்துக் கொண்டு இருக்கிறேன் என்கிறீர்கள் வாருங்களேன் இரவு உணவு எங்களோடு சேர்ந்து சாப்பிட வாருங்கெளேன் என்று அன்போடு அழைத்தார் ட்ரேசி.

இல்லை பரவாயில்லை மறுக்கப் பார்த்தான் நவீன்

இல்லை இல்லை எங்கள் ப்ரெளனி உங்கள் மேல் ஆசையாய் இருக்கிறது பாருங்கள்

ஒரு கர்ப்பமான பெண்மணியைன் ஆசைத் தட மாட்டீர்கள் என்று நினைக்கிரேன். நீங்கள் கண்டிப்பாக வர வேண்டும். என்றவர் என் சமையலைப் பற்றி பயப்பட வேண்டாம் நான் சிக்கோவிலேயே இருக்கும் பெரிய பேக்கரி ஒன்றில் தலைமையாளராக வேலை செய்கிறேன். என் கணவர் ஜோவை வேண்டுமானாலும் கேட்டுப் பாருங்கள் நான் நன்றாகவே சமைப்பேன். என்று மீண்டும் மீண்டும் வற்புறுத்த நவீன் இரவு உணவு அவர்களோடு உண்ண வருவதாகச் சொல்லிவிட்டு தன் அப்பார்ட்மெண்ட்டுக்கு வந்தான். போன் செய்தாலும் வீட்டில் யாரும் எடுப்பதாகத் தெரியவில்லை. எங்காவது வெளியே போயிருக்கிறார்களோ என்ன்னவோ என்று யோசித்தவன் நந்தினியைத் தேடிப் போனால் என்ன என்றுத் தோன்றியது?

போகும் அவனையே பார்த்தபடி நின்று கொண்டிருந்தார் ட்ரேஸி. அவர் மனக் கண் முன்னால் நந்தினி ஏனோ வந்து போனாள். தன் கைகளால் பாராட்டும் விதமாக நாயைத் தடவிக் கொடுத்தது. குட்

கேர்ள் ப்ரெளனி என்று நாயை பாராட்டியவர்.ஒரு சின்னப் புன்னகையோடு தன் இரவு உணவு உண்ண விருந்தாளி வரும் விஷயத்தைச்சொல்ல கணவன் ஜோவை நாடிச் சென்றார்.

நந்தினியின் நினைவிலிருந்து விடுபட ட்ரேசியின் வீட்டுக்குப் போவது ஒரு வழி என்று நவீனுக்குத் தோன்றியது. வாங்கி வந்திருந்த ரோஜாச் செடியை செம்மை படுத்தி வெளியே வராந்தாவில் வைத்து விட்டுகுளித்து விட்டு வந்தவன் இந்தியாவில் வீட்டிற்கு மீண்டும் போன் செய்தான். யாரும் எடுக்கவில்லை. மனதுக்குள் சின்னதாய் கவலை எட்டிப் பார்த்தது. எங்கே போயிருப்பார்கள் என்று யோசித்தவன் எதற்கும் சரவணனைக் கேட்டுப் பார்க்க வேண்டியது தான் என்று நினைத்தபடி தன் நன்பனுக்கு போன் செய்தான்.

மரகதம் மருத்துவவமனையில் அறுவை சிகிச்சை செய்யப்பட்டு இருப்பதை நவீனுக்குச் சொன்னான் சரவணன்.

நல்ல வேளை உங்க அப்பா என்னை உதவிக்கு கூப்பிட்டாரடா இல்லை என்றால் பாவம் தனியாக் எப்படித் தான் சமாளித்திருப்பாரோ தெரியவில்லை நண்பன் சரவணன் சொல்லும் விவரங்களை கேட்ட நவீன் அதிர்ந்தான்.

டேய் சரவணா நான் இப்பவே கிளம்பி வரேண்டா. அம்மாவிற்கு ஏதாவது ஒண்ணுனா என்னால் தாங்க முடியாது டா பதற்றப்பட்டான் நவீன்

தேவையில்லைன்னு நினைக்கிறேன் நவீன் ஆபரேஷன் சக்ஸச்ன்னு டக்டர் சொல்லிட்டாங்க அதுவுமில்லாமல் உங்கள் அண்ணன் கைலாஷ் இங்கே வந்துட்டார். அவர் தான் இப்ப உங்க அம்மா அப்பாகூட இருக்கிறார். அதுவுமில்லாமல் உங்க அம்மா நீ உங்க அண்ணியை கண்டிப்பா கண்டுபிடிச்சிட்டுதான் இந்தியா வருவேன்னு நம்பிக்கிட்டு இருக்கிறாங்கள். அது தான் அவங்க பிழைக்க காரணம்ன்னு உங்க அப்பா நினைக்கிறார்.நீ இப்போ கிளம்பி வந்தால் அது சரியா இருக்குமான்னு தெரியலை. நீ எதுக்கும் உன் அம்மாவோட பொனில் பேசிவிட்டு இங்கே வருவது பற்றி முடிவு பண்ணு. அவசரப்படாதே நண்பனுக்கு சரவணன்

அறிவுரை சொன்னான்.
போனை வைத்த நவீனுக்கு ஆயாசமாக இருந்தது.

அண்ணி அபிராமியை எப்படி மறந்தான் இவன்? தாயின் உயிரே இவன் அபிராமியைக் கண்டுபிடிப்பதில் தான் இருக்கிறதா?இவனால் அண்ணியைக் கண்டுபிடிக்க முடியுமா?
கடவுளே! இது என்ன இப்படி ஒரு சோதனை? எதற்காக இப்படி எல்லாம் நடக்கிறது? நான் என்ன செய்யப் போகிறேன்?
கவலையுடன் சோபாவில் உட்கார்ந்தான்
தான் இருக்கும் மனநிலையில் தாயுடன் போனில் பேச தயக்கமாய் இருந்தது. இவனுடையக் குரலில் இருந்து அவன் தாய் ஏதாவது யூகித்து விட்டால்?
பெருமூச்சுடன் எழுந்து ட்ரேசியின் வீட்டிற்குக் கிளம்பினான்.அங்கு போய்விட்டு வந்தாலாவது மனம் லேசாகும்.

அத்தியாயம் 22

தாயின் கையைப் பிடித்துக் கொண்டு உட்கார்ந்திருந்தான் கைலாஷ். ஏற்கனவே மனதாலும் உடலாலும் நொறுங்கிப் போயிருந்த இரண்டு பெரியவர்களும்மரகதத்தின் உடல் நிலையால் மிகவும் துவண்டு இருந்தர்கள். மருத்துவ மனையிலிருந்து திரும்பி விட்டாலும் மரகதம் கைலாஷை தன் கண் பார்வையிலிருந்து நகர விடவில்லை. நவீன் அமெரிக்கா வந்திருப்பது தெரிந்து கூட பெற்றோர்ரிடம் கைலாஷால்கோபப் பட முடியவில்லை. தான் எந்த அளவு பெற்ரோரைக் கவனிக்காமல் இருந்திருக்கிறோம் என்று உணர்ந்து உள்ளுகுள்ளேயே வருந்தினான். நவீனின் நண்பன் சரவணன் தான் மூவருக்குமே பெரும் பலமாக இருந்தான்

என்ன கைலாஷ் யோசித்துக் கொண்டு இருக்கிறாய்? நவீன் அமெரிக்கா வந்ததை நாங்கள் உன்னிடம் சொல்லவில்லையே என்று பார்க்கிறாயா? என்று மெல்லியக் குரலில் கேட்டர் மரகதம்

இல்லைம்மா..நான் அங்கிருந்து வரும் போது அபிராமி பற்றி தகவல்கள் கிடைத்தன. அதை அப்படியே மறந்தார்ப் போல் வைத்து வந்துவிட்டேன் அதைப் பற்றித் தான் யோசித்துக் கொண்டிருந்தேன் என்று சொன்னான் கைலாஷ்

"ஓ அப்படியா' ஆர்வமானார் மரகதம் எனக்குத் தெரியும் 'நம் அபிராமிக் கிடைத்து விடுவாள்.' என்ன விவரம் என்று நவீனிடம் வேண்டுமானால் சொல்லேன் அவன் போய் அபிராமியைப் பார்த்து வரட்டும் ஆர்வமாகச் சொன்னார் மரகதம்.

"ப்ச் இல்லைம்மா அது சரி பட்டு வராது" யோசனையாகச் சொன்னான் கைலாஷ் அவனுக்குத் தானே அபிராமியை நேரில் பார்க்க வேண்டும் என்று இருந்தத்து.

"நீ எப்ப எங்கள் சொல் பேச்சு கேட்டாய் இப்போது கேட்பதற்கு?" மரகதம் கோபமாக முகத்தைச் சுளுக்கினார்.

அவரைச் சமாதானப் படுத்துவதற்குள் சரவனன் வீட்டுக்குள் நுழைந்தான்.

என்ன ஆண்ட்டி எப்படி இருக்கிறீர்கள்? என்றவன் பை நிறைய் ஆரஞ்சுகளை மரகததின் பக்கத்தில் வைத்தவன் மரகததின் அருகே நாற்காலியில் உட்கார்ந்தான்

மகள் மோனி ஒடிப் போனதற்கு சரவணனை மறைமுகமாகக் குற்றம் சாட்டிக் கொண்டு அவன் மேல் கோபமாக இருந்த மரகதம் அவன் இந்த பத்து நாட்களில் செய்யும் வேலைகளைப் பார்த்து மனம் மாறியிருந்தார்.

வாப்பா சரவணா. தோட்ட வேலை செய்யப் போய் எப்படி வந்து படுத்துட்டேன் பார்

நான் அவ்வளவு கஷ்ட்டப்பட்டு செஞ்ச வேலைக்கும் ஒரு பலனில்லாமா போயிடுச்சு பார். இனி யார் என் செடிகளைப் பார்த்துக்குவாங்கன்னு தெரியலை நான் எழுந்து நடக்க எவ்வளவு நாள் ஆகும்ன்னு தெரியலை

நீங்க இப்போதைக்கி ரெஸ்ட் எடுங்க ஆண்ட்டி நான் உங்கள் ரோஜாச்செடிகளைப் பார்த்து கொள்கிறேன் இன்னும் ஒரு வாரத்தில் நீங்க்ளே நடக்க ஆரம்பித்து விடுவீர்கள் பாருங்கள் மரகததை சமாதானப்படுத்தினான் சரவணன்.

அம்மாவிற்கு உடல் நிலை சரியானதும் அம்மாவை அமெரிக்கா கூட்டிச் சென்று விடலாம் என்று இருக்கிறேன். அம்மா அப்பா இருவரும் இப்படித் தனியாக இருப்பது எனக்கு என்னவோ சரியாகப் படவில்லை. என்ற கைலாஷ் தன் தாயை நோக்கித் திரும்பினான்

அம்மா நீங்களும் அப்பாவும் என்னுடன் வந்துவிடுங்கள். நவீன் இந்தியா திரும்பும் வரை நீங்கள் என்னுடன் இருங்கள். அதற்கான ஏற்பாடுகளை நான் செய்ய்யப் போகிறேன் என்றான்

அதெப்படிப்பா? மோனி திரும்பி வந்தால் நாங்க வீட்டில் இருக்க வேண்டாமா? முணங்கினார் மரகதம்.

ஓ அது வேறு இருக்கிறதா? உள்ளங்கையால் முகத்தைத் அழுத்தித் தேய்த்தவன். சரவணன் என்னுடன் கொஞ்சம் வெளியே வர முடியுமா? உங்களுடைய உதவி எனக்குத் தேவையாய் இருக்கிறது என்று கேட்ட கைலாஷ் நீங்க கொஞ்ச நேரம் தூங்குங்கம்மா

நானும் சரவணனும் நானும் வெளியே போய்ட்டு வந்துவிடுகிறோம் என்ரப்டி எழுந்தான்.
சரவணனும் எழ இருவரும் வீட்டுக்கு வெளியே வந்தார்கள்.
ரொம்ப நன்றி சரவணன். நீங்க இல்லாட்டி நாங்க எப்படி சமாளிச்சிறுபோனம்னே தெரியலை என்ற கைலாஷ் சொல்லுங்க சரவணன், எனக்கு மோனி பற்றி

எல்லாவற்றையும் சொல்லுங்க அடுத்து என்ன பண்ணனும்ன்னு யோசிக்கணும். கைலாஷ் சொல்ல
சரவணன் ஆரம்பித்தான்

சார் மோனி ரொம்ப நல்லப் பொண்ணு நல்லா படிக்கக் கூடிய பொண்ணு
உங்க குடும்பத்தில் பிரச்சனைகள் ஆரம்பிச்சப்ப நவீனுக்கும் அவளுக்கும் ஒரு நல்ல பிணைப்பு ஏற்பட்டது. சகோத்ரன் சகோதரி என்பதையும் தாண்டி நல்ல நண்பர்களாயிட்டாங்க அப்படித்தான் உங்கள் தங்கை எனக்கு அறிமுகம் ஆனங்க நாங்க மூன்று பேருமே ரொம்ப நல்ல நண்பர்களானோம். நவீன் எங்க வீட்டுக்கு வரும்போதெல்லாம் மோனியும் வருவா.
ஆனால் நவீனும் அவன் திருமணம் நின்று போய்விட்டப்ப ரொம்ப உடைஞ்சு போயிட்டான். அவனைத் திரும்பி ஒரு மனுஷனாபார்க்க முடியுமான்னே சந்தேகமாயிருந்தது. அத்ல் இருந்து அவ்ன் மீல்னுன்னு முயற்சி கூட பண்ணலை உங்க பெற்றோர்கிட்டே தன் துக்கத்தை மறைச்சு மனிதனா நடமாட நவீன் ரொமப் முய்ற்சி பண்ணான். ஆனால் அதில் மோனியை கவனிக்கிறதை அப்படியே விட்டுட்டான். நானும் நவீனுக்குத் தோள் கொடுக்கப் போய் மோனியை கவனிக்கவில்லை.
தனிமைப்படுத்தப்பட்ட மோனி எங்க பக்கத்து வீட்டுக்காரப் பையனோட பழக ஆரம்பிச்சா. அது காதலா மாறிடுச்சு. அவன் அவளுடைய கல்லூரியில் அவனுக்கு சீனியர் அப்படின்றதும் ஒரு காரணமாயிருக்கலாம். காதல்ன்னு தெரிஞ்சு கண்டிச்சப்ப அவளுக்கு அது பிடிக்கலை.

ஒரு வெள்ளீக் கிழமை காலேஜுக்குப் போனவ திரும்பி வரவே இல்லை. அப்பத் தான் எங்களுக்கு நிலைமையோட தீவிரம் புரிஞ்சது. பயந்து போய் எல்லா இடத்திலேயும் தேடினோம் எதுவும் தெரியலை திங்கட் கிழமை கொரியரில் அவளிடமிருந்து கடிதம் வந்தது. ‘‘நான் இந்தப் பையனைத் திருமணம் செய்து கொண்டேன் என்னை யாரும் தேட வேண்டாம். தேட முயற்சித்தீங்கன்னா செத்துப் போயிடுவேன் அப்படின்னு எழுதி இருந்தாள். ஆண்ட்டி அங்கிள் இரண்டு பேருமே அப்ப உடைஞ்சு போனவங்க தான். மோனி மேலேக் கோபமாக இருந்தாலும் அவளைப் பற்றி உள்ளுக்குள் ரொம்பக் கவலைப் படுகிறார்கள்.அவளைத் தேடி கண்டுபிடிக்கவும் பயப்படுகிறார்கள்’’.

ஆனால் எங்க பக்க்த்து வீட்டுப் பையன் அப்படின்றதஆலே எனக்கு கொஞ்சம் அரசல் புரசலா ஏதாவது தெரிய் வரும் நான் அப்ப்போ அதை நவீனிடம் சொல்லுவேன்சரவணன் எல்லாவற்றையும் சொல்லி முடிக்க

உங்களுக்கு கல்யாணமாயிடுச்சா சரவணன்?சம்பந்தமில்லாமல் கேட்டான் கைலாஷ். எதற்க்ககுக் கேட்கிறான் என்று புரியாமல் ஆமா சார் ஆறு மாதம் ஆயிடுச்சு பதில் சொன்னான் சரவணன்

இல்லை மோனியைக் கண்டுபிடிக்க உங்க உதவியைக் கேட்கலாம் என்று தோன்றியது. அது உங்களுக்கு எதுவும் பிரச்சனையாகுமான்னு தெரிந்து கொள்ளத்தான் கேட்கிறேன்.

இல்லை சார் அப்படி எதுவும் ஆகாது வீட்டில் எல்லாருக்கும் மோனியைப் பற்றித் தெரியும் சொல்லுங்க என்னசெய்யணும்? சரவணன் கேட்க

முதலில் இந்த சார்ன்னு கூப்பிடுவதை விடுங்க அடுத்தது. நான் ஒரு கடிதம் மோனிக்குத் தருகிறேன். அது மோனிக்கு சேருகிறமாதிரி செய்யணும்

சார் புரியாமல் இழுத்தான் சரவணன்

இங்கே பாருங்க சரவணன். என் கடிதத்தை விளம்பரமா நீயுஸ் பேப்பரில் போடுங்க ஆனா நாங்க அமெரிக்கா போனவுடன் அதை விளம்பரமா கொடுங்க

நாங்க அவளைத் தேடினால் தானே அவளுக்குக் கோபம் வரும். அவளிடம் உதவி கேட்டா பண்ணுவா தானே? விளக்கமாக தன் எண்ணங்களைச் சொன்ன கைலாஷ் அதை எப்படி எப்படி செய படுத்துவது என்று சரவணனைடம் விவாதித்து விட்டு தாய் தந்தையரின் அமெரிக்கப் பயணம் பற்றி விசாரிக்கப் போனான்.

அத்தியாயம் 23

நவீன் அப்பார்ட்மெண்ட்டில் வராந்தாவில் நின்றபடி வான வேடிக்கைப் பார்த்துக் கொண்டிருந்தான். நந்தினி இருக்கும் ஊரில் தானும் இருக்கிறோம் என்னும் உண்மை அவனைப் போட்டுக் குடைந்து கொண்டிருந்தது. அவளத் தேடிப் போகலாமா என்று கூட பல முறை நினைத்தான். ஆனாலும் மனம் வரவில்லை. அவளுடிய் வாழ்க்கையில் தேவையில்லாமல் ஏன் குழப்பம் விளைவிக்க அவனுக்கு விருப்பமும் இல்லை.

சிறுது நேரம் முன்பு தான் தாயிடம் ஃபோனில் பேச முடிந்தது. அம்மாவின் உடல் நிலை சீராகி வருவது குறித்து அவனுக்கு மிக்க மகிழ்ச்சியே!

ஆனால் கைலாஷை நினைத்தால் எரிச்சல் தான் வந்தது.அண்ணனுடைய பொறுப்பின்மையை நினைக்கும் போது கோபம் தான் வந்தது. அவனிடம் பேசவே பிடிக்கவில்லை. போனில் அவன் பேச முறப்ட்டபோது கூடசட்டெண்று வைத்து விட்டான். தன்னுடைய கோபம் அண்ணனுக்குப் புரியட்டும்

.

பட படவென்று சத்தமிட்டபடி புறா ஒன்று பறந்து போனது. அதைத் துரத்திக் கொண்டே ஒரு நாய் ஓடி வந்தது.

நவீனின் கவனம் கலைந்தது.

கீழே பார்த்தான் ட்ரேசியின் நாய் ப்ரௌனி தான் மூச்சு இரக்க நின்றபடியே பறந்து போன புறாவைப் பார்த்துக் குரைத்துக் கொண்டிருந்தது. அதன் நிறைமாத வயிறு குலுங்கி குலுங்கி அதிர்ந்தது.

நாயைப் பார்த்து விசிலடித்தான். நாயின் கவனம் அவனைப் பார்த்துத் திரும்பியது அவனுடைய விசில் சத்ததிற்கு தன் குரைபாலேயே கேள்வி கேட்டது. நவீனும் தன் விசிலாலேயே அதற்கு பதிலளித்தான்

இப்படியாக இருவரும் ஒருவருக்கோருவர் பேசிக் கொள்ள பத்தடி

தள்ளி நடந்து வந்து கொண்டிருந்த ட்ரேசிக்கு இருவரையும் பார்த்து சிரிப்புத் தான் வந்தது. தலையை ஆட்டிப் புன்னகையுடன் ரசித்தபடியே நவீனுக்கு நேராக கீழே வந்து நின்றாள்.

ஹாய் நவீன் இன்று சாப்பாடு ஆயிற்றா?

ஹாம் ஆயிடுச்சு நானே சமைச்சிட்டேன். ஆனா சாப்பிடத்தான் முடியலை சொல்லிச் சிரித்தான்

ஓ இங்கே நிறய இந்திய உணவகங்கள் இருக்கே நீ போய் சாப்பிட வேண்டியது தானே

ஓ அதுவா வேளை கெட்ட வேலையில் வருகிறேன். வெளிச்சாப்பாடு சாப்பிட்டால் சரி வருவது இல்லை. அது தான் வீட்டிலேயே நானே சின்னதா சமைத்துக் கொள்ள ஆரம்பித்து இருக்கிறேன்

ட்ரேசிக்கு நந்தினி சொன்ன டேக் அவுட் இந்தியன் சாப்பாடு பற்றி நியாபகம் வந்தது. அப்படியே நந்தினியும் ஞாபகத்திற்கு வந்தாள். காமடிக்ளப்பில் சேர்ந்த பிறகு நந்தினியிடம் நிறைய சின்ன சின்ன மாற்றங்களைக் காண்கிறார் ட்ரேசி. யாருடனும் பேசாமல் இருந்தவள், இப்போது கேட்டக் கேள்விகளுக்கு ஒரு சின்னப் புன்னகையோடு ஓரிரு வார்த்தைகலில் பதில் பேசுகிறாள்.

நவீனின் கவனம் தன்னிடமிருந்து கலைந்ததைக் கண்ட ப்ரௌனி நவீனைப் பார்த்துக் குறையோடு குரைக்க இதோ இரு ப்ரௌனி நான் கீழே வருகிறேன் என்று சொன்னவன் கீழே இறங்குவதற்காக உள்ளேத் திரும்பினான்

ஒரு நாயின் உணர்வை மதித்த நவீனின் செயல் ட்ரேசியின் மதிப்பில் அவனைப் பல மடங்கு உயர்த்தியது.நந்தினியையும் இவனையும் ஒன்று சேர்த்து மனதிற்குள் கற்பனை செய்து பார்த்தாள்

இறங்கி வந்த நவீன் மேல் துள்ளிக் குதித்து அவனை நக்கி தன் சந்தோஷத்தைத் தெரியப்படுத்தியது ப்ரௌனி.

நாயின் விளையாட்டான அன்பைக் கண்ட நவீனின் மன வாய் விட்டு சிரித்தான்.

அந்தக் கணத்தில் ட்ரேஸி ஒரு முடிவு எடுத்தார். நவீனையும்

நந்தினியையும் சந்திக்க வைக்க வேண்டும் இவ்வாறாக ட்ரேசி யோசிக்க ஆரம்பித்த உடனேயே நந்தினியையும் நவீனையும் எப்படி சந்திக்க வைப்பது என்று யோசிக்க ஆரம்பித்தார்.
சிறு குழந்தை போல் நாயுடன் கொஞ்சிக் கொண்டிருந்த நவீனைப் பார்த்து கிண்டலாகக் கேட்டாள்
பூஞ்செடியோடும் நாயோடும் தானா உன் பொழுது போகிறது என் நண்பனே உனக்கு ஒரு காதலித் தேவை.
ட்ரேசியின் கிண்டலைப் புரிந்து கொண்ட நவீன் ஓ என்னுடைய காதலி உங்கள் ப்ரௌனி தான் தெரியாதா? இல்லை ப்ரௌனி என்று நாயுடன் கொஞ்சியபடி தன் சோகத்தை மறக்க, மறைக்க முயன்றான்.

நீ எப்போதும் வேலை வேலை என்று இருக்கிறாய்? உனக்கு ஒரு காதலிக் கிடைத்து விட்டால். அப்புறம் எங்கள் ப்ரௌனியை கைவிட்டுவிடுவாய் அப்படித் தானே ப்ரௌனி என்று ட்ரேசி கேள்விக் கேட்க அவர் சொன்னதை ஆமாதித்து ப்ரௌனிக் குலைத்தது.
நாயின் ஆரவாரமான பதிலைக் கேட்ட மனிதர்கள் இருவரும் நகைத்தனர். சிரிக்க சிரிக்க நவீனின் இதயம் லேசாகியது. இந்த ட்ரேசியிடம் ஏதோ ஒரு மந்திரம் இருக்கிறது. ஒரு சின்ன சிரிப்பில் கண்ணசைவில் மனிதர்களைடம் நல்லதை வெளிக் கொண்டு வருகிறாள் என்று நினைத்தான்.
சொல் நவீன் எங்கள் சிகாகோவிற்கு நீவந்து மூன்று வார்மாகிறது எனக்குத் தெரிந்து நீ வேலை வேலை என்று இருக்கிறாயே தவிர வெளியே எங்கும் போய் வந்ததாகத் தெரியவில்லை. நண்பர்கள் இருப்பதுவாகவும் தெரியவில்லையே ஏன்?
ஓ நான் இங்கிருக்கும் கோவிலுக்குக் கூட போய் வந்தேன். இரண்டு மூண்று முரை டிவான் அவென்யூவில் சாப்பிடக் கூட போய் வந்தேன். அது மட்டுமில்லாமல் வேலையும் அதிகமாக இருக்கிறது. நவீன் ட்ரேஸியிடம் சொல்ல
ஓ ஒரே இந்தியர்களே சுற்றியே இருக்கிறாய் நீ

ஒரு நாள் நான் வேலை செய்யும் இடத்திற்கு வந்து பார். சிகாகோவிலேயே பிரசித்திப் பெற்ற் பேக்கரி அது என்றவள் எங்கள் பேக்கரிக்கருகில் நிறைய க்ளப்புகள் இருக்கும் அங்கே எல்லாம் சுற்றி வந்தால்
தான் உனக்கு ஒரு நல்ல காதலி கிடைப்பாள். இல்லை என்றால் எங்கள் ப்ரெள்னி தான் உனக்கு காதலி
என்று சிரித்த ட்ரேசி நந்தினி பயிற்சி எடுக்கும் க்ளப்பின் பெயரை சொல்லி அங்கே சென்று பார் எப்போது பார்த்தாலும் அங்கே கூட்டமாக இருக்கும் காம்டி ஷோவெல்லாம் கூட வாரத்தில் மூன்று முறை நடக்கிறது. இந்தியா செல்லும் முன் சில வித்யாசமான இடங்களைப் பார்த்துவிட்டுத் தான் செல்லேன் சொல்லிய ட்ரேசி நவீனை சந்திக்கும் வாய்ப்பு நந்தினிக்கு கிடைக்க வெண்டும் என்று கடவுளை வேண்டினார்.

நவீனும் யோசிக்க ஆரம்பித்தான். நந்தினி தான் இல்லை என்றாகிவிட்டது. வ்னததிற்கு ஊரையாவது சுற்றிப் பார்க்க வேண்டியது தானெ!

அத்தியாயம் 25

கைலாஷ் பேசிப்பேசி தன் தாய்ரை அமெரிக்கா வர சம்மதிக்க எவ்வளவோ முயற்சி செய்தான். ஆனால் ஏனோ மரகதம் சம்மதிக்கவில்லை. அவனுக்கு வேலை நாட்களோ வீணாகிக் கொண்டிருந்தன தாய் தந்தையரைத் தனியாக விட்டுச் செல்லவும் பயமாக இருந்த்து. நவீன் எப்படித் தான் எல்லாவற்றையும் சமாளித்தானோ கண்டிப்பாய் அவனுக்கு தன் மேல் கோபம் இருக்க்கும் என்றூ கைலாஷ் உணர்ந்தான். இப்போது இவனுக்கு என்ன செய்ய வேண்டும் என்று தெரியவில்லை.

அவன் முதல் முறையாக அமெரிக்க சென்ற போது தாய்க்குத் துணையாக நவீனும் வாயாடி மோனியும் இருக்கிறார்கள் என்ற நம்பிக்கை அவனுக்குஇருந்த்து. அவன் செல்லும் போதே அமெரிக்காவில் தான் நிரந்தரமாக குடியேற வேண்டும் என்ற எண்ணத்தோடு தான் செல்கிறான் என்பது தாய் தந்தைக்குத் தெரியவில்லை. அவன் அங்கேயே தங்கிவிடப் போகிறான் என்று தெரிந்த்தும் தாயை விட தந்தை மிகவும் உடைந்து போனார்.

அமெரிக்காவில் தனக்கு நிரந்தரக்குடியுரிமை வந்தபின் அவன் திருமணம் என்று செய்து கொள்ள மட்டுமே அவன் இந்தியா வந்தான் திருமணம் செய்து சென்றவன் மனவியைத் விவாகரத்து செய்து விட்டு இப்போது இங்கே மீண்டும் தனியனாகவே வந்து இருக்கிறான். குடும்பம் என்ற ஒன்று தனக்கு வேண்டும் என்று நினைத்தானே தவிர அந்தக் குடும்பத்தின் தலை மகனாக அவன் எந்தப் பொறுப்பையும் ஏற்றுக் கொள்ள வில்லை. இனியாவது அவன் பொறுப்போடு நடந்து கொள்ளவில்லை என்றால் அவன் குடும்பம் சிதறிவிடும். தாய்ம் தந்தையும் மனம் விட்டுப் பேச வேண்டும் என்ற உண்மை அவனுக்கு ப் புரிந்த்து.

தாய் படுக்கையில் விழுந்த்தும் வீடு என்று இயங்க எவ்வளவு கஷ்ட்டப் படுகிறது சமைக்கவோ மற்ற வீட்டு

வேலைகளைச் செய்யவோ ஆளில்லை. வீட்டில் சமையல் செய்ய துணிமணிகளைத் துவைக்க என்று அவசரத்திற்கு சரவணன் வேலைக்கு ஆள் ஒன்றை ஏற்பாடு செய்தான். அதனால் இப்போது வயிற்றுப் பாடு பிரச்சனை இல்லாமல் நடக்கிறது.அம்மா எப்ப்டித்தான் இந்த வேலைகளையும் செய்து வெளியில் தொண்டார்வராகவும் வேலை பார்த்தாரோ.அம்மாவின் திறமையில் பத்தில் ஒரு பங்கு அபிராமிக்கும் இருக்கும் என்றால் அமெரிக்காவில் அபிராமிக்கு எவ்வளவு போரடித்தி இருக்கும் என்று புரிந்த்து இந்தியாவிலேயே வேலை பார்த்தவள். எல்லா முடிவுகளையும் சுயட்சையாக எடுக்கப் பழகியவள் அவளுக்கு தான் கொடுத்த சொர்க்க வாழ்க்கை எப்படிக் கசந்திருக்கும்.

அதனால் தான் பிடிவாதமாஉ நின்று விவாகரத்து வாங்கி க் கொண்டு சென்று விட்டாள்.அபிராமி கோபத்தில் வீட்டை விட்டு சென்றிருக்கிறாள் என்று தான் பெற்றோருக்குமே தெரியுமே தவிர விவாகரத்து ஆகிவிட்ட்து இங்கே இந்தியாவில் யார்க்கும் தெரியாது. தெரிந்தால் அடுத்த நிமிடமே தாயின் உயிர் போனாலும் போய் விடலாம்.நல்லவேளை அபிராமி இருக்கும் இடம் தெரிந்த்து விட்ட்து எப்படியாவது அவளிடம் கெஞ்சிக் கூத்தாடி மீண்டும் தன்னுடம் வாழ அழைக்க வேண்டும். ஆனால் இப்போதைக்குபெற்றோரிடம் எதுவும் சொல்லாமல் இருப்பதே நல்லது. முடிவு எடுத்தவனாய்

தாய்த் தூங்கிக் கொண்டிருக்கிறார் என்பதை உணர்ந்து தந்தையை நாடிச் சென்றான்.

தாயிடம் என்ன பேசி அமெரிக்கா அழைத்துச் செல்வது என்று பேச வேண்டும். இன்னமும் காலம் தாழ்த்திக் கொண்டு இருக்க முடியாது.

அத்தியாயம் 26

திரைக்குப் பின்னால் நந்தினி தயாராக இருந்தாள்

வாரத்தில் இரண்டு நாள்நகைச்சுவை மன்றத்திற்கு நந்தினி சென்று பயிற்சி எடுக்க ஆரம்பித்து இரண்டு வாரமாகிறது. இன்று முதல் முறைமேடை ஏறப்போகிறாள் அவள் ஒரு பயிற்சியாளர் என்பதால் அவருக்கு இன்றையக் காட்சியில் ஒரு சிறு பாத்திரம் தான் அதுவும் தீடீரென்று நேற்று தான் கொடுத்திருந்தார்கள். 10 வினாடிக்குமேல் அவளுக்கு வேலையில்லை. அதனால் கொஞ்சம் தைரியமாகவே இருந்தது.

நீ எத்தனைத் தடைகளைத் தாண்டி இங்கே வந்திருக்கிறாய் என்று உனக்கேத் தெரியும் நந்தினி உன் முயற்சியைத் தளரவிடாதே நீ நன்றாகச் செய்வாய் என்ற நம்பிக்கை எனக்கு இருக்கிறது,நவீன் உன்னைப் பார்த்தால் மிகப் பெருமைப் படுவான் என்று தனக்குத் தானே பேசியபடி அதையே இப்போதும் செய்தபடி காட்சி தொடங்க காத்திருந்தாள்

பார்வையில் ஒருக் கேள்விக் குறியோடு உள்ளே கிளப்புக்குள் நுழைந்தான் நவீன். ட்ரேசி இந்த இடத்தைப் பற்றி அடிக்கடி பெருமையாக பேசுவாரே அபப்டி என்னதான் இருக்க்கிரது என்று பார்த்து விடலாம் என்று எண்ணியே அவன் இன்று இங்கு வந்தான்.

அதே வினாடி திரைக்குப் பின்னால் நின்று கொண்டிருந்த நந்தினியின் மூளையில் மின்னல் . ஒருவித பரவசத்தால் தீடிரென்று வியர்க்க ஆர்ம்பித்தது உடல் சில்லிட்டது . கால்கள் தள்ளாடின ஏன் என்று தெரியவில்லை ஏன் இப்படி ? என்ன ஆயிற்று படபடக்கும் இதயத்தை வலுக்காட்டாயப் படுத்தி யோசித்தாள் அவளைத் தேடிக்க்கொண்டு

நினைக்கும் போதே உடல் நடுங்கியது. இருக்காது அப்படியெல்லாம் இருக்காது.என்றுத் தனனைத் தானே சமாதானம்

செய்து கொண்டாலும் ஒரு எச்சரிக்கை உணர்வோடு திரையை விலக்கிப் பார்த்தாள்.

கனக்கச்சிதமாக

தன் வேடத்தை நடித்து முடித்து மற்றவர்களின் கைத்தட்டலை ரசித்தவளின்

உள்ளுணர்வு உச்சக்கட்டத்தில் இருந்ததால் அறை வாசலில் உட்கார்ந்து கொண்டு கண்களால் அவளையே அளந்து கொண்டிருந்த நவீன் அவள் கண்களில் உடனே பட்டுவிட்டான். சட்டடென்று திரைக்குப் பின்னால் மறைந்தாள் நந்தினி.

நவீன் நவீன்

அவளுடைய தோழன் நவீன் அவளைத் தேடி வந்துவிட்டான்.வாயெல்லாம் பல்லாக முகம் முழுவதும் சந்தோஷத்தில் மலர்ந்தது. அப்படியே ஓடிப்போய் அவன் கழுத்தைக் கட்டிக் கொண்டு தட்டாமாலை சுற்ற வேண்டும் போல்...

வேகமாக திரைக்குப் பின்னாலிருந்து வெளியேற முற்பட்டவள் அப்படியே நின்றாள்

இல்லை முடியாது அவளால் அது முடியாது. நிஜமான நவீனும், அவளுடைய கற்பனை நவீனும் வேறு வேறு.

நிஜ வாழ்க்கையில் அவளுக்கும் நவீனுக்கும் ரொம்ப ரொம்ப தூரம். நின்று கொண்டிருந்தவளின் கால்கள் துவண்டன. துக்கம் பொங்கி கண்ணீராய் வடிந்தது. நெஞ்சைப் பிளந்து வெடித்துவிடும் போல இருந்தது.

யாரோடு கற்பனையில் பேசிபேசி தன்னைத் துரத்தி வரும் நிழலை எதிர் கொண்டாளோ அவனை நேரில் பார்க்க தெம்பில்லாமல் துவண்டாள்.. கால்கள் அப்படியே மடிந்து விடும் போல இருந்தது.

அவளுடைய கற்பனை உலகமும் சுக்கு நூறாய் உடைந்தது.

இங்கே இனி ஒருக் கனமும் அவளால் இங்கே இருக்க முடியாது. தன்னைத் " நந்தினி நந்தினி ஏய் ஆயிற்று என்று பின்னாலேயே பக்கத்தில் நின்றவர்கேட்பது கூட காதில் விழாமல்

வெள்றிய முக்த்துடன் காற்றாய் அந்த இடத்தை விட்டு ஓடினாள்.
மன்றத்தின் பின் பக்க கதவு வழியாக வந்த நந்தினி வேகமாக அங்கிருந்து ஓட ஆரம்பித்தாள். கொஞ்ச நாட்களாய் பழகியிருந்த இருட்டு மறுபடியும் விஸ்வரூபம் எடுத்து அவளைத் துரத்த ஆரம்பித்தது.
பயந்து போய் ஓட்டமாய் ஓடியவள் வெகுதூரம் போய் தான் நின்றாள்.
எந்த பஸ்ஸில் ஏறி எபப்டி வீட்டிற்க்கு வந்தாள் என்று அவளுக்கே தெரியாது. நவீன் தன்னைத் தேடி வந்துவிடக் கூடாது என்று அததனை வேகம்.
தன் சாவியால் வீட்டைத் திறந்து தன் அறைக்குள் வந்தவள் அக்தவை மூடினாள். சத்தம் கேட்டு பின்னாலேயே வந்த அபிராமியிடம் கூட வயீறு சரியில்லை. குமட்டிக் கொண்டு வந்தது. அதனால் வந்துவிட்டேன் என்று சொல்லியவள்
முழங்காலில் முகம் புதைத்து அழத் தொடங்கினாள்.
உலகமே அவள் தலையில் உடைந்து விட்டது உணர்ந்துக் குமுறிக்குமுறி அழுதாள்
அழுது அழுது அப்படியேத் தூங்கிப் போனாள். முதல் முறையாகத் தூங்கப் போகும் போது அவள் நவீனை பேச்சுத் துணைக்கு அழைக்கவில்லை.

சோர்வும் மயக்கமும் பாறங்கல்லாய் அவளை அழுத்தியது. கத்வுக்கிடையில் வரும் ஒரு சின்ன ம்ஞ்சள் ஒளிக்கிற்றத்தவிர எல்லாமே இருட்டாய் இருந்தது. தூரத்தில் ஏதோ இரைச்சலான இசையும் பலரின் சிரிப்பும் மெல்லியதாக அவள் காதில் விழுந்தது. எல்லாவற்றிற்கும் மேலாக மூச்சு விட முடியாதபடி நாற்றம் ய்ரோ சிறுநீர் கழித்து காய்ந்து போன நாற்றம். அதுவும் மூக்குக்கு மிக அருகில்.... தரையின் ஈரம் ஊசியாய் முதுகைக் குத்தியது

எழ முயன்றாள் நந்தினி ஆனால் முடியவில்லை.கனமாக ஏதோ அவள்த் தோள்களை அழுத்தியது. ஈரமாய் பல்லி ஒன்று அவள் உதடுகளில் மூக்கில் கழுத்தில் ஏதோ ஊர்ந்தது. முகத்தை

அபப்டியும் இப்படியுமாக வேகமாக திருப்பினாள். பளாரென்று யாரோக் கன்னத்தில் அறைந்தார்கள்.அசிங்க சிங்கமாய்த் திட்டினார்கள் என்னவென்று தான் புரியவில்லை. ஆனால் அந்தக் குரல்.

அவளுக்குத் தெரியும்
சுளீர் என்று வலித்தது
வலியில் முனங்கக்கூட முடியாமல் வாய்க் குளறியது. புரண்டு எழ முய்ற்சித்தாள். மூக்கில் எதையோ வைத்து அழுத்தினார்கள் திடுக்கிட்டு விழித்தாள். எதிரே ஒரு ஓநாய் அவளை வெறியோடு பார்த்துக் கொண்டிருந்த்து.அவள் கண்முன்னாலேயே ஓநாயின் முகம் மாறியது. அது என்ன ஏது என்று அவள் மந்தில் பதியும் முன்அவள் முகத்தில்ல் ஏதோ கருப்பாக விழுந்தது. நீண்ட மூச்சை இழுத்துப் பிடித்த் நந்தினி அப்படியே மய்க்கத்துக்குள் போனாள்.

சிகெரெட் புகையின் நெடி தான் அவளை தன் நிலைக்கு கொண்டு வந்தது. மூக்கு துவாரத்தில் சிகெரெட் நெடியோடு கம்பளிபூச்சு ஊற்வதைப் போல நூலிழைகள் மூக்கைச் சீண்டின

மூச்சு விட முடியாமல் திணறித் திணறிக் காலை உதைத்தாள். முடியவில்லை இரண்டு கணுக்கால்களையும் ஏதோ ஒன்று அழுத்திக் கொண்டிருந்தது. முழங்கையை வைத்து உன்னி எழுந்திருக்க முயன்றாள் முடியவில்லை கைகள் இரண்டும் முதுகுப் பின்னால் கட்டப்பட்டிருந்தது.
எங்கே இருக்கிறாள்? முகத்தை மூடியிருந்த கறுப்புத் துணியின் நூலிழை வழியே மங்கலான மஞ்சள் பல்ப் எரிவது தெரிந்தது நடுவயிற்றில் தொப்புள் மேல்சில்லெண்று ஏதோ ஒன்று . எதோ சிலந்தி ஊறுவது போல்
தொப்புளின் மேல் சிலந்தியா/ எப்படி நந்தினிக்குப் புரியவில்லை
அவளுடைய டி ஷிர்ட் எங்கே?

கை கால்களைஎல்லாம் எல்லாப் பகக்த்திற்கும் இழுக்கப்பட்டன

ஏதோ ஆபத்து அலற வேண்டும் போல் இருந்தது. ஆனால் வாய்க் குளறி சிரிப்புத்தான் வந்தது யாரோ அவளை கிச்சு சிச்சு மூட்டுவது போல சிரித்தாள்
அவளோடு சேர்ந்து இன்னும் இரெண்டு பேர் சிரிப்பது போல
இலை சிரிக்ககூடாது கத்த வேண்டும். உதவிக்கு அப்போது தான் யாராவது வருவார்கள்.

வாய் விட்டு அலற வேண்டும்
ஆ...................... அல்ற ஆரம்பித்தவளின் வாயில் யாரோ ஒருத் துணியை வைத்து அடைத்தார்கள்.

படபட படவென்று யாரோ கதவைத் தட்டினார்கள். நந்தினியால் கத்த முயற்சிப்பதைத் தவிர நந்தினியால் ஒன்றும் செய்ய முடியவில்லை

கதவின் மறுபுறம் நந்தினி அல்றுவது கேட்டது கதவு உடைந்தாலும் பரவாயில்லை என்று தன் பலம் கொண்ட மட்டும் உந்தித் தள்ளினாள் அபிராமி.. மூன்றாம் தட்வையில் தாழ்ப்பாள் விடுபட கதவுத் திறக்க
நந்தினியப் பார்த்த அபிராமி பயந்து போனாள். படுக்கையிலிருந்து கீழே விழுந்திருந்த அவள் ஓலமிட்டு அழுதபடி உடலை முறுக்கி முறுக்கி அழுது கொண்டிருந்தாள். சென்று நந்தினியை எழுப்ப முயற்சித்தாள். கண் திறந்து பார்த்தாலும் அபிராமியை அடையாளம் கண்டு கொள்ளவில்லை நந்தினி. அவள் அல்றுவதையும் நிறுத்தவில்லை.
வியர்வையில் தொப்பலாய் நனைந்திருந்தாலும் உடல் அனலாய் கொதித்தது. வேகமாய் சென்று தண்ணீர் எடுத்துவந்து தூக்கத்திலேயே நந்தினிக்குக் குடிக்கக் கொடுத்த அபிராமி அவளைத் தன் தோளோடு செய்து சமாதனப் படுத்தினான்.

நடப்பது எதுவும் தெரியாமல் அவள் தூக்கத்தில் விசித்தபடியே அபிராமியின் தோளில் சசய்ந்திருந்தாள் நந்தினி.

கலைந்த அவள் தலையைக் கோதிய அபிராமிக்கு நந்தினிக்கும் அபிலாஷாவிற்கும் இடையில் எந்த வித வித்யாசமும் தோன்றவில்லை.

அத்தியாயம் 27

அஸ்வினி தன் வேலையிலிருந்து திரும்பிக் கொண்டிருந்தாள். ஒரு குழந்தை அவள் பள்ளியில் ஆசிரியராகப்பணியாற்றிக் கொண்டே அவள் மேற்படிப்புக் செய்து கொண்டிருந்தாள் கணித்த்தில் மூளை பற்றி ஆராய்ச்சி செய்யும் படிப்பு அவளுக்குக் கிடைத்திருக்கிறது. ஆராய்ச்சி முடிய குறைந்த்து நான்கு ஆண்டுகளாவது ஆகும் வேலையும் செய்து கொண்டு படிப்பையும் தொடர்வது அவளுக்கு ஒரு சுதந்திரத்தையும் மனநிம்மதியையும் கொடுத்தாது அக்கா நந்தினி தான் வேலைக்குப் போய் சம்பாதிக்க துண்டியவள் அச்சு நம்மக்காக அம்மா அப்ப்பா சேர்த்து வைத்து இருக்கிறார்கள் தான் ஆனால் நமக்கென்று ஒரு சுதந்திரம் இல்லாமல் போய்விடுன் நானெல்லாம் எனக்கு பதினாறு வயது ஆனவுடனேயே ஏதாவது ஒரு வேலைத் தேடிக் கொள்வேன். அஸ்வினி நந்தினிக்கு மூன்று வயது சின்னவள் என்றாலும் அக்கா தங்கை இருவரும் ஒரு சிநேகிதிகளாகவே பழகினர் . அதற்குக் காரணம் அவர்களுடைய தாய் தான். கண்டிப்பும் எதிர்பார்ப்பும் அதிகமாக இருந்தாலும் குழந்தைகளின் மனதைப் புரிந்து நடந்து கொள்பவர். அதனால் 15ஆம் வய்திலேயே குழதைகலைப் பார்த்ஹ்டுக்கொல்லும் வக்லையில் பக்கத்து மருத்துவ மனையில் அக்கா போய் பயிற்சி எடுத்துக் கொண்டு பணம் சம்பாதிக்க ஆரம்பித்த்தை வரவேற்றார். அஸ்வினி அக்கா மாதிரி இல்லாமல் பக்கத்ஹ்டில் இருக்கும் லத்தீன மக்களுக்கு ஆங்கிலம் சொல்லித் தரும் பள்ளியில் மாலை நேரம் வேலை பார்த்து பணம் சம்பாதித்தாள். ஒருவருக்குப் புரியுஅம் படி பாடங்களைச் சொல்லிக் கொடுப்பது அவளுக்கு ரொம்ப்ப்பிடிக்க்கும் எனவே அதையே அவள் தொழிலாக்க் கொண்டாள்

இஒப்போது இந்தச்சின்னக் குழந்தைகளுக்கு ஆசிரியை வேலை பார்ப்பது ஒரு சவாலாக இருந்தாலும் அவளுக்குதன்னை

பற்றி தெரிந்து கொள்ள ஒரு நல்ல வாய்ப்பாக அமைந்த்துகுழந்தைகளிடம் ப்ழகிப் பழகி நேர்மையை மிகவும் நேசிக்க ஆரம்பித்தாள் அஸ்வினி. குழந்தைகளிடம் நேர்மையாக இல்லாவிட்டால் அவை சீக்கிரமே வெளியே வந்து விடும். குழந்தைஅகள்லின் இயற்கையான நேர்மையான மனம்ப்பான்மை கணித்த்தில் அவர்களுக்கு எப்படி உதவுகிறது என்பதைப் பற்றியேஎ அவர்களின் ஆராய்ச்சி. டெக்ஸாD மாநிலத்திலேயே படிக்க அவள் முடிவு செய்த்தாலவள் ந்ந்தினி கோபித்துக் கொண்டு சென்று விட்ட பிறகு தாய் தந்தையை அவள் விட்டு விலகி இருக்க விரும்பொஅவில்லை. அக்கா விலகிச் சென்ற பிறகு அம்மாவும் அப்பாவும் விறைத்துக் கொண்ட்து போல் தோன்றியது அவளுக்கு

கைபேசி அழைக்க எடுத்தாள் என்னம்மா என்றாள்

வேலை முடின்சிடுடுச்சா அச்சு நீ இந்தப்பக்கம் வீட்டிற்கு ஒரு நடை வர முடியுமா என்று மைதிலிக் கேட்டார். தனது பதினெட்டாம் வயதில் பட்டபடிப்பு முடித்து மேற்படிப்பு முடிக்கப் போகிறோம் என்று தெரிந்தவுடனே தனக்கென்று ஒரு அப்பார்ட்மெண்ட் எடுத்து அங்கே தங்கிக் கொண்டிருந்தாள், அஸ்வினி

நான்நூலகத்திற்கு போகலாம்ன்னு நினைச்சிட்டு இருந்தேன் ஏன் என்ன விஷயம் என்றாள் இல்லை லெமென் ஸ்க்யர்ஸ் கொஞ்சம் செய்தேன் அதான் அம்மா இழுத்தார். நந்தினிக்கு பிடித்த பலகாரம் அவள் இனி குடுமபத்தில் இல்லை என்று ஆன பிறகு அம்மா அவளுக்ச் பிடிப்பதை செய்வதையே விட்டிருந்தார். ராஜ் வந்து அவரைக் கெஞ்சும் வரை

ராஜ் வருகிறானா? என்று கேட்டாஅள் ஆமாம் வார இறுதி யாயிற்றே கூடவே உனக்கும் எங்களுக்கும் ஏதோ ஆனந்தம் தரும் செய்தி என்று என்று சொன்னான். அது தான் அவனுக்காக செய்தேன்.

அம்மா சொல்லாமல் விட்டது என்ன என்று அஸ்வினிக்குச்சொல்லாமலே தெரியும். அதை செய்து வைக்காவிட்டால் ப்ளீஸ் ஆண்ட்டி ப்ளீஈஸ் ஆண்ட்டி என்று அம்மாவைக் குடைந்து எடுத்து வுடுவான். இல்லைப்பா மனசுக்கு முடியலை என்றாலும் விட மாட்டான்.

நந்தனையை நினைச்சுக்கிட்டே நீஇங்க உங்க திறமைகளை குப்பையில் போடாதீங்க அவ ஒருத்தி க்குத் தான் சமைப்பீங்களா உங்க திறமை மற்றவர்களையும் மகிழ்விக்க வேண்டாமா என்று அம்மாவை உற்சாகப் படுத்துவான். அவன் சொல்கிறானே என்று செய்து விட்டு இரவில் தாய் சத்தமில்லாமல் அழுவாள் என்று அச்சுவிற்குத் தெரியும் ஆனால் ராஜ் கொடுத்த ஊக்கத்தில் தான் அம்மாவும் அப்பாவாலும் ஒரு இயல்பான வாழ்க்கை நிலைக்குத் திரும்ப முடிந்தது. அதற்கு அஸ்வினி ராJஜிற்கு எப்பவுமே கடமைப் பட்டிருப்பாள்..சரி ஒரு எட்டு மணி போல் வருகிறேன். என்றவள் போனை வைத்தாள்.

நந்தினி சென்றபின் அவளுடிய பள்ளித் தோழன் என்ற முறையில் அம்மாவிடமும் அப்பாவிடமும் அடிக்கடி வந்து பேசிக் கொண்டிருப்பான். அவனுக்கு நந்தினி மேல் ஒரு தலைக் காதலோ என்று கூட ஒரு சில சமயம் அச்சுவிற்குத் தோன்றியது உண்டு ராஜ் பார்ப்பதற்குக் குண்டாய் இருந்தாலும் அவனிடம் ஒரு கவர்ச்சி இருந்தது அந்த கவர்ச்சியை மறைக்கவே நந்தினி அவனிடம் எரிந்து விழுவாளோ என்று தோன்றியது. அஸ்வினி நந்தினி போல அழகானவள் இல்லை என்றாலும்தன் தோற்றத்தை கொண்டு அமைதி பட்டுக் கொள்ள அஸ்வினி கற்றுக் கொண்டிருந்தாள்.

ராஜ் என்ன ஆச்சிரியம்கொடுக்கப் போகிறான். ஒருவேளை அவனுக்கு இன்னுமொரு பதாவி உயர்வு கிடைத்து இருக்குமோ என்று தன்னைத்தானே சொல்லிக் கொண்டு நூலகத்தில் நுழைந்து தன் ஆராய்ச்சியில் ஈடுபடத் தொடங்கினாள். நேரம் போனதே தெரியவில்லை. குறிப்புக்களை எடுத்துக் கொண்டும் அதைப்

பற்றிய விவரங்களை கணினியில் தட்டுவதும் அவளுக்கு ஆராய்ச்சியில் மனம் லயித்து இருந்தததது. வயிறு கொட முடா என்று செய்யவும் எழுந்து சாப்பிடப் போக வேண்டும் என்று நினைத்தாள் புத்தகத்தை மூடி வைத்து விட்டு எழுந்தவள் அங்கே அவளைத் தேடிக் கொண்டு வந்து நிற்கவும் ஆச்சிரியப் பட்டுப் போனாள்.

என்ன ராஜ் இங்கே? எட்டு மணிக்கு நேராக வீட்டுக்கு வருவாய் என்று நினைத்தேன் அதுவும் நான் படித்து முடிக்கவும் நீ சரியாக வரவும் ஒரே மந்திரம் போட்ட மாதிரி சிரித்துக் கோண்டே கேட்ட்டாள்.

மந்திரமும் இல்லை மாயமும் இல்லை நான் வெறும் விஞ்ஞானி தான் மந்திரம் போடும் சூனியக் காரன் இல்லை, நான் வந்து அரை மணிநேரமாகி விட்டது தீவிரமாகப் படித்துக் கொண்டிருந்தாய் சரி அதுவரை தொந்தரவு செய்ய வேண்டாம் என்றூ நானும் ஒரு புத்தகத்தை எடுத்துக் கொண்டு உட்கார்ந்தேன் என்று சொல்லியவன் அவள் கைகளிலிருந்த புத்தகங்களை வாங்கிக் கொண்டான். ராஜ் நீ ரொம்ப நல்லவன் உன் மனைவி கஷ்ட்டப்படவே மாட்டாள் என்று அஸ்வினி சொல்ல இருவரும் சிரித்தார்கள்

அப்படியா சொல்கிறாய்? என்று அவளை பார்த்து ஒரு அர்த்தத்துடன் புன்ன்னகைத்தான் அவன் அவன் புன்னகையின் வசைகரித்தில் ஒரு கணம் மயங்கினாள் அஸ்வினி. இவன் புகைப் பிடிக்காமலிருந்தால் இவன் பற்கள் இன்னும் வெளீரென்று எப்படி அழகாயிருக்கும். நிகோடின் கரை படிந்த பற்களை பார்த்ததும் தன் சிந்தனை எங்கோ தாவுவது உணர்ந்து கட்டுப் படுத்தினாள் அஸ்வினி .இவன் பல் எப்படி இருந்தால் இவளுக்கு என்ன கவலை தன்னையே உலுக்கிக் கொண்டாள் அஸ்வினி,

என்ன அஸ்வவினி உன்னையே என் மணமகளாக கற்பனை செய்து கொண்டுவிட்டாய? சொல்லிச்சிரித்தான் ராஜ்

என்னது? அஸ்வினி அதிர்ந்தாள்

இது விளையாட்டில்லை நந்தினி நிஜமகவே தான் சொல்கிறேன். உள்ளத்தில் நான் உன்னை மனைவியாக நினைத்துத் தடுமாறுகிறேன். அதனால் தான் அடிக்கடி உன்னைப் பார்க்க வென்று ஏதாவது சாக்கு சொல்லிக் கொண்டு வந்து விடுகிறேன்.

ஆனால் நீங்கள் அக்காவைத் தானே

அவள் பேச்சை எடுக்காதே எடுத்தால் எனக்குக் கோபம் வரும் என்று உனக்குத் தெரியும் தானே நீ அந்தத் திமிர் பிடித்தவளுடன் நீ உன்னை இணைத்துப் பேசுவது எனக்குப் பிடிக்காது.நந்தினி உங்கள் குடும்பத்திற்குக் கிடைத்த சாபம்

நீ எவ்வளவு மென்மையானவள் தெரியுமா? என்று சொல்லிக் கொண்டே அவளுடையக் கன்னத்தை மெதுவாக வருட வந்தான், சட்டென்று இரண்டு அடி தள்ளினாள்அச்வினி

திருமணம் பற்றி நீ பேசினால் மட்டும் போதாது. இதற்கு என் பெற்றோரின் சம்மதமும் வேண்டும் நான் அவர்களிட்ம் பேசி விட்டு அதன் பிறகு இதைப் பற்றி பேசலாம் நான் கிளம்புகிரேன் என்று தன் காரை நோக்கி நடக்க ஆரம்பித்தாள்

நில் அச்வினி உனக்கும் உன் அக்காவைப் போல சட்டென்று கோபிக்கும் கெட்டப் பழக்கம் இருக்கிறது நீ

அதை விட வேண்டும். நான் உன் மனம் புரிந்து தான் என் பெற்றோரிடம் நம் மனநிலையைச் சொல்லி உன் பெற்றோரிடம் அனுப்பி வைத்தேன். இந்நேரம் அவர்கள் இதைப்பற்றி உன் பெற்றோர்களிடம்சொல்லி இருப்பார்கள் நாம் இருவரும் ஒன்றாகப் போய் இறங்கினால் எவ்வளவு சந்தோஷப்படுவார்கள் என்று யோசித்துப் பார்.

நின்ற படி அவனைத் திரும்பிப் பார்த்த அஸ்வினி அவன் பேச பேச அதிர்ச்சியோடு அவன் பக்கம் திரும்பினாள்

இது என்ன விளையாட்டு ராஜ்? ஏன் இப்படி அவசராவசரமாக முடிவெடுக்கிறாய்.நாம் இருவரும் ஒருவரை ஒருவர் அவ்வளவு நன்றாகத் தெரிந்து கொள்ளவில்லையே. உன் மேல் எனக்கு ஒரு கவர்ச்சி இருப்பது உண்மை தான் அதை நீ தவறாகப் புரிந்து கொண்டாய் என்று நினைக்கிறேன் ஆனால் நீ தேவையில்லாமல் அவசரப் படுகிறாய் எனக்கு இப்போது என் ஆராய்ச்சி தான் முக்கியம்

நீ சொல்வது எனக்கும் புரிகிறது அச்சு. ஆனால் என் அவசரமெல்லாம் உன் பெற்றோருக்காகத் தான். நந்தினியைப் பற்றி அவர்கள் எவ்வளவு கோபமாகப் பேசினாலும் கோபபட்டாலும் அவளும் அவர்களின் மகள் தானே. அவளை அவர்கள் மனம் தேடாவிட்டாலும் அவளது மகளை தங்களுடையப் பேரக் குழந்தையை அவர்கள் மனம் நாடாதா?

நாம் இருவரும் விரைவாகத் திருமணம் செய்து கொண்டால் அவர்களுக்கு எவ்வளவு ஆனந்தமாக இருக்கும் காலப் போக்கில் ந குழந்தையோடு விளையாடி அவர்கள் நந்தினி மேல் உள்ள தங்கள் கோபத்ஹ்டை மர்க்கலாம்நதினியின் குழந்தையைக் கூட நாம் நல்ல படியாக

வளர்க்கலாம். நாம் இருவரும் சேர்ந்து நந்தினிஅயி உன்பெற்றோரிடம் சேர்த்து வைக்க முயற்ச்சி செய்யலாம் ஆனால் முதலில் அவர்களின் மனப்புண் ஆற நாம் உதவி செய்ய வேஎண்டும். நீயும் எவ்வளவு தான் முயற்சி செய்தாலும் உன் முயற்சிக்கு உறுதுணையாக நான் இருக்க விரும்புகிறேன்.

தன்னுடைய குழந்தை முகத்தில் பலவித உணர்ச்சிகளைக்காட்டி பேசும் ராஜின் வார்த்தைகளிலிருந்த உண்மையை அஸ்வினி உணர்ந்தாள் அவளுடைய திருமணம் அக்காவையும் அவள் பெற்றோரையும் இணைக்கும் பாலமாக இருக்க உதவும்.

உன் யோசனை எனக்குப் பிடித்து இருக்கிறது ராஜ்

வா போய் அம்மா அப்பாவிடம் சொல்ல்லாம் என்றவள் ஆனால் நந்தினியை என் திருமணத்திற்கு நான் அழைப்பேன் நீ மறுக்க்க் கூடாது.சரிதான என்று உண்மையான சந்தோஷத்துடன் கேட்டாள் அஸ்வினி.

உன் அக்காவை நீ திருமணத்திற்கு அழைத்து அவள் வந்தால் பார்த்துக் கொள்ளலாம். நீ திருமணத்திற்கு சம்மதித்தே எனக்குப் போதும். வா நானும் உன் காரிலேயே வருகிறேன். என்று அவளுடைய காரின் ஒரு புறம் ஏறிக் கொள்ள ஒரு புது நம்பிக்கையுடன் அஸ்வினி காரோட்டியின் இருக்கையில் அமர்ந்தாள்

தமக்கை நளதினையைக் கண்டுபிடிக்க ஒரு நல்ல வழி கிடைத்தாகிவிட்டது.

நல்லவேளை நவீன் சிக்காகோவில் தான் இருக்கிறான் அவனிடம் சொன்னால் கண்டிப்பாய் இன்னும் முனைப்பாஉ

அக்காவைத் தேட முனைவான். தன் யோசனையில் இருந்த அஸ்வினி தனக்குள்ளே புன்னகைத்துக் கொண்டாள்

ராஜ் அதைதனக்கு சாதகமா நினைத்துக் கொண்டு தனக்குள்ளே சிரித்துக் கோண்டான் இவனைப் பிடிக்காது என்று எந்த ஒரு பெண்ணாலும் மறுக்க முடியாதே

.

அத்தியாயம் 28

அம்மா சொன்னாக் கேளுங்க நீங்க என் கூட வருவது தான் இப்போதைக்கு நல்லது. என்னுடன் கொஞ்ச நாள் இருங்க அப்புறம் நவீன் இந்தியாதிரும்பும் போது நீங்களும் அவனுடன் வந்துவிடுங்கள் .

கைலாஷ் என்ன சொன்னாலும் மரகததிற்கு அமெரிக்கா செல்ல யோசனையாகவே இருந்தது.. யோசனையோடு மகனைப் பார்த்தவர் என்னப்பா வீட்டை அப்படியே விட்டுட்டு வரச் சொல்ற. நவீனோட ப்ரஜெக்ட் எவ்வளவு நாள் போகும்ன்னு நமக்குத் தெரியாதே? சும்மா அப்படி காலவரையறை இல்லாம அங்கே வந்து உட்கார்ந்துட முடியுமா? தனக்கு ஆதரவாகப் பேச கணவரை கண்களால் அழைத்தார்.

அம்மா உங்களையும் அப்பவையும் தனியா விட்டுட்டுப் போக நான் தயார இல்லை.

ஆனா அதே சமயம் நான் அங்கே போகாமலும் இருக்க முடியாது என் வேலைகள் ஒருபக்கம் இருக்குதுன்னாலும், அபிராமி பற்றி முக்கியமான விஷயம் அங்கே எனக்காக காத்துகிட்டு இருக்கு. என் நிலையும் புரிஞ்சிக்கம்மா ப்ளீஸ் கைலாஷ தாயிடம் அன்பாக வாதாடினான்.

யோசி மரகதம் அபிராமியைத் தேடி கைகாஷ் போய் பேசும் போது

கோபத்திலே அபிராமி அவனோட வாழ மறுத்துட்டான்னு வச்சுக்கோ நாம் அங்கே இருந்தா அபிராமியைப் போய் பார்த்துப் பேசறதுக்கும் வசதியா இருக்கும்.தூரத்தில் இருந்தா ஒரு கையாலாகாத்தனமாத் தானே இருக்கு சிதம்பரம் தன் மனதில் இருப்பதை அப்படியெ சொன்னார்.
அப்ப மோனி? மரகதம் தன் சந்தேகத்தை மெதுவாக கேட்டார். மகள் காலி வீட்டிற்கு திரும்ப வேண்டுமா என்று இருந்தது.

அம்மா நான் சரவணனோடு சேர்ந்து ஒரு ஏற்பாடு செய்திருக்கிறேன். அவர்கள் நண்பர்கள் மூலம் மோனி இருக்கிற இடத்தைக் கண்டுபிடிச்சு உங்களுக்கு உடல் நலம் சரியில்லை அதனால் நான் அமெரிக்காவிற்கு நான் கூட்டிட்டுப் போயிருக்கிறேன். இங்கே வீட்டை ஒரு கண் வைச்சுக்க ஆளில்லாம இருக்கு அபப்டின்னு விவரம் மோனிக் காதுக்கு போற மாதிரி யோசனை பண்ணியிருக்கிறேன். அது மட்டுமல்ல நான் மோனிக்கு ஒரு கடிதம் கூட எழுதி சரவணனை விளம்பரம் செய்ய சொல்லியிருக்கிறேன்
என்று தான் எழுதி வைத்திருந்த கடிதத்தைக் காட்டினான். அதை வாங்கி மௌனமாகப் படித்த மரகதம் மகனிடமே அதை நீட்டினார். எதோ யோசிச்சு யோசிச்சு வேலை பார்த்திருக்கிற உன் இஷ்ட்டபப்டியே நாங்க அங்கே வருகிறோம். நீ ஏற்பாடு செய். ஆனா நவீன் கிட்டேயும் ஒரு வார்த்தை கேட்ட்டுட்டு செய்.. அவன் எங்களுக்காக முடிவு எடுத்து எடுத்தே எங்களுக்குப் பழகிப் போச்சு.
தாய் சொன்னதும் நிம்மதிப் பெருமுச்சுடன் எழுந்தான் கைலஷ்.
இனி கவலை இல்லை அடுத்த வேலையைப் பார்க்க வேண்டியது தான். நவீனிடம் பேசி விட்டு டிக்கெட் வாங்க் செல்ல வேண்டியது தான். நல்ல வேளை முதலிலேயே யோசித்து இருவருக்கும் வீசா வாங்கிவிட்டுத் தான் அமெரிக்கப் பயணம் பற்றி பெற்றோரிடம் பேசினான்.

கைலாஷிடமிருந்து போன் வந்ததுமே நவீன் தன் எரிச்சலைக் காட்டினான்.

“என்ன வேணும் உனக்கு . சும்மா தொந்தரவு செய்யாதே”
“ஏண்டா நவீன் இப்படிக் கோப படுகிறாய் நான் உன் அண்ணண்டா கைலாஷ்” ஆதங்கமாய் கேட்டான்
அது உனக்குத்தான் மறந்து போய் விட்டது. சரி இப்ப என்ன வேணும்ன்னு சொல் எதுக்கு கூப்பிட்டாய் கடுகடுத்தான் நவீன்
டேய் அம்மா அப்பாவை அமெரிக்கா கூட்டிட்டு வரப் போறேன் அதை அம்மா உன்னிடம் சொல்லச்சொன்னாங்க அதான்.
சொல்லிட்டேல்ல போதும் போனை வை என்று படக்கென்று வைத்தான். கைலாஸ்ஹ் அபிராமி பற்றிய விவரத்தைச் சொல்ல யத்தனிக்கும் முன் பட்டென்று போனை வைத்து விட்டான் நவீன்.
கைலாஷின் மேல் இருந்த எரிச்சல் அவனுக்கு இன்னும் அதிகமாகியது. இவன் அம்மா அப்பாவை அமெரிக்காவிற்குக் கூட்டிக் கொண்டு வருகிறானாம் பெரிய விஷயமாய்ச் சொல்ல வந்துவிட்டான்.
நவீன் அம்மா அப்பாவைத் தனியாக விட்டுவிட்டு வந்து விடாய் என்று கைலாஷ் குறை கூறுவது போலிருந்தது. அது மட்டுமல்லாமல் போனில் அதிக நேரம் பேசினால் அம்மா நந்தினி பற்றிக் கேட்பாள்
என்ன சொல்வது?
நந்தினி இன்னோருவனை மணந்து குழந்தை பெற்றிருக்கிறாள் என்றா?
அவனைக் கண்டதும் ஓடி ஒளிகிறாள் என்றா? போனை படுக்கையில் வெறுப்பாக எறிந்தவன் வராந்தாவில் போய் நின்றான். பரந்து விரிந்து தெரிந்த வானம இவன் மனதில் இருந்த இருட்டைப் பார்த்து சிரிப்பது போல் இருந்தது.
கீழே ப்ரௌனியின் பிரசவ வேதனை ஓலம் இவன் இதயத்தின் குரலோடு ஒத்து பாடியது
தலையைப் பிடித்துக் கொண்டு நின்றான். வெறுப்பாய் இருந்தது நவீனிற்கு.அம்மா வந்தவுடன் நந்தினியைப் பற்றிக் கேட்டாலும் கேட்காவிட்டாலும் கண்டிப்பாய் அண்ணியைப் பற்றிக் கேட்பார். என்ன சொல்வது நந்தினியைப் பற்றியக்

குழப்பத்தில் அண்ணியைப் பற்றி நினைத்தே பார்க்கவில்லை. அம்மாவோ அவன் மேல் இவ்வளவு நம்பிக்கை வைத்திருக்கிறார்.

அண்ணியை எங்கே எப்படித் தேடுவது? சின்னக் கீறலாய் ஏதாவது வழி கிடைக்க வேண்டுமே என்று கடவுளை யாசிக்க ஆரம்பித்தான்.

அவனுடைய அப்பார்ட்மெண்ட்டிற்குக் கீழே ப்ரௌனியின் வயிற்றைத் தடவிக் கொண்டு உட்கார்ந்திருந்த ட்ரேசியின் எண்ணம் எல்லாம் நந்தினியின் மேலே இருந்தது. காமடிக் கிளப்பில் வேலை செய்ய ஆரம்பித்தவுடன் நந்தினி மாறி வருவதாக சந்தோஷப்பட்டுக் கொண்டிருந்தவர். தீடிரென்று நந்தினியின் நிலமை தலை கீழாக ஆனவுடன் என்ன செய்வது என்று தெரியாமல் யோசித்துக் கொண்டிருந்தார்.

மூன்று நாட்களாக வேலைக்கு வராத நந்தினியை மீண்டும் பேக்கரியில் பார்த்த ட்ரேசி அதிர்ந்து போனார். தொட்டால் பொலபொலவென்ற் உதிர்ந்து விடுவாள் போல நந்தினியின் தொங்கிய தோள்களும் குனிந்த் தலையும் சோகமான குழி விழுந்தக் கண்களும் அவரை என்னவோ செய்தன. நந்தினியின் நிலை எவ்வளவு மோசமாக இருந்தது என்றால் அவளைச் சுற்றி வேலை செய்தவர்கள் அனைவருமே அவளிடம் மிகவும் கவனமாகவும் கரிசனமாகவும் நடந்து கொண்டார்கள் நந்தினி அதையும் கவனித்தாளில்லை. அவள் கருத்திலும் எதுவும் படவும் இல்லை.

அவள் கையில் எடுத்த்தெல்லாம் கீழே விழுந்த்து. சாமான்களைத் தூக்கிக் கொண்டு நடக்கும் போதுஇரண்டுமுறை

கால்கள் பின்னித் தடுக்க தடுமாறினாள்

யாராவது வந்து நந்தினி நீ இனி வேலைக்கு வரவேண்டாம் என்று சொன்னால் போதும் நல்லதாய்ப் போயிற்று என்று சொல்லிவிட்டு ஒரு இருட்டு மூலையைத் தேடி கொண்டு சுருங்கி உட்கார்ந்து கொள்வாள் போல

நந்தினியைக் கண்ணாலேயே கண்காணித்த ட்ரேசி இனி உடனடியாக ஏதாவது செய்ய வேண்டும் என்று முடிவு செய்தார்.

தான் போய் அவளை கேள்வி மேல் கேள்வி கேட்டு குற்ற விசாரணை செய்வதைத் தவிர வேறு எதுவும் தோணவில்லை அவருக்கு. இரண்டு மூன்று முறை

அப்படி விசாரிப்பதற்காக நந்தினியை அழைக்க நினைத்தவர் நாக்கைக் கடித்துக் கொண்டார்.

வேண்டாம் நாம் ஏதாவது கேட்கப் போகாவள் வேறு ஏதாவது தவறான முடிவுக்குச்சென்றுவிட்டால்

நந்தினியை இருபத்து நான்கு மணிநேரம் தன் கண்காணிப்பில் வைத்துக் கொள்ள வேண்டும் போலிருந்தது ட்ரேசிக்கு

நவீனும் நந்தினியும் தற்செயலாக சந்தித்துக் கொள்ள அவர் செய்த ஏற்பாடு எதுவும் சரியாக் நடக்கவில்லை வேறு ஏதாவது வழிசெய்ய வேண்டும்.

தொலைக்காட்சியில் அவள் குழந்தை பற்றிய விபரம் எல்லாம் தெரிந்தால் தான் நந்தினி என்ற புதிரை பத்திரமாக சுலபமாக விடுவிக்க முடியும் என்று ட்ரேசிக்குப் பட்டது.

முதலில் நந்தினியின் பிண்ணனியைப் பற்றி தெரிந்து கொண்டு அதன் பின் நந்தினியை அணுகுவதே புத்திசாலித் தனம். நந்தினியைப் பற்றி யோசனையோடு வீட்டுக்கு வந்தவர் பிரசவ வேதனையில் துடிக்கும் ப்ரௌனி அருகில் உட்கார்ந்தவர் தான்.

நாயின் வயிற்றைத் தடவியபடி உட்கார்ந்திருந்தவருக்கு ஒரு யோசனைத் தோன்றியது.

தன்னைப் பற்றி தெரியாத ஒருவரிடம் மனம் திறப்பது எப்போதுமே எளிது. நந்தினி நவீனிடம் மனம் விட்டுப் பேசினாலும் பேசலாம் அதற்கு ஒரு வாய்பை ஏற்படுத்திக் கொடுக்க வேண்டும்.அதை செயல் படுத்த நினைத்தவர். மறுநாள்

நவீனை அணுகினார்.

வேலையிலிருந்து திரும்பி அப்பர்ர்டுமெண்ட்டுக்குப் போகும் நவீனுக்காக காத்திருந்து அவனை வழியிலேயேப் பிடித்தார்
நவீன் எனக்கு ஒரு உதவி செய்வாயா? என்னுடன் வேலைப் பார்க்கும் ஒரு பெண்ணுக்கு ப்ரெள்னியின் குட்டிகளில் ஒன்றைப் பரிசாக கொடுக்கலாம் என்று நினைக்கிறேன்.
அந்தப் பெண் நீ சாப்பிடப் போகும் டிவான் அவென்யூவில் தான் இருக்கிறாள் தயவு செய்து கொண்டு கொடுக்க முடியுமா? என்று கேட்டார்.
அவரின் அன்புக் கட்டளைக்கு மறுப்பு சொல்ல முடியாமல் அந்த நாயை வாங்கிக் கொண்டான் நவீன்.

அத்தியாயம் 29

அபிலாஷாவை பேச்சுப் பயிற்சியிலிருந்து திரும்பியிருந்தாள் அபிராமி. முதலில் கதீஜாவின் உதவியால் அவளுடைய சமையல் தொழில் மெல்ல சூடு பிடிக்க ஆரம்பித்து இருந்தது. அது பற்றிய கணக்கு வழக்குகளைப் பார்கக் வேண்டிய வேலை இன்னும் இருந்தது.

முதலில் பயிற்சியில் அபிலாஷாவிற்குக் கொடுத்த பயிற்சிகளை தானும் வீட்டுக்கு வந்ததும்ம்குழந்தையுடன் செய்து விட்டுத்தான் மற்ற வேலைக்ளைச்செய்வாள் அபிராமி.ஆனால் இன்று குழந்தை பசியோடும் கலைப்போடும் இருப்பதாகத் தோன்றியதால் அவளுக்கு சாப்பாட்டை சமையலறயிலேயே வைத்து குழந்தைக்கு ஊட்ட ஆரம்பித்தாள் பசியில் இருந்ததால் குழந்தையும் வேகவேகமாக சாப்பிட்டது.

தெரெப்பி போக ஆரம்பித்ததிலிருந்து அம்முக்குட்டியின் அழுகை நிறையவே குறைந்து இருந்தது. நன்றாகவும் தூங்கினாள்.அதுவே அபிராமிக்குப் பெரிய பலமாக இருந்த்து.

குழ்ந்தையை தூங்க வைத்துவிட்டு தன் கணக்கு வழக்குகளை சரி பார்க்க உட்கார்ந்தாள்

கதவு தட்டும் ஒலிக் கேட்டது. இந்த நேரத்தில் யாராக இருக்கும்? கதீஜாவாக இருக்குமோ என்ற சந்தேகத்தோடு கதவைத் திறந்தாள் அபிராமி

நாய்க் குட்டியை ஒரு கூடையில் தூக்கிக் கொண்டு நின்ற நவீன் கதவைத் திறந்தவளைக் கண்டு அதிர்ந்தாள்.

அண்ணீ அவனை அறியாமல் அவன் அலறிவிட்டான்..

ட்ரேசியின் தோழி என்றவுடன் அதுவும் ஒரு அமெரிக்கப் பெண்ணாக இருக்கும் என்றே அவன் கணித்திருந்தான். நாய்க்குட்டியைக் கொடுத்துவிட்டு இரண்டு வார்த்தை சொல்லிவிட்டு கிளம்பிவிட வேண்டியது தான் என்று யோசித்து வந்தவனுக்கு தன் அண்ணியைக் கண்டதும் அதிர்ச்சியில் பேச்சே வரவில்லை.

அவனையே மலைப்பாகப் பார்த்துக் கொண்டிருந்த அபிராமி
வா உள்ளே வா என்றாள்
அவன் உள்ளே வந்ததும் கதவை மூடிவிட்டுத் திரும்பினாள்
. துப்பறியும் ஆள் வந்து போனதிலிருந்து அபிராமி உள்ளுக்குள்ளாக கைலாஷை எதிர்பார்த்துக் கொண்டு தான் இருந்தாள்.
என்ன சமாதானம் பேச உங்க அண்ணன் உன்னை அனுப்பிச்சு வைச்சாரா? நானும் எம் பொண்ணும் நிம்மதியா இருக்கிறது அவருக்குப் பிடிக்கலையா?அவராலே வரமுடியாதாம்மா?
அவள் கேட்டுக் கொண்டே உள்ளே நகர நவீன் உள்ளே நுழைந்தான்

இங்கே நாயெல்லாம் வைச்சுக்க முடியாது நீ எடுத்துகிட்டு போயிடு
வெறுப்பும் கோபமாக அபிராமிக் கொட்டிய வார்த்தைகளை நெருப்புக் கூடையாய் நவீனின் மேல் விழுந்தது.
அமைதியாக அண்ணியின் வார்த்தைகளைத் தாங்கிக் கொண்டான்.
எதிர் பார்க்காத இடத்தில் தன் அண்ணியைச் சந்திப்போம் என்று அவன் நினைக்கக் கூட இல்லை. அண்ணி கிடைத்து விட்டார் என்றால் அம்மா எவ்வளவு சந்தோஷப்படுவாள்
''ப்ளீஸ் அண்ணி கோபப்படாதீங்க நீங்க இங்கே இருக்கீங்கன்னு எனக்குத் தெரியாது. நான் இந்த நாயை ஒருத்தருக்குக் கொடுத்துட்டுப்ப் போகலாமென்று வந்தேன். அது நீங்க தான் என்று எனக்குத் தெரியாது.''
அண்ணியிடம் பேசுகிறோம் என்று தானாகவே அவன் குரலில் அன்பும் மரியாதையும் வந்துவிட்டிருந்தது.
அவன் குரல் அபிராமியை சாந்தப்படுத்தியிருக்க வேண்டும்
''எனக்கு நாய் கொடுத்து விடும் அளவிற்கு யாரும் நண்பர்கள் இல்லை'' என்ற அபிராமி சமையலறைப் பக்கம் திரும்பினாள்
அவள் குரலில் ஒரு வித ஏக்கம் இருந்ததை நவின் கவனிக்காமல் இல்லை அவளை இந்த நிலைக்குத் தள்ளிய கைலாஷின் மேல்

கோபம் வந்தது. அங்கே இந்தியாவில் ஆசிரியராக இருந்தவாரை சுடுமனையில் தினமும் வேக வைத்திருக்கிறானே

"உங்களோடு பேக்கரியில் வேலை செய்பவர்களாமே ட்ரேசி என்று அவர்கள் தான் கொடுத்து அனுப்பினார்கள். என்னுடைய அப்பார்ட்மெண்ட்டுக்கு கீழே இருக்கிறார்கள். நான் இந்தப்பக்கம் அடிக்கடி சாப்பிட வருவேன் என்றதால் என்னைக் கொண்டு போக முடியுமா என்றுக் கேட்டார்கள் நானும் சரிதான் என்று கொண்டு வந்தேன். இங்கே நீங்கள் இருப்பீர்கள் என்று எனக்குத் தெரியவில்லை."

இதோ கீழே இருக்கும் உணவகத்திலேயே இரண்டு மூன்று முறை உணவருந்தியிருக்கிறேன் ஆனால் உங்களைக் கண்டதில்லைஅவன் பார்வை அபிராமியின் சமையல் அறையில் நின்று கொண்டிருந்த அபிராமியின் முதுகைப் பார்த்ததே தவிர அவனுடைய மற்ற புலன்கள் அபிராமியின் பொருளாதார நிலையை அவனுக்கு நன்றாக எடுத்துக் காட்டின. பார்ப்பதற்க்கு நல்லமுறையில் உடை உடுத்தியிருந்தாலும் அதன் பொலிவு மங்கிய தோற்றம் அவள் புதுத்துணிமணிகள் வாங்கி ரொம்ப நாளாகி விட்ட்தை உணர்த்தியது. அத்யாவசியத் தேவைகளுக்கு என்று பொருட்கள் இருந்தனவே தவிர ட்ரேசியின் வீட்டில் இருப்பது போல வீடு நிறைந்தெ சாமான்கள் இல்லை. பார்க்க பார்க்க அண்ணி இவ்வளவு துன்பப் படுவது அண்ணனின் திமிர்த்தனத்தால் தானே என்று நினைத்து கைலாஷின் மேல் கோபமாய் வந்தது.

சமையலறையிலிருந்து நவீனுக்கு சாப்பிட உண்வு எடுத்து வைத்துக் கொண்டிருந்த அபிராமி தன் உணர்ச்சிகளை அடக்கப் பெரும் பாடு பட வேண்டியிருந்தது.

நவீனின் மேல் இயறகையாக இருக்கும் பாச உணர்வும் இந்தியாவில் தந்தை இறந்த போது அவன் செய்த உதவிகளின் நினைவும் அவனிடம் அதிக நேரம் கடுமைக காட்ட முடியாதபடி செய்தன

தட்டில் சப்பத்தியும் காய்கறிக் குருமாவையும் எடுத்துக் கொண்டு

வந்து நவீனிடம் நீட்டினாள்.
''வந்தது வந்தாய் சாப்பிடு.இரவு சாப்பாட்டை இங்கேயே முடித்துக் கொண்டு கிளம்பு''
என்றவள் நவீன் தட்டைக் கையில் வாங்கியதும்
போகும் போது நாயையும் எடுத்து கிட்டு போயிடு. இங்கே உங்க அண்ணனால் நாங்க பட்ட சங்கடம் என் ஜென்மத்திற்கும் போதும்.நாயைக் கொண்டு வந்து நிறுத்தினால் இந்த வீட்டுகார அம்மா எங்களை வீட்டை விட்டு விரட்டினாலும் விரட்டுவா அப்புறம் நாங்க தெருவில் தான் நிக்கணும்.

மனதுக்குள்ளே அவளைக் கொன்று கொண்டிருந்த ஆற்றாமை பொங்கிப் பொங்கி வெளியே வந்த்து. சூடான வார்த்தைகளை கக்கிய பிறகு என்னை நீ பாதிக்க முடியாது என்றுக் காட்டுவது போல் மார்பின் குறுக்காக கைகட்டி நின்று கொண்டாள். நவீன் அவளின் முகத்தையே பார்த்தபடி உட்கார்ந்திருந்தான்.
அவனுக்கு என்ன பேசுவது என்று தெரியவில்லை. அவன் நேரில் பார்ப்பது அவனுடைய அண்ணியா என்று இருந்தது. அக்கறைக் காட்டப் படாதெ கேசம் ஒளியிழந்த கண்கள் பொலிவிழந்த முகம் களை இழந்த தேகம். ஒழுங்கற்ற ஆடை என்று ஒரு வாடிய மலராய் துவண்டு நின்றிருந்தாள் அபிராமி
தன்னையே திகைத்துப் பார்த்துக் கொண்டிருந்தவனின் பாரவையைத் தாங்க முடியாமல்
சாப்பிடு நவீன் என்றவள் பேச்சு வளர்த்தாள்
அம்மா அப்பா நன்றாக இருக்கிறார்களா? மோனி படிப்பை முடித்திருப்பாளே என்று குடும்பத்தில் உள்ள மற்றவர்களைப் பற்றி விசாரிக்கும் போது அவளை அறியாமல் அபிராமியின் கண்களில் கண்ணீர் பெருகியது
எத்தனை அன்பானவர்கள். இவர்களை எல்லாம் பிரியும் படி ஆகிவிட்டதே ஏக்கம் பெருமூச்சாகி கேவிக் கேவி அழ ஆரம்பித்தாள்.
அவளைத் தேற்றும் வழி தெரியாமல் திகைத்து உட்கார்ந்திருக்க

அறையிலிருந்து குழந்தை தூக்கத்தில் தடுமாறியபடி வெளியே வந்தது.

அழுது கொண்டிருந்த அபிராமி அப்படியே அவசர அவசரமாக கண்ணைத் துடைத்துக் கொண்டாள். வீட்டிற்க்குள் புதிதாய் இருக்கும் நபரைப் பார்த்து அலற ஆரம்பித்து விடுமோ குழ்ந்தை என்று பயப்பட ஆரம்பித்தாள் அவள் விறைத்துக் கொண்டு நிற்க நவீன் குழப்பத்துடனும் அதிர்சியுடனும் குழந்தையைப் பார்த்துக் கொண்டு வாய் திறந்தபடி உட்கார்ந்திருந்தான்

அண்ணி இது இது என்று வாய் குழறியவனை உதட்டில் விரல் வைத்து அடக்கினாள் அபிராமி.

குழந்தையின் கண்களைக் குடையிலிருந்த நாய்குட்டியை விட்டு நகலவில்லை. மந்திர வித்தையைப் பார்ப்பது போல் கண்ணெடுக்காமல் நாய் இருந்த கூடை வரை நடந்து வந்து கூடையின் அருகில் நாயைப் போலவே படுத்துக் கொண்டது.

நாய் தன் தலையைத் தூக்கிப் பார்த்தால் தானும் தலையைத் தூக்கிப் பார்த்தது.

நாய் வாலை ஆட்டினால் அது தன் இடுப்பை ஆட்டியது.

இது என் மகள் அபிலாஷா என்ற் மெல்லியக் குரலில் அபிராமி குழந்தையை நவீனுக்கு அறிமுகப் படுத்தினாள்.

நவீன் தலையில் ஆயிரம் பட்டாசுகள் பூச்சிதறலாய் வெடித்தன. நந்தினி தூக்கி வைத்துக் கொண்டிருந்தது அவள் குழந்தையை அல்ல. தன் அண்ணன்ன் குழந்தையை. அப்படியானால் நந்தினி இங்கே தான் இருக்க வேண்டும் .தொண்டையில் சிக்கிக் கொண்டிருந்த சப்பாத்தித் துண்டை மிடறி விழுங்கினான்.அண்ணியும் நந்தினியும் ஒரே இடத்தில் அம்மாவின் பிராத்தனைகள் வீண் போக வில்லை

அந்த நேரத்தில் கதவைத் திறந்து கொண்டு உள்ளே நுழைந்தாள் நந்தினி.

அத்தியாயம் 30

வாசலில் நந்தினி ஸ்தம்பித்து நிற்க சாப்பாடு கொண்டு போன நவீனின் கை அப்படியே ஸ்த்ம்பித்து நின்றது.
நந்தினி அப்போது அங்கே வருவாள் என்று அவன் எதிர்பார்க்கவில்லை,

நந்தினியின் கைப்பை அவள் கையிலிருந்து நழுவி இருந்தது. அதிர்ச்சியில் தன் கண்கள் காண்பதை நம்ப முடியாமல் பின்னால் இரண்டடி தடுமாறி நகர்ந்த நந்தினி அப்படியே திரும்பி படிகளில் தடதடவென்று இறங்கி வீதியில் ஓடினாள்
நவீனும் தாமதிக்கவில்லை அதேவேகத்தில் அவள் பின்னாலேயே ஓடினான். சாப்பாடுத் தட்டை அப்படியே போட்டு விட்டு கை குட்டையில் கையைத் துடைத்துக் கொண்டு அவள் பின்னால் அவனும் ஓடினான். ஒரு சூறாவளிக் காற்றின் மையப் பகுதியில் சிக்கிக் கொண்டது போல் அவன் இதயம் வேகவேகமாகத் தடதடத்தது. தொட்டால் விழுந்துவிடுவது போல் இருக்கிறாள் இந்தப் பெண். இத்தனை வேகமாக ஓடுகிறளே என்று அவன் வியக்காமல் இல்லை.
டிவான் சாலையில் திரும்பி வழக்கமாக ஒட்டும் பாதையில் வாரன் பார்க் வரை ஓடினாள். வழக்கமாக ஓடும் பாதை என்பதால் வழக்கமாக வந்து நிற்கும் இடம் வந்ததும் முழங்காலைப் பிடித்துக் கொண்டு குனிந்து மூச்சு வாங்கியபடி நின்றாள் தான் ஓடியவேகத்தில் நவீனைத் தொலைத்துவிட்டோம் அவள் நினைத்ததாளோ என்னவோ தன் தோளில் கரங்கள் படுவது உணர்ந்தவுடன்
தன்னிச்சையாகசட்டென்று நிமிர்ந்து கைகளை உயரத் தூக்கிய அதே நேரத்தில் தன் வலது காலால் பின்னால் நின்றிருந்த நவீனின் காலை ஒரு மிதித்த்வள் தன் பின்னந்தலையால் அவன் மூக்கில் மோதினாள்.

நச்சென்று அவன் அடி படுவது கேட்ட அதே வினாடியில் தூக்கிய கரங்களை மடக்கி அவனது விலாவில் வேகமாக இறக்கினாள்.

இதை எதையுமே எதிர் பார்த்திருக்காத நவீன் மடிந்து முழங்காலிட்டு தன் விலாவைப் பிடித்துக் கொண்டு குப்புறவிழுந்தான்.

இது எல்லாம் நடந்து முடிய சில வினாடி நேரங்களே ஆயின.

நவீனின் வேதனையின் முனங்கல் கேட்டவுடன் தான் நந்தினி திரும்பினாள்

தரையில் விழுந்து நவீன் துடிப்பதைப் பார்த்தவுடன் பதறிப் போனாள் நந்தினி குனிந்து "நவீன் நவீன் ஆர் யூ ஓகே?" என்றபடி அவன் தலையை தூக்கப் பார்த்தாள் அவனுடைய கேசம் அவள் கையில் பட்டாய் வழுக்கிக் கொண்டு போனது. நந்தினியின் உடல் சிலிர்த்தது. சூடு பட்டவள் போல கையை எடுத்து விட்டு நவீன் நவீன் என்றறு அவன் காதோரமாய்க் குனிந்து ஆர் யூ ஓகே பதில் சொல் நவீன் எனக்கு பயம்மாக இருக்கிறது என்று மெல்லிய குரலில் கதறினாள்

அதற்குள் பக்கத்தில் நடந்து கொண்டிருந்தவர்கள் அவளை அணுகினார்கள்.

என்னம்மா ஏதாவது பிரச்சனையா? உதவி எதுவும் வேண்டுமா என்று அவர்கள் கேட்கவும்

இது இது என்னுடைய தோழன். தெரியாமல் நானே அவரைத் தாக்கிவிட்டேன். பலமாக அடிபட்டுவிட்டது என்று நினைக்கிறேன் என்று நடுங்கிய குரலில் சொன்னாள் நந்தினி

அப்படியா ஆம்புலன்ஸை வேண்டுமானால் வரச் சொல்வோமா என்று ஒருவர் அவசரமாகத் தன் செல்போனை எடுக்க மெல்ல தலையைத் தூக்கினான் நவீன். அவன் கைகள் மூக்கைப் பிடித்திருந்தன.

தலையைத் தூக்கி சுற்றி முற்றும் பார்த்த அவன் நவீன் என்ற நந்தினியின் குரலைக் கேட்டு இன்னும் கொஞ்சம் தூக்கினான அதேவினடியில் அப்படியே திரும்பி நந்தினியின் மடியில் படுத்துக் கொண்டான்.

தலை கீழாகத் தன்னைச் சுற்றி இருந்தவர்களை சுற்றி வந்த அவன் கண்கள் தன்னையேப் பார்த்துக் கொண்டிருந்த நந்தினியின் கண்களில் வந்து நின்றன.
நந்தினியின் கண்ணோடு தன் கண் கலந்திருக்க பார்வையாளர்களிடம் சொன்னான். "தோழன் என்று சொல்கிறாளே சரி திருமணம் செய்து கொள்கிறாயா என்று கேட்டேன். விட்டாளே ஒரு குத்து மூக்கு உடைந்து போய் விட்டது என்றவன் எனக்கு ஒன்று மில்லை சார் ஆம்புலன்ஸ் எல்லாம் வேண்டாம்"

இவள் என்னை திருமணம் செய்து கொள்கிறேன் என்று சொல்லட்டும் அதுவே எனக்குப் பெரிய மருத்துவம் என்று சொல்லி நந்தினியைப் பார்த்துக் கண்ணடித்தான்.
காதலர்களின் ஊடல் என்று கருதிய கூட்டம் கொஞ்சம் கொஞ்சமாய்க் கலைந்தது. அந்தக் கூட்டம் கலையும் வரை அசையாமல் நந்தினியின் மடியில் படுத்த படியேஇருந்த நவீனின் கண்கள் நந்தினியின் முகத்தை விட்டு அகலவில்லை. அவள் உடல் மெல்ல நடுங்கி கொண்டு இருப்பதையும் அவனால் உணர முடிந்த்து.
காதுகளை மறைத்து அவள் முகத்திற்கு வடிவு கொடுத்த கருப்பு பட்டுக் கூந்தலை தடவிக் கொடுக்க நவீனின் கைகளில் துடித்தன. அப்ப்டியே வியர்வைத் துளியோடு ஒட்டுக்கொண்டு அவள் நெற்றியை அலங்கரிக்கும் அந்த ஒற்றை முடியை ஒதுக்கி விட அவன் கைகள் துறுதுறுத்தன. ஆனால் அதையும் செய்யவிடாமல் தடுத்தது நந்தினியின் கண்களில் தெரிந்த சோகம். இவளுக்குள்ளே என்ன சோகம்?
அவன்க்குப் புரியவில்ல. மனதுக்குள் பல கேள்விகள் எழுந்து உட்கார்ந்தான் நவீன்
இந்த சோகம் தான் இவளை விரட்டியதா
தன் மடிக் கனம் குறைந்ததும் ஒரு வெறுமையை உணர்ந்தாள் நந்தினி
எதுவும் பேசாமல் எழுந்து நவீனுக்கு முதுகு காட்டி நின்றாள்.

எழுந்து உட்கார்ந்த வேகத்தில் மூக்கைத் தடவிக் கொண்டான் நவீன்

அப்பா என்னமாய் காயப்படுத்திவிட்டாள் என்று நினைத்துக் கொண்டே எழுந்து நின்றான்.

தன் பின்னால் திரும்ப் நந்தியை பார்த்தவன் முதுகு விறைக்க அவள் அந்தப்பக்கம் திரும்பி நிற்பதைக் கண்டான்.

அவள் முதுகு அருகில் போய் சிலையாய் நின்றான். நந்தினியே பேசட்டும் என்று காத்திருப்பவன் போல்!

இவன் இவ்வளவு தொலைவு பயணப்பட்டு வந்து இன்று நந்தினியின் முன்னால் நிற்கிறான் என்றால் நந்தினிக்குப் புரிய வேண்டும். பேச வேண்டியது நந்தினியின் முறை என்று நினைத்தவனாய், நின்றிருந்தவனின் கண்கள் நந்தினியின் ஒவ்வொரு மயிற்கால்கள்களின் அசைவையும் கவனித்த வண்ணம் அவள் உடலெங்கும் அலைபாய்ந்தன.

அவனைத் தன்னுடைய ஒவ்வோரு செல்லில்லும் உணர்ந்திருந்த நந்தினி சிலிர்த்தாள்.

எப்படி? எப்படி இங்கே இவன்? என்ற கேள்வி மூளையைத் தாக்க நவீன் வந்து விட்டான் நவீன் வந்து விட்டான் என்று அவளுடைய உணர்ச்சிகள் கும்மாளம் போட்டன.

எதற்கு வந்தாய் நவீன்? வெற்றுக் குரலில் கேட்டாள் நந்தினி

தன் வார்த்தைகளை யோசித்துத் தான் பதில் சொல்ல வேண்டியன் அவசியத்தை நவீன் உணர்ந்தான்.

மூன்று வருடத்திற்கு முன் பார்த்த அழகுப் பதுமை நந்தினி இன்று அவிழ்க்க முடியாதப் புதிராக நிற்கிறாள். அன்று அவள் உடலில் கண்ட வள்மையும் செழுமையும் இன்று இல்லை. பொலிவு மங்கிய முகமும் வற்றிப் போன கன்னங்களும் குச்சியான தேகமும்,ஏதோ வாழ வேண்டியிருக்கிறதே என்பதற்காக வாழ்வது போலவும் இருக்கிறாள்.

அன்று நந்தினி விட்டுப் போனது தன்னுடைய தன்மானத்திகு இழுக்கு என்று நினைத்தான். இன்று இவளை இப்படியே விட்டுப் போனால் தன்னுடைய சப்த நாடியும் ஒடுங்கி விடும் என்று

தோன்றியது. இன்னோரு முறை நந்தினியை இழக்க அவனால் முடியுமா?

நவீன் அமைதியாக் இருக்கவுமே அங்கே தான் இருக்கிறானோ என்ற சந்தேகத்துடன்
திரும்பிப் பார்த்தாள் நந்தினி
அவள் கண்களில் தெரிந்த கலக்கம் நவீனின் வயிற்றை என்னவோ செய்தது. சின்ன புன்னகையால் அவளைத் தேற்றிய வண்ணம் உன் தங்கை அஸ்வினி தான் உன்னைக் கண்டுபிடித்துத் தரும்படி என்னிடம் கேட்டாள்
அவனுடைய வார்த்தைகள் மின்னல் தாக்குவது போல் நந்தினியைத் தாக்கின.
அச்சுவைப் பார்த்தீர்களா? எப்போது எங்கே? எப்படி இருக்கிறாள்? ஆர்வமாகவும் வேகமாகவும் கேட்டாள் நந்தினி.
என்னுடன் பேசிக் கொண்டே நடப்பதானால் சொல்கிறேன்.
தயங்கினாள் நந்தினி
உனக்கு விபரங்கள் வேண்டுமானால் என்னோடு வா?
இல்லையென்றால் நான் போகிறேன் எனக்காக அங்கே சாப்பாடு காத்திருக்கிறது என்று அப்பார்ட்மெண்ட் பக்கம் கையைக் காட்டினான். அவன் வயிறும் அவன் சொல்லியதையே சத்தமாக உறுமலிட்டு ஆமோதித்தது. அவளை அறியாமல் சிரித்த நந்தினி நவீனுடன் சேர்ந்து நடந்தாள்.
இருவருமே மௌனமாக அப்பார்ட்மெண்ட்டை நோக்கி நடக்க ஆரம்பித்தனர்.
இருட்ட ஆரம்பித்திருந்தது. சூரியன் மறைந்ததும் சிகாகோவிற்கே பேர்போன குளிர்காற்றுதன் வேலையைக் காட்ட ஆரம்பித்தது.
நவீன் வந்துவிட்டானே என்று ஒரு புறம் நினைத்துக் கலங்கினாலும் நவீனோடு சேர்ந்து இணையாய் நடக்கிறோம் என்ற நினைப்பே சிலிர்க்க வைத்தது.
கைகளை மார்புக்குக்குறுக்கில் கட்டியபடி நடந்து வரும் நந்தினியின் உடல் அவ்வப்போது சிலிர்ந்து நடுங்குவதை நவீன் தன்

ஓரக்கண்களால் கவனித்துக் கொண்டே வந்தான்.மெள்ள கை நீட்டி அவளைத் தன்னோடு அணைத்துக் கொண்டான் மறுப்பேதும் சொல்லாமல் அவனுடன் இணைந்து நடந்தாள்

நந்தினியிடம் கேட்க ஆயிரம் கேள்விகள் இருந்தாலும் அவன் மூச்சுக் காற்றை கூட சத்தமாக்விடுவது உசிதமல்ல என்று நவீனுக்குத் தோன்றியது. மௌனமாகவே நடந்தான்.

மறுப்பு சொல்லாமல் அவன் அவளுடன் இணைந்து நடப்பதே அவனுக்குப் போதுமானதாக இருந்த்து.அப்பார்ட்மெண்ட்டுக்கு வந்ததும் ட்ரேசி கொடுத்த நாய்க் குட்டியை எடுத்து நந்தினியின் கைகளில் வைத்தவன்

ட்ரேசி உங்களிடம் இதைத் தன் பரிசாக உங்களிடம் சேர்ப்பிக்கச் சொன்னார்கள் என்றவன், புரியாமல் நின்று கொண்டிருந்த அபிராமியையும் நந்தினியும் ஓரே பார்வையில் பார்த்து வருகிறேன் என்று கைக்கூப்பி விட்டு வெளியெறினான்

நந்தினி சிலையாய் நின்றிருக்க நவீன் நவீன் என்று அழைத்தபடி தன் பின்னால் வரும் அபிராமியின் குரல் அழைக்க

தடதடவென்று படிகளி இறங்கி மறைந்தான்.

அத்தியாயம் 31

எத்தனையோ நாட்களுக்குப் பிறகு நிம்மதியாய்த் தூங்கி எழுந்தது போல இருந்தது நவீனுக்கு. சுறுசுறுப்பாகக் கிளம்பி உற்சாகத்தோடு விசிலடித்தபடி கீழே காருக்கு வந்தவன் ட்ரேசியின் அப்பார்ட்மெண்ட்டை நெருங்கியதும்ஒரு வினாடி தாமதித்து அவர்கள் வீட்டுக் கதவைத் தட்டினான்.

ட்ரேசியின் கனவர் ஜோ தான் கதவைத் திறந்தார்.

ஓ நவீன் குட் மார்னிங் ட்ரெசி வேலைக்குக் கிளம்பி விட்டாளே! என்றர் அவர் நவினின் வாசனையை முகர்ந்து கொண்டு ப்ரௌனியும் அவன் காலை விட்டுத் தேய்த்தது. அதன் தலையைத் தடவியபடியே நவீன்

சாரி ஜோ இரவு வருவதற்கு லேட்டாகி விட்டது. உரிய இடத்தில் நாய்க் குட்டியை சேர்த்துவிட்டேன் என்றவன் ட்ரேசி வேலைப் பார்க்கும் உணவகத்தின் பெயரையும் விலாசத்தையும் கேட்டுத் தெரிந்து கொண்டான். முடிந்தால் மதிய உணவு நேரத்தில் சென்று பார்க்கிறேன் என்று ஜோவிடம் சொன்னான் நவீன். எதற்கும் ஃபோன் செய்து விட்டுப் போ இல்லை என்றால் அவளிடம் நின்று பேசக்கூட முடியாது, சிலசமயம் அங்கு கூட்டம் அதிகமாக் இருக்கும் என்ற படி ட்ரேசியின் அலுவலக எண்ணையும் எழுதிக் கொடுத்தார் ஜோ

வாங்கிக் கொண்டு கிளம்பிப் போனான் நவீன். நந்தினி வேலை செய்யும் இடமும் தெரிந்துவிட்டது இன்று மதியமே அவளைப் பார்க்கப் போகிறான்.

அதை விட அவனுக்கு என்ன வேண்டும்?

உற்சாக்த்தோடேயே அலுவலக்ததிற்கு வந்து அஸ்வினிக்கு மறக்காமல் ஒரு மின்னஞ்சல் அனுப்பியவன் விசிலடித்தபடியே வேலையில் ஆழ்ந்தான்.

நந்தினியால் வேலையில் கவனம் செலுத்த முடியவில்லை. கைகளிலிருந்து சாமான்கள் விழுந்தன. தெரியாம் சக்கரையைத் தட்டி விட்டாள். முட்டை இரண்டு உடைந்து அவள் காலில்

ஒழுகியது. பேக்கரியின் அடுப்படியில் அவளைப் பரிதாபமாக பார்த்த ஒவ்வோருவரும் இப்போது ஒரு எரிச்சலுடன் அவளைப் பார்பப்தை நந்தினியால் உணர முடிந்தது. கைவேலையை விட்டு விட்டு அப்படியே கோட்டை எடுத்து மாட்டிக் கொண்டு பேக்கரியின் பின்பக்கக் கதவைத் திறந்து வெளியே வந்தாள்

அந்த மதிய வேளையிலும் சிக்காகோவின் ஊசிக் குளிர் காற்று அவள் முகத்தையும் காதுகளையும் பதம் பார்க்க கோட்டுக்குள் கைவிட்டப்படி பெருமூச்சு விட்டாள்.

நவீன் எப்போது எப்படி அமெரிக்கா வந்தான்? அவளைத் தேடி வந்திருப்பானோ? இல்லை அவன் அண்ணன் இங்கே தானே எங்கோ இருக்கிறான் என்று சொல்லியிருக்கிறான் அவனைப் பார்ப்பதற்காக வந்தனோ? அச்சு அவனை அனுப்பியதாகச் சொன்னானே அப்படியானால் இவள் இங்கிருப்பது அம்மா அப்பாவிற்குத் தெரியுமா? தெரிந்துமா அவளை வந்து பேசாமல் இருக்கிறார்கள்? அப்படியே அவர்கள் வந்து அவளிடம் பேசினால் நந்தினி என்ன சொல்வாள்? கேள்விகள் மண்டையைக் குடைந்தன.

கேள்விகளுக்குப் பதில் தெரியாமல் தூரத்தை வெறித்தாள் நந்தினி.

நந்தினி இருக்குமிடத்தை நவீன் கண்டு பிடித்து விட்டானே? மீண்டும்

அவளை அவன் சந்திக்க முறற்பட்டால்? இன்கேயே இப்போதே இந்த இடத்தை விட்டு ஓடிவிட மனம் துடித்தது. ஆனால் நிலத்தில் ஊன்றி நின்ற வேர்களாய் அவள் கால்கள் அசைய மறுத்தன.

அவளுடையநவீன் அவளைத் தேடிவந்துவிட்டான் எதற்கு இனி ஓட வேண்டும் என்று அவளுடையக் கால்கள் பிடிவாதம் பிடிப்பது போல இருந்தன.அவள் பின்னால் யாரோ வந்து நிற்பது போல உணர்ந்தாள் ந்னதினி. கூடவே சிகெரெட் புகையின் நாற்றம் உடல் சில்லிட உள்ளுக்குள்லே உறைந்து போனாள் நந்தினி. பயத்தில் நாக்கு மேலே ஒட்டிக் கொண்டது. ஆபத்து ஆபத்து என்று

உள் மனம் அலற திரும்பிப் பார்க்கவும் சக்தியில்லாமல் நின்றிருந்தாள் நந்தினி.அவள் உடல் பயத்தில் நடுங்க ஆரம்பித்தது.

அவள் பின்னாலிருந்த உருவம் முன்னே நகர தன்னிச்சையாக பயந்து விலகியவள் ஓரக்கண்களால் ட்ரேசியை அடையாளம் கண்டு கொண்ட பின்னரே நிம்மதிப் பெருமூச்சுவிட்டாள் ஆனால் ட்ரேசியிடம் பேச மனமில்லாதவள் முகத்தை அந்தப்ப்ககம் திருப்பிக் கொண்டாள்.

வெளிறிய அவள் முகத்தைப் பார்த்த ட்ரேசி ஒரு முடிவிற்கு வந்தார். இந்தப் பெண்ணை இப்படியே விட்டால் இனி தாங்க மாட்டாள். இன்று முழுவதும் அவள் படபடப்பாக இருப்பதை அவர் கவனித்துக் கொண்டு தான் இருந்தார்.

நந்தினியிடம் பேசியே ஆகவேண்டும் என்ற முடிவுடன் தான் நந்தினியை அணுகினார்.

புகைத்துக் கொண்டிருந்த சிகரெட்டை கடைசியாகஒரு இழு இழுத்து விட்டு அதைக் காலில் போட்டு மித்தித்தார்

என்ன நந்தினி என்ன பிரச்சனை? உன் குழ்ந்தைக்கு ஏதாவது பிரச்சனையா? எதுவும் உதவி தேவையா? என்று சாதாரணமாகக் கேட்டார்

நந்தினிக்கு ஒரு நிமிடம் ஒன்றும் புரியவில்லை. குழந்தையா? யார் குழந்தை குழப்பத்துடன் கேட்டாள்

ஓ உன் குழந்தை தான் டிவியில் அன்று பார்த்தேனே!

அச்சுக்குட்டியா? என்றவள் ஒரு புன்சிரிப்புடன் இப்போது தெரபி போய்க் கொண்டிருக்கிறாள் அவளுக்கு நீங்கள் அனுப்பிய நாய்க்குட்டி மிகவும் பிடித்துவிட்டது. மிக்க நன்றி,

என்ற நந்தினியின் வாய் பேச்சுக்காக சொன்னாலும் அவள் சிந்தை எல்லாம் நவீனைப் பற்றியே இருந்தது.. ட்ரேசி அங்கிருந்து நகர்ந்தால் போதும் என்றிருந்தது அவளுக்கு

நாயை உன் பெண்ணுக்குப் பிடித்திருக்கிறது. நாய் கொண்டுவந்த

வாலிபனை உனக்குப் பிடித்திருக்கிறதா? அவன் நல்லவனாக்த் தெரிகிறான். உங்கள் நாட்டிலிருந்து வந்தவனாகவும் இருக்கிறான். அவனைப் பார்த்ததும் ஏனோ கடவுள் உனக்காக அனுப்பிய பரிசு என்று எனக்குத் தோன்றுகிறது. நீ என்ன சொல்கிறாய் வேடிக்கையாகப் பேசுவது போலவே அவளைக் கேட்டார் ட்ரேசி

ட்ரேசியும் நவீனைப் பற்றி பேசவும் மீண்டும் தூரத்தை வெறித்தாள்

நவீனுடன் முன்பு மாதிரி பழக முடியுமா? நவினுடன் ஒரு வாழ்க்கை என்பதை நந்தினி இனிக் கனவிலும் நினைத்துப்பார்க்க முடியாதது அதனால் தானே எல்லோரையும் விட்டுவிலகி ஓடினாள் இப்போது என்ன செய்ய வேண்டும் என்றுத் தனக்குள்ளே யோசித்து யோசித்துக் கலங்கினாள் நந்தினி..

அவளுடைய குழப்பமான மனநிலையையும் பயம் த்ளியாத முகத்தையும் பார்த்த ட்ரேசி

இதோ பார் நந்தினி நான் சொல்வது உனக்குக் கேட்கப் பிடிக்காமல் இருக்கலாம். ஆனால்சொல்ல வேண்டியது என்கடமை.

வாழ்க்கை என்பது யாருக்குமே எளிதானதல்ல. உன் கடந்த காலத்தில் வீபரீதமாய் ஏதோ நடந்திருக்கிறது அது என்ன என்று எனக்குத் தெரியாது ஆனால். தாண்டி வருவது தான் உன்னுடைய நிகழ்காலம்.. நீ உன் கடந்த காலத்திற்குள்ளேயே வாழ்ந்து கொண்டிருக்கிறாய். அதை விட்டு வெளியேற பயப்படுகிறாய் அதை விட்டு வெளியே வரக் கற்றுக் கொள் உனக்கு என்ன உதவி வேண்டுமோ கேள் என்னால் முடிந்ததை ஒரு தாய் போல் செய்கிறேன்.

ட்ரேசியின் வார்த்தைகள் இதமாய் காதில் விழுந்ததும் நந்தினியின் கண்களில் கண்ணீர்வழிந்தது.

பெற்றோரிடம் சண்டை போட்டது முதல், தினம் தினம் இரவில் கனவில் வந்து பயமுறுத்தும் சிகெரெட் புகை வரை சொல்லி விடலாமா ? யோசித்தாள் நந்தினி.

வேண்டாம் நந்தினி வேண்டாம் ஒருமுறை நம்பி ஏமாந்தது போதாதா முட்டாள்த் தனமாய் அவசரப்படாதே அவளுடைய உள் மனம் எச்சரித்து. தோய்ந்து போய் ஆதாரமில்லமல் தடுமாறினாள்.

நம்பிக்கை இல்லாமல் பார்க்கும் நந்தினியின் பார்வையைக் கண்ட ட்ரேசிஅவளைத் தன்னோடு இறுக்கி அணைத்துக் கொண்டாள். முதலில் முரண்டு பிடித்த நந்தினி பின் தோளில் அடங்கி விசும்ப ஆரம்பித்தாள். அவளை ஆதரவாகத் தட்டிக் கொடுத்த ட்ரேசி

மனிதர்கள் மேல் உனக்கு நம்பிக்கை இல்லை போல இருக்கிறது. அதனால் பரவாயில்லை உன்னைப் பார்க்க நவீன் இங்கே வருகிறானாம் என்று எனக்கு இப்போது தான் ஃபோன் செய்தான். நீ எங்கேயும் ஓடி விடாமல் நான் பார்த்துக் கொள்ள வேண்டுமாம். எனக்கு அன்புக் கட்டளையிட்டு இருக்கிறான். உன்னை அவனுக்குப் பிடித்துப் போய்விட்டது என்று நினைக்கிறேன். மிகவும் உற்சாகமாக பேசினான்.உனக்கு அவனைப் பிடிக்காவிட்டாலும் பரவாயில்லை. எனக்காக அவனிடம் நல்ல முறையில் பேசு. உன மனதுக்கும் இதமாக் இருக்கும் உன் காலியான நெஞ்சில் அவனுடைய் அன்பை வாங்கி நிரப்பு

உன் கடந்த காலத்தை மறக்க ஒரு நல்ல வழிக்கிடைக்கும் என்றவர்.உன் கடந்த காலத்தை உன்னால் மாற்ற முடியாது ஆனால் எதிர்காலத்தை உன்னால் வடிவமைத்துக் கொள்ள முடியும் அதை நீ சரியாகச் செய்ய உனக்கு அந்த நவீன் உதவி செய்வான் என்று எனக்குத் தோன்றுகிறது நீ யோசிப்பாய் என்று நம்புகிறேன் சொல்லிவிட்டு

பேக்கரியின் பின் கதவைத் திறந்து கொண்டு உள்ளே சென்றாள் ட்ரேசி சொல்லும் உண்மை புரிந்தும் அடுத்து என்ன செய்வது என்று தெரியாமல் குழம்பிய நந்தினி பேக்கரியின் சுவரில் சாய்ந்து கண்ணை மூடி நின்றாள்

அவள் மீண்டும் கண் திறந்த போது அவன் முன்னால் சிலையாய் நின்றிருந்தான் நவீன்

அவன் பார்வையிலிருந்து அவன் என்ன நினைத்துக் கொண்டிருக்கிறான் என்று நந்தினியால் கண்டுபிடிக்க முடியவில்லை அவன் கண்கள் வெறுமையாக இருந்தது.

என்னுடன் வா என்று நந்தினி முன் தன் கை நீட்டினான். வேறு என்ன செய்வது என்று தெரியாமல் அவன் உள்ளங்கையில் தன் கரங்களை வைத்தாள் நந்தினி.

அத்தியாயம் 32

நீ சாண்ப்ரான்ஸிஸ்கோவில் இருக்கிறாய் என்று எல்லோரும் நினைத்துக் கொண்டிருக்க நீ சிக்காகோவில் என்ன செய்கிறாய் நந்தினி?

நவீன் கேட்ட கேள்விக்கு என்ன பதில் சொவது என்று நந்தினி நிறைய நேரம்
யோசிக்க வேண்டியிருந்தது.
யோசித்தாள்.
சொல்ல வேண்டும் என்றுநினைக்கும் எல்லாவிவரங்களையும் சொன்னால் நவீனை இழக்கப் போவது உறுதி. விவரங்கள் எதுவும் சொல்லாமல் விடுவதும் சரியல்ல.
நவீன் நண்பன் என்று வரும் போது சில விவரங்கள் சொல்லத் தேவையில்லை. என்ன என்ன விவரங்கள் அவனுக்குச் சொல்ல வேண்டும் என்று தீவிரமாக யோசித்து பேச ஆரம்பித்தாள்

அபிராமி
அது தான் அன்று சந்தித்தாயே அந்தப் பெண் என்று சொல்லத் தொடங்கினாள் நந்தினி.
அபிராமிக்கும் தனக்கும் இருக்கும் உறவு பற்றி நந்தினிக்கு தெரியவில்லை என்பது நவீனுக்கு புரிந்தது.

ஏன் அண்ணி உன்னிடம் ஒன்றுமே சொல்லவில்லையா?

தானே கேட்க வாயெடுத்தவன் நந்தினி பேசத் தொடங்கியதும் அவள் பேசி முடித்தபின் சொல்லலாம் என்று நினைத்தான்..
அபிராமியை நான் பார்த்த போது பாவம் அவள் தன் உடைமைகளத் தொலைத்துவிட்டு சான்பிராண்சிஸ்கோ ஏர்போட்டில் எங்கே போவது என்று தெரியாமல் கழிப்பறையில் நின்று கொண்டிருந்தாள்.. அவளைப் பார்க்க பாவமாக இருந்தது. ஏதாவது உதவி வேண்டுமா என்று கேட்டேன்.

தன்னை யாரோ துரத்தி வருவதாகவும், அவர்களிடமிருந்து தப்பித்து செல்லுவதற்காக சிக்காகோ செல்லும் எண்ணத்துடன் விமான நிலையத்திற்கு வந்ததாகவும் வரும் அவசரத்தில் டாக்ஸியிலேயே தன்னுடய பாஸ்போர்ட் பணம் எல்லாம் விட்டுவிட்டதாகவும் சொல்லி அழுதாள் சரி என்று நான் அவளுக்கு சிகாகோ செல்ல டிக்கெட் எடுத்துக் கொடுத்தேன். அவள் விமானம் ஏறும் வரை கூட இருக்கலாம் என்று அவளுடன் இருந்தேன். அந்த அரைமணி நேரத்தில் அவள் தன்னை சுற்றி முற்றி பார்த்துக் கொண்டு, பயந்து பயந்து காரியங்களைச்செய்தவிதம் அவளைத் தனியாக விடக் கூடாது என்று எனக்குத் தோன்றியது பாவம் ஒரு மயக்க நிலையில் இருந்தாள்.

அப்போது எனக்கு அபிராமி கர்ப்பம் என்று தெரியாது. பசியோடு இருக்கிறாள் என்று தோன்றியது. உணவு வாங்கிக் கொடுத்து சாப்பிடச் சொன்னேன். சாப்பிட்டதை எல்லாம் வாந்தி எடுக்க ஆரம்பித்தாள்.

அவளைத் தனியாக விட எனக்கு மனமில்லை. அதனால் இருவருக்குமாக டிக்கெட் வாங்கி கொண்டு விமானம் ஏறினோம்.

அபிராமியால் சாப்பிடவே முடியவிலை விமானத்தில் வழியெல்லாம் வாந்தி எடுத்துக் கொண்டே வந்தாள். பார்க்கவே பாவமாக இருந்தது நவீன். ஒரு சொட்டுத் தண்ணீர் கூட குடிக்க முடியவில்லை. இருந்தாலும் சிகாகோ வந்து அடைந்ததும் தனக்கு உதவுவதாக சொன்னவரைத் தேடிச் சென்ற அபிராமிக்கு நான் துணையாக் நானும் சென்றேன். அங்கே அபிராமி கீர்ன்கார்டை தொலைத்துவிட்டதால் தன்னால் உடனடியாக எதுவும் செய்ய முடியாது என்று சொன்ன அவர் அபிராமிக்கு உதவ மிகவும் யோசித்தார். தான் எதுவும் பெரிய பிரச்சனையில் மாட்டிவிடுவோம் என்று பயந்தார் போலநந்தினி சொல்லிக் கொண்டே போக

அபிராமி யாருக்கு பயந்து ஓடுகிறாள் என்று உனக்குத் தெரிந்ததா? நவீன் மெல்லக் கேட்டான்.

ஓ அவள் கணவன் என்று சொன்னாள்.. அவன் மட்டும் என் கையில் கிடைத்தால் போதும் நானே அவன் கழுத்தை நெரித்துக்

கொன்றுவிடுவேன்.
ஆத்திரமாக வெறியோடு நந்தினி பேச

நவீன் யோசித்தான் . கைலாஷ் என்ன மாதிரி அண்ணியைக் கொடுமைப் படுத்தியிருந்தால்நந்தினிக்கு இவ்வளவு கோபம் வரும். இந்நிலையில் நவீன் அபிராமி தான் தன் அண்ணி என்று இவன் சொன்னால் நந்தினி என்ன செய்வாள்? குழப்பமாக இருந்தது.
அமைதியாக இருந்தான்.
நந்தினியோ நவீனின் மௌனத்தைகவனிக்காமல் ஆவேசத்துடன் பேசினாள்.
அபிராமி எபப்டி அந்த ஆளுக்கு பயந்தாள் தெரியுமா? உடல் நிலை சரியில்ல என்று கூட மருத்துவரிடம் போக மாட்டாள். எங்கே தன்னைப் பற்றி விவரம் தெரிந்து யாராவது வந்து விடுவார்களென்று பயந்தாள் போல
ஒவ்வோரு பெண்ணும் தான் தாயாகப் போகிறோம் என்று தெரிந்தால் எவ்வளவு சந்தோஷப்படுவாள் ஆனால் தான் கர்ப்பமாக இருக்கிறோம் என்று நினைத்து நினைத்து அபிராமி அழுத அழுகை இருக்கிறதே
அழுது அழுது அவளுக்கு குளிர் காய்ச்சலே வந்துவிட்டது. கர்ப்பமானஉடல்நிலை சரியில்லாத பெண்ணை தன் வீட்டில் வைத்துக் கொள்ள அந்த நல்ல மனிதர் தயங்கினார்.
இந்த நிலையில் அவளைத் தனியே விட்டுவிட்டு என்னால் வரமுடியவில்லை. அதனால் நானே அலைந்து திரிந்து நாங்கள் இப்போது இருக்கும் இடத்தைக் கண்டு பிடித்தேன் என்னிடம் இருந்த பணத்தில் இந்த இடத்தில் தான் ஒரு மூன்று மாதமாவது தங்க முடியும் என்று தோன்றியது. அபிராமியால் ஒரு வேலையும் செய்ய முடியவில்லை. அதனால் நானே எங்களுக்காக உழைக்க வேண்டியிருந்தது. காலையில் பேக்கரியில் வேலை செய்து மாலையில் ஒரு கடையிலும் வேலை செய்தேன்.

அச்சுக்குட்டிப் பிறந்தவுடன் கொஞ்சம் தலை நிமிர்ந்தாள் அபிராமி

இப்போது அச்சுக்குட்டிக்காக அபிராமி பல நல்ல முடிவுகளை எடுத்து இருக்கிறாள். தொலைந்து போன கிரீன் கார்டுக்காக மீண்டும் விண்ணப்பித்து இருக்கிறாள்

தங்கள் கதையை தன்னைப் பற்றி தேவையில்லாத எந்த விவரங்களையும் நவீனுக்குச் சொல்லாமல்
ரத்தினச் சுருக்கமாகசொல்லி முடித்தாள் நந்தினி. கேட்டுக் கொண்டிருந்த நவீன் சிலையாய் அம்ர்ந்திருந்தான்.
நந்தினியைக் கை எடுத்து வணங்க வேண்டும் பொல் இருந்தது. அன்று நந்தினி அண்ணிக்கு உதவியிராவிட்டால்அண்ணியும் குழந்தையும் என்ன ஆகி இருப்பார்கள்
நல்ல வேளை அண்ணியும் நந்தினியும் அவன் தேடாமலே அவனுக்குக் கிடைத்து விட்டார்கள். முகத்தில் சின்னதாய் ஒரு புன்னகை மலர்ந்தது நவீனுக்கு.

அவனையே பார்த்துக் கொண்டிருந்த நந்தினி தன் மனதில் உள்ளதை தைரியமாகக் கேட்டாள்
நவீன் நான் ஒன்று சொல்வேன் அது பற்றி யோசிப்பாயா? கோபப் படக் கூடாது.அபிராமியின் கதை அவனை உலுக்கிவிட்டது என்று அவளுக்குத் தெரியும்.
நீ என்னை மீண்டும் தேடி வருவாய் என்று எனக்குத் தெரியும் அப்போது பேச வேண்டும் என்று நான் இரவு முழுவதும் யோசித்துக் கொண்டே இருந்தேன். தயவு செய்து நான் சொவதைக் கேள்.

இல்லை சொல் காரின் ஓட்டத்திலேயே கண்ணாயிருந்த நவீன் சொன்னான்.
. நீ ஏன் அபிராமியை மறுமணம் செய்து கொள்ளக் கூடாது?அவளுக்கும் ஒரு நல்ல வாழ்வு கிடைக்கும் உனக்கும் ஒரு குடும்பம் அமையும்
சென்று கொண்டிருந்த வண்டி அதிர்ந்து குலுங்கி நின்றது.
என்ன பேசறோம்ன்னு யோசிச்சு தான் பேசிறியா நந்தினி

கோபமாகக் கேட்டான் நவீன்

உனக்கு ஒரு நல்ல குடும்பம் அமைந்து நீ சந்தோஷமாய் இருந்தால் நான் எவ்வளவு சந்தோஷப்படுவேன் தெரியுமா? என் தோழியை என் நண்பன் மணந்து

கொண்டால் எனக்கு வேறு என்னவேண்டும் சொல்?

நந்தினி சொல்லச்சொல்ல நவீனின் கண்கள் பனித்தன.

நான் சொல்வதை கொஞ்சம் யோசிச்சுப் பார் நவீன் என்ற நந்தினி

அபிராமி ரொம்ப நல்லவள். திருமணமாகி குழ்ந்தை இருக்கே தவிர அவள் இது வரை வாழ்ந்த வாழ்க்கை ரொம்ப வெறுமையானது. அவள் கணவன் அவளை விவாகரத்து செய்து விட்டான். பாவம் தனியாக அவள் சின்னக் குழ்ந்தையோடு எப்படி அல்லல் படுகிறாள். பாவம் அச்சுக்குட்டிக்கு ஆட்டிஸம் வேறு. இதை எல்லாவற்றையும் விட அவள் கணவன் இன்னும் ஆள் வைத்துப் பின் தொடருகிறான் என்று நினைக்கிறேன்.

அவலுக்கு ஒரு தக்கத் துணை வேண்டும் என்பதை விட அந்தகுழந்தைக்குப் பொறுமையான அன்பான தந்தை வேண்டும். அபிராமியின் வாழ்வு சீராகிவிட்டால் என்னால் என் வழியை நிம்மதியாகப் பார்த்துக் கொள்ள முடியும்.

நந்தினியின் ஒவ்வோரு வார்த்தைகளும் இடியாய் இறங்கின.

அண்ணன் அண்ணியை விவாகரத்து செய்து விட்டானா?

அச்சுக்குட்டிக்க்கு ஆட்டிசமா?

கைலாஷ் அபிராமியை விவாகரத்து செய்த விஷயம் இந்தியாவில் யாருக்கும் தெரியாது.. செய்வதையும் செய்து விட்டு நல்லவன் போல நாடகமாடுகிறானா என்று அண்ணன் மேல் கோபம் வந்தது

அத்தியாயம் 33

நவீனுக்கும் அபிராமிக்கும் இப்படி ஒரு உறவு இருக்கும் என்று நினைத்துப் பார்க்க முடியவில்லையே. நவீனுக்குத் திருமணமானால் தான் ஒதுங்கிக் கொள்ளக் காரணம் கிடைக்கும் என்று நினைத்தாள் நந்தினி ஆனால் இப்பொழுது நவீனை தான் இழக்கப் போவதில்லை என்று சந்தோஷப் படுவதா இல்லை அவனுக்குத் தான்ன் தகுதியானவள் இல்லை என்று அழுவதா அவளுக்கேத் தெரியவில்லை.

அவள் அறைக்குள் செல்ல நந்தினியின் பின்னே செல்ல நினைத்தாலும் அண்ணி முன் அப்படி வேண்டாம் என்று யோசித்தவனாய்

தோளைக் குலுக்கிக் கொண்டு அபிலாஷாவைத் தூக்கச்சென்றான் நவீன்

இருவரையும் பார்த்துக் கொண்டிருந்த அபிராமிக்குசிரிப்பு வந்தது. நவீன் இந்தப் பெண்ணை விரும்புகிறானா? அப்படியானால் அவனது நிச்சயிக்கப்பட்ட திருமணம் என்ன ஆயீற்று என்று யோசித்தவள்அமைதியானாள். கைலாஷின் குடும்ப விவரங்களைக் கேட்க ஆவலாக இருந்தாலும் அவளுடையத் தன்மானம் தடுத்தது.

அதே சமயம் நவீனின அலைபேசிஅலறியது.

எண்ணைப் பார்த்தவுடன் வெறுப்புடன் எடுத்தவன் குழந்தையை அபிரரமியிடம் நீட்டிய படி சொல்லுண்ணா எனறான். அபிராமி முன்னால் அண்ண்னிட்ம மனதில் இல்லாத மரியாதையைக் காட்ட முயற்சித்தான்.ஆனால் அவனின் அந்த ஒரு வார்த்தையில் அபிராமியின் முதுகு முறுக்கேறியது. கோபமாக அவனை முறைத்தாள். கோபமாக பேச வந்த அவளை தன் உதட்டில் விரல் வைத்து அமைதிப் படுத்தி அண்ணா ஒரு நிமிடம் இருவரையும் வேகமாகத் தள்ளிக் கொண்டு அபிராமியின் அறையில் விட்டு கதவை மூடினான்.

அவன் தனக்கு உதவி செய்யவே முயற்சிக்கிறான் என்று புரிந்து அபிராமியும் அவனுக்கு ஒத்துழைத்தாள். அறைக்குள் சென்று தன் குரலோ குழந்தையின் குரலோ அலை பேசியில் கேட்காமல் பார்த்துக் கொண்டாள்

கைலாஷ் சொல்வதைக் கேட்ட நவீன்ஓ அம்மா அப்பாவும் உன்னுடன் அட்லாண்டா வந்துவிட்டார்களா? சரி நல்லது நான் வந்து இந்த வார இறுதியில் பார்க்கிறேன். நீ போனை அம்மாவிடம் கொடு என்றான்.

அவன் பேசுவதைக் கேட்டபடி கதவருகில் முழுவிவரமும் அறிய பதட்டத்துடன் கண்களில் கண்ணீர் வழியகாத்திருந்தாள் அபிராமி

அத்தியாயம் 34

போனின் மறுமுனையில்தம்பியின் குரலிலில் இருந்த கோபமும் வெறுப்பும் கைலாஷிற்கு மனவருத்ததைத் தந்தது. தன்னிடம் பேசாமல் தாயிடம் பேச முயற்சிக்கிறான் தம்பி என்று யோசித்தவன் போனை தாயிடம் கொடுத்துவிட்டு தான் இன்னோரு ஃபோனை எடுத்துக் கொண்டான்

அம்மா நல்லா இருக்கீங்களா? இப்ப உடல் நிலை எப்படி இருக்கு? பயணம் எல்லாம் வசதியாக இருக்கிறதா?நான் உடனே கிளம்பி உன்னைப் பார்க்க வருகிறேன்

எல்லாம் நல்ல படியா இருக்குதுடா நவீன் என்னை அப்பா நல்லா பார்த்துக்கிறார்.

உனக்கு ஒரு நல்ல சமாச்சாரம் சொல்லப் போகிறேன். நம்ம அபி கிடைச்ச மாதிரி தான். அவளும் சிக்காகோவில் தான் இருக்கிற மாதிரி தெரியுதாம். அதனாலே உன் கூட வந்து கொஞ்ச நாள் தங்கி உன் அண்ணன் அபிராமியைத் தேடட்டும் நீ அவசரப்பட்டு கிளம்பி வந்துவிடாதே. கைலாஷுக்ற்கு என்ன உதவி செய்ய முடியுமோ அதை முதல் செய் நீ என்னை அப்பபுறம் வந்து பார்க்கலாம்''

ஃபோனில் வந்த தாயின் குரலின் அன்பான ஆணை மெல்லியதாய் நவீனின் நெஞ்சில் வீசிக் கொண்டிருந்த கோபக்கனலை உசுப்பி வட்டது

அம்மா உன் பையன் மட்டும் இந்தப் பக்கம் காலடி எடுத்து வைக்கட்டும். ஒரு கொலையே விழூம் பண்றதை எல்லாம் பண்ணிட்டு நல்லவன் மாதிரி நடிக்கிறானா இவன்.

புலியாய் நவீன் உறுும பக்கத்தில் கேட்டுக் கொண்டிருந்த அபிராமியும் மறுமுனையில் போனில் கேட்டுக் கொண்டிருந்த மூவரும் நடுங்கி விட்டனர்

சிதம்பரம் தான் முதலில் சுதாரித்தார்

என்னடா இது என்ன பேச்சு பேசற அதுவும் அம்மாவின் உடல் நிலை இப்படி இருக்கிற நேரத்திலே

அப்பா உங்களுக்குத் தெரியாதுப்பா. குறுக்கும் நெடுக்குமாய் நடந்து கொண்டு உரத்தக் குரலில் நவீன் பேசிக் கொண்டிருந்த

நவீன் குரல் கேட்டு நந்தினி அறைக் கதவைத் திறந்து கொண்டு வெளியே வந்து அறை வாசலில் நின்றாள்
அவளைக் கண்டதும் நவீனின் சுருதி இறங்கியது.
நான் அங்கே வந்து நேரில் விவர்மாகப் பேசிக் கொள்கிறேன். இப்போ என்னால் போனில் விவரமாகப் பேசமுடியாது. நான் நேரில் வந்து பேசுகிறேன். அதுவரை காத்திருங்கள் மீறி நீங்கள் ஏதாவது செய்தால் நவீன் என்று உங்களுக்கு ஒரு மகன் இருந்தான் என்பதை மறந்து விடுங்கள் என்றவன் போனை வைத்தான்
கதசருகில் நின்ற அபிராமியை நாடிப் போனான்
கண்கள் கலங்கி நின்ற அவளைப் பார்த்த நவீன் அண்ணி அண்ணனுக்கு நீங்க இருக்கிற இடம் தெரிஞ்சிடுச்சுன்னு நினைக்கிறேன். அபிராமியின் முகம் வாடுவதைக் கண்டவன்
நீங்க கஷ்ட்டப்பட்டு கட்டியிருக்கிற இந்த சின்னக் கூட்டை கலைக்க நான் விட மாட்டேன் ஆனால் அண்ணன் அங்கே இருந்து கிளம்பறதுக்குள்ளே நான் அங்கே போறது தான் உங்களுக்கு நல்லதுன்னு எனக்குப்படுது அதனால் நான் உடனடியா அட்லாண்டா கிளம்பறேன். ஆனா ஒண்ணு தெரிஞ்சுக்கோங்க உங்க விருப்பமில்லாத எதையும் நான் நடக்கவிடமாட்டேன் உங்க மூத்த மகனாநீங்க என்னை நினைத்துக் கொள்ளுங்கள். கவலை வேண்டாம். . நிறைய விஷயங்கள் உங்களிடம் நிதானமாக உட்கார்ந்து பேச வேண்டியிருக்கு
அதுக்கெல்லாம் முன்னாலே உங்க கிட்டே ஒரு உதவி கேட்கணும். நந்தினி எனக்கு நிச்சயமான பொண்ணு . என்ன காரணத்தாலோ திருமணத்தைநிறுத்திட்டா! ஏதோ ஒரு சிக்கலில் மாட்டிக் கொண்டு இருக்கிறாள் என்று நினைக்கிறேன்.எனக்காக நந்தினியை நீங்க தயவு செய்து உங்கள்கண்பார்வையிலிருந்து விலக்காமல் வைத்துக் கொள்ளுங்கள் நீங்கள் அவளிடம் மனம் விட்டுப் பேச முடியுமா என்று பாருங்கள். உங்களுக்கு ஏதாவது உதவித் தேவை என்றால் நந்தினி வேலை பார்க்கும் பேக்கரியில் ட்ரேசி என்பவரைத் தொடர்பு கொள்ளுங்கள
அபிராமியிடம் நவீன் பேசுவதைப் பார்த்துக் கொண்டிருந்த நந்தினிக்கு அழுகை அழுகையாய் இவன் எவ்வள்வு நல்லவனாக

இருக்கிறான். இவனொடு வாழ இவளுக்குக் கொடுத்து வைக்கவில்லையே!. சுவற்றில் தலையை சாய்த்தபடி நவீனையே பார்த்துக் கொண்டிருந்தாள்.

அபிராமியிடம் பேசிய நவீன் நந்தினியை நோக்கித் திரும்பினான். அவளை நோக்கி எடுத்து வைக்கும் ஒவ்வோரு அடியிலும் அவளிடம் என்ன பேச வேண்டும் என்று யோசித்தவனாய் நடந்தான்

அவன் பார்வையின் கூர்மை தாங்க முடியாமல் நந்தினி தலை குனிந்தாள்

அவள் அருகில் சென்ற நவீன் அவள் தோளைப் பிடித்து அழுத்தினான்

தனனை அறியாமல் அவனி நிமிர்ந்து பார்த்தாள் நந்தினி

நந்தினி நான் அவ்\சரமாக அட்லாண்டா செல்ல வேண்டும். என் நோயுற்ற தாயர்ர் வந்திருக்கிறார்கள் நான் உடனடியாக செல்ல வேண்டும். இல்லை என்றால் அண்ணியைத்ம் தேடிக்கொண்டு அண்ணன் இங்கு வந்து விடுவார். இப்போது உட்கார்ந்து உனக்கு எல்லாவற்றையும் விவரமாக புரிய வைத்து விட்டுத்தான் இந்த இடத்தை விட்டு நகருவேன். அது இந்த நொடியில் முடியாது என்பதால் உன்னிடம் ஒன்று மட்டும் சொல்லிக் கோள்ள விரும்புகிறேன்

என்றவன் நந்தினியின் முகத்தை தன் கைகளில் ஏந்தினான்.

நான் உன்னுடையவன் . உன்னுடையவன் மட்டும் தான். உனக்கு நான் வேண்டாம் என்றால் முன்பு மாதிரிஎன்னைத் தூக்கி எறிந்து விடு அதை என்னால் தாங்கிக் கொள்ள முடியும். நான் உன்னை விட்டுப் போய் விடுகிறேன், என்னை மற்றவர்களுக்கு தாரை வார்த்துக் கொடுக்காதே அதை என்னால் மட்டுமல்ல, உன்னாலும் தாங்கிக் கொள்ள முடியாது என்றவன். என்னை தாரை வார்த்துக் கொடுக்கும் உரிமை உனக்கு இருக்கிறது என்று நீ நினைத்த போதே நான் உன்னுடையவனாகிவிட்டேன்.

அவன் பேசப் பேச நந்தினியின் கணகளிலிருந்து கண்ணீர் வழிந்தது.

நான் இல்லாதபோது நீ என்னை விட்டு ஓடலாம்.ஆனால் உன் நினைவுகளிலிருந்து என்னை ஓட்ட முடியாது. நீ என்னை

நினைத்துக் கொண்டிருக்கும்வரை நான் உன்னைத் தேடி வந்து கொண்டே இருப்பேன். நீ என்னவளாகும் வரை என்று விட்டு அவள் உசந்தலையில் ஒரு பட்டு முத்தம் கொடுத்துவிட்டு வேகமாக வெளியேறினான்.

அடுத்த வினாடி தரையில் உட்கார்ந்து அழ ஆரம்பித்தாள் நந்தினி..

அத்தியாயம் 35

நவீனின் வார்த்தைகள் நந்தினையை உலுக்கி எடுத்தன. அவனின் ஒவ்வோரு வார்த்தைகளும் ஆணித் தரமாய் அவனுடைய அன்பை அவளுக்கு எடுத்துக் காட்டி. அவளால் தாங்க முடியவில்லை.

நவீனின் தூய அன்பிற்கு இவள் ஏற்றவள் அல்ல. இந்த அனபை விட்டு விலகவும் முடியவில்லை.

அடுத்து என்ன செய்வது என்று புரியாமல் அப்படியே சுவரில் சாய்ந்து அழுதாள்.

அவள் அப்படி நிலை குலைந்து அழுவதைப் பார்த்த அபிரமி ஓடி வந்தாள். குழ்ந்தையை தரையில் உட்கார வைத்தவள் என்ன நந்தினி என்னம்மா என்ன ஆச்சு சொல்?

நவீன் கிளம்பிப் போறது உனக்குப் பிடிக்கலையா? நான் வேண்டு மென்றால் அவனைப் போய்க் கூப்பிடட்டுமா? அபிராமி கேட்க

வேண்டாம் என்பது போல தலை அசைத்த படியே அழத் தொடங்கினாள்.

சொல்லுடா என்ன வேணுன்னு சொல்லுடாஎத்தனை முறை அபிராமிக் கேட்டாலும் தலையில் அடித்துக் கொண்டு அழுவதைத் தவிர நந்தினி வேறு எதையும் செய்தாளில்லை.

எதுவும் செய்ய இயலாத அபிராமி அவளை விட்டு விலகி வந்து அபிலாஷாவிற்கு உணவு கொடுத்துத் தூங்க செய்தாள். நாய்க் குட்டி நந்தினியின் காலுக்குள் சுருண்டு படுத்தது.

நவீனுக்கும் நந்தினிக்கும் இடையில் ஏதோ நடந்திருக்க வேண்டும்? அதனால் தான் நந்தினி இவ்வளவு துக்கத்திலிருக்கிறாள் என்ற தினுசில் அபிராமியின் எண்ணம் போன்து. அன்று கூட நவீனைப் பார்த்ததும் நந்தினி ஓட முயற்சிக்க வில்லையா?நவீன் வேறு நந்தினி சிக்கலில் இருப்பதாக நவீன் சொன்னானே? அப்படியென்ன சிக்கல்?

என்று எண்ணியபடியே நந்தினிக்கு தட்டி தயிர் சாதத்தைப் பிசைந்தாள்.

பசியோடு இருந்தால் எந்த ஒரு துக்கமும் பெரிதாகத் தெரியும் என்று

அபிராமிக்குத் தொன்றியது. அதனால் நந்தினி அருகில் உணவை எடுத்து வந்து சாப்பிடு நந்தினி என்று மெல்லமாக வற்புறுத்தினாள் எதுவும் பேசாமல் சத்தமிட்டு அழுது கொண்டிருந்த நந்தினியின் அழுகை மெல்ல மெல்லகுறைந்து விசும்பலாயிற்று. ஆனால் சாப்பிட வற்புறுத்தாமல் அபிராமியின் குரல் அவள் காதுகளில் விழுந்ததாய்த் தெரியவில்லை.எங்கோத் தொலைதூரத்தில் நின்றது அவள் பார்வை. அவள் அருகிலேயே அப்படியெ தானும் உட்கார்ந்து சுவரில் சாய்ந்து கொண்டாள் அபிராமி

அவளுக்கு என்ன செய்வதென்றே தெரியவில்லை அவளுக்குள்ளும் உணர்ச்சிகளின் போராட்டம்

நவீன் அங்கே சென்ற நேரத்தில் கைலாஷ் இங்கே கிளம்பி வந்தால்? நவீன் சொல்வதைக் கேட்காமல் கைலாஷ் அவளைத் துரத்தி வந்தால்? குழப்பமாக இருந்தது. தன் மாஜிக் கணவனைப் பார்க்க அவளுக்கு மனமில்லை. என்றாவது ஒரு நாள் பார்த்தாலும் தான் ஒரு நல்ல நிலையில் இருக்க வேண்டும் என்று அவள் விரும்பினாள்.

இப்போது தான் கால் ஊன்ற ஆரம்பித்திக்கிறாள் அபிராமி. மீண்டும் ஓடுவது என்றால்? எங்கே போவது? குழப்பமாக இருந்தது அவளுக்கு.

மனதின் இன்னோரு பக்கத்திலிருந்து மெள்ள கேள்விகள் எழுந்தன

ஏன் போக வேண்டும்? அபிராமியாய் ஒன்றும் கைலாஷைத் தேடிப் போக்வில்லையே அவனாகத்தானேஅவள் பின்னாலேயே வருகிறான் அபிலாஷாவிர்கு அவனிடம் இருக்கும் பணத்தால் என்னென்னெ வசதிகள் செய்து தர முடியும்?அவளுடிய சுயநலத்தால் அவை அம்முக்குட்டிக்கு கிடைக்காமல் செய்ய வேண்டும்? இந்நேரம் அம்முக்குட்டி எத்தனை வாழ்க்கை வசதிகளோடு இருந்திருப்பாள்?

யோசனையோடு உட்கார்ந்திருந்தவள் மனதில் பழைய நினைவுகளில் மூழ்கினாள் அபிராமி. கைலாசுடன் திரும்பிப் போய் வாழ்ந்தால் தன் வாழ்க்கை எப்படி இருக்கும் என்று யோசித்துப்

பார்த்தாள். யோசிக்க யோசிக்க தன்னால் தனியாக வாழ முடியுமா என்று பயம் வந்தது. உண்மையைச் சொன்னால் கைலாஷை விட்டுப் பிரிந்து இருந்த இந்த மூன்று வருடத்தில் நந்தினியின் துணை இருந்ததால் தான் அவளால் இப்படிப்பட்ட வாழ்க்கையையாவது அமைத்துக் கொள்ள முடிந்தது. நந்தினிக்கும் நவீனுக்கும் திருமணம் நடந்து விட்டால் தன்னுட்டைய கதி என்ன ஆகும்?

யோசிக்கவே பயமாக இருந்தது அபிராமிக்கு.

ஆனால் அபிலாஷா போன்ற ஒரு குறையுள்ளக் குழந்தையை ஏற்றுக் கொள்வானா கைலாஷ்? கேள்வி அவளை பயமுறுத்த
மெல்லத் தலையைத் திருப்பி நந்தினியைப் பார்த்தாள். அவள் நிலையில் எந்த மாற்றமும் இல்லை. எங்கோ தூரத்தை வெறித்த விழிகள். கன்னத்தில் காய்ந்த கண்ணீர் கோடுகள்
மெல்ல பேச ஆரம்பித்தாள்.
நவீன் உன் மெல் உயிரையே வைத்து இருக்கிறான் என்று நினைக்கிறேன், நவீனை மணப்பது என்றால் உனக்கு அவ்வளவு கஷ்ட்டமாக இருக்கிறதா நந்தினி? நவீனை உனக்குப் பிடிக்கவில்லையா? உன் சுதந்திரத்திற்கு அவன் தடையாக இருப்பான் என்று நினைக்கிறாயா?
அபிராமி கேட்க அவளைத் திரும்பிப் பார்த்தாள் நந்தினி
அபிராமியிடம் காரணத்தைச் சொல்லி விடலாமா? யோசித்தாள். இல்லை நவீன் மேல் எந்தத் தவறும் இல்லை என் மேல் தான் தவறு இருக்கிறது என்று சொல்லி விடலாமா? உண்மையைச் சொல்ல வேண்டும் என்ற நினைப்பே அவளை அழுத்த அவமானத்தால் தலை குனிந்தாள்.
சொல்லு நந்தும்மா உனக்குள்ளே போட்டு குமைந்து கொண்டிருக்காதே! நீ எப்படித் துணிச்சலானவள். மனம் விட்டுப் பேசினால் எந்தப் பிரச்சனையும் சுலபமாகத் தீர்த்து விடலாம். நவீன் ஏதோ சிக்கல் என்று சொன்னான். என்ன என்று சொல் நாம்

இருவருமாகச் சேர்ந்து அதை எப்படித் தீர்ப்பது என்று முடிவு செய்யலாம் என்றாள் அபிராமி

. இந்த மூன்று ஆண்டுகளாய் தினம் தினம் நானுயிரோடு இருக்கக் காரணமே நவீன் தான். கற்பனனயில் என்னோடு எப்போதும் பேசிக் கொண்டிருக்கும் என் நண்பன். எப்போதும் எந்த நேரத்திலும்எந்தக் காரணத்திற்காகவும் அவன் என்னைவிட்டு விலக மாட்டான் என்று எனக்குத் தெரியும். ஆனால் நிஜம் வேறு என்னைப் பற்றிய உண்மைகள் நவீனுக்குத் தெரிந்தால் அவன் என்னை வெறித்து ஒதுக்கி விடுவான். அபிராமிக்கு பதில் சொல்வது போல தனக்குள்ளேயே பேசிக் கொண்ட போன நந்தினி

என் சிக்கலுகுத் தீர்வு என் மரணம் தான் அபிராமி. என்றவள் தன் அறைக்குள் சென்று கதவைச் சட்டென்று பூட்டினாள்.

பதறி போனாள் அபிராமி

எழுந்து நின்று படபடவென்று கதவைத் தட்டினாள். பலனில்லை

நந்தினி அபிராமிக் கதவைத் திறகக் முடியாமல் அங்கிருந்த நாற்காலி மேஜையைத் தள்ளி கதவிற்கு முட்டுக் கொடுத்தாள்.

சாகப் போகிறோம் என்ற பயம் அவளுக்கு இல்லை. மூன்று வருடங்களுக்கு முன்னால் விமான நிலையத்தில் தான் செய்து இருக்க வேண்டியக் காரியத்தை இன்று செய்யப் போகிறாள். காலம் தாழ்த்தி விட்டோமே என்றக் கோபம் தான் இருந்தது. அபிராமி அழைப்பது கேட்டுக் கொண்டே இருந்தது.

நிதானமாகச் சென்று கைப்பைஅயை எடுத்தாள். பாத்ரூமிற்குச் சென்றாள். அந்தக் கதவையும் மூடி விட்டு. கைப்பையைத் திறந்தாள். உள்ளே இருந்து சின்ன கை அடக்க ஸ்விஸ் கத்தியை எடுத்தாள். எப்போதும் பாதுகாப்பிற்கு இருக்கட்டும் என்று கல்லூரி நாளிலிருந்து கைப்பையில் போட்டு வைத்திருக்கும் கத்தி. இன்று அவள் உயிரைக் குடிக்கப் போகிறது.

அதைக் கையில் எடுத்துதிறந்தாள். பாத்ரூம் கண்ணாடியில் தெரிந்த நந்தினி கேட்டாள்.

இது கண்டிப்பாய் நடக்க வேண்டுமா? இதைத் தவிர்க்கவே முடியாதா?

தன் கண்களிலிருந்த கேள்வியைப் பார்த்த நந்தினிக்குக் கோபம் வந்தது. இது மூன்று வருடங்களுக்கு முன்னால் விமான நிலையத்திலேயே முடிந்து விட்டருக்க வேண்டியது.இத்தனை நாள் வாழ்ந்ததே பெரிய தவறு என்று தோன்றிவிட சட்டென்று கத்தியால் தனது இடது மணிகட்டை அறுத்துக் கொண்டாள்.

இரத்த்ம் சொட்டச் சொட்ட கையை பாற்த்துக் கொண்டிருந்தவள் துளீத் துளியாய் இரத்தம் வெளியேறி கைகளிலிருந்து கீழெ சொட்ட சலனமில்லாமல் பார்த்துக் கொண்டேயிருந்தாள். கையை பேசினுக்குள் நீட்டி அதை நீர் படுமாறு குழாய் நீரைத் திறந்து விட்டாள்.

....

கதவை எவ்வளவு முயன்றும் அபிராமியால் திறக்க முடியவில்லை. நந்தினி முட்டுக்கொடுத்திருந்த நாற்கலியும் மேஜையும் அவளுக்கு சவாலாக இருந்தன. நந்தினி பாத்ரூம் அறைக்குள் சென்று கதவை மூடுவது கேட்டது. கதவை தட்டுவதை நிறுத்தி ஒரு வினாடி கதவின் மேல் காதை வைத்துக் கேட்டவள் சத்தம் எதுவும் வரமால் போகவே *911*ஐக் போனில் அழைத்தாள். கீழே ஓடிச் சென்று கதிஜாவின் உணவகத்தில் வேலை செய்து கொண்டிருந்த இரண்டு ஆட்களைக் கூட்டி வந்து கதவை உடைக்க செய்தாள். அறைக்கதைவை உடைத்து, மேஜை நாற்காலிகளைத் தாண்டி பாத்ரூம் கதவை உடைத்து அவர்கள் பார்க்கும் போது நந்தினி பாத்ரூம் தரையில் மயங்கிக் கிடந்தாள் அவள் மணிக்கட்டிலிருந்து இரத்தம் சீராய் வழிந்து கொண்டிருந்தது

அத்தியாயம் 36

என்ன வேகமாக நவீன் பரபரத்தாலும் அவன் சிக்காகோவிலிருந்து பறந்து, வண்டி பிடித்துஅட்லாண்டாவிலிருக்கும் கைலாஷ் வீடு வந்து சேர ஆறுமணி நேரமாகியது. வரும் வழியெல்லாம் அன்று நடந்தவைகளை நினைத்து நினைத்து நினைத்துப் பொறுமினான். ட்ரேசியின் உருவில் கடவுள் ஒரு தேவதையை அனுப்பியிருக்காவிட்டால் இவனுக்கு நந்தினிஅயைப் பற்றி தெரியாமலே போயிருக்கும். அண்ணி அனுபவித்த துன்பங்களும் தெரியாமல் போயிருக்கும்.

நந்தினியின் செயலகள் குழப்பமாகவே இருந்தன. தான் சிக்காகோ வந்தது பற்றிசொன்னவள் அபிராமிக்கு இவ்வளவு காலம் ஏன் உதவ வேண்டும்? நகைச்சுவைப் படிப்பு தான் முக்கியம் என்று டெக்ஸாசைவிட்டு வந்தவள் ஏன் அது பற்றி யோசிக்க மறுக்கிறாள்? அபிராமிக்கு இந்த மூன்று ஆண்டுகளாக உதவி செய்ததனால் அவளுடைய குறிக்கோள் தவறிவிட்டதேஎன்று கவலையும் அவமானமும் தான் அவளைத் தன் பெற்றோரிடம் போகவிடாமல் தடுக்கிறதா?

எவ்வளவு தீவிரத்துடன் அவள் நகைச்சுவையாளராக வேன்டும் என்று அவள் நினைத்திருந்தால் இப்படி தன் பெற்றோரை விட்டு விலகி இருக்க முடியும்.அட்லாண்டாவிலிருந்து திரும்பியதும் அவள் காமடியாக வருவதற்கு என்னன்ன செய்ய வேண்டுமோ அத்தனை உதவிகளையும் செய்ய வேண்டும்.

அவள் தன் திறமைமேல் தன்னம்பிக்கை அடைந்து விட்டால் போதும் நந்தினி தன்னிலைக்கு வந்து விடுவாள்.

விமானத்தில் உட்கார்ந்து கொண்டு நந்தினியைப் பற்றி யோசிக்கும் போது நவீனுக்கு ஒன்று உறுத்தியது. நந்தினி காமடியானகப் படிக்க வேண்டும் என்று வீட்டை விட்டு வெளியேறுகிறாள். அடுத்ததாக விமான நிலையத்தில அபிராமியை சந்தித்து அவளைக் கூட்டிக் கொண்டு சிக்காகோ சென்றுபுது வாழ்க்கைஆரம்பித்தாள். இதற்கு நடுவில் திருமணத்தை ரத்து செய்யக் காரணம் என்ன? தன் தாய் தந்தையுடன் இருந்த எல்லாத் தொடர்பையும் துண்டிக்க நினைத்தாளா?

இவளது வாழ்க்கைப் பாதையை நவீன் ஏற்றுக் கொள்ளமாட்டான் என்று நினைத்ததாளா?அவளது வளர்ச்சிக்கு அவன் தடையாக இருப்பான் என்று எண்ணுகிறளா?தன்னுடையக் கனவுகளுக்கும் நிஜத்திற்கும் இடையே நந்தினி தத்தளிக்கிறாளா? யோசிக்க யோசிக்க ஒன்று புரிந்தது. திருமணத்தை நிறுத்தியது தவறு என்பதை நந்தினி உணர்ந்து கொண்டிருக்கிறாள். அந்தக் குற்ற உணர்ச்சியில் தான் இப்படி மறுகுகிறாள். எல்லாவற்றிற்கும் நடுவில்அபிராமியின் வாழ்க்கை நன்றாக இருக்க வேண்டும் என்று நினைகிறாள். என்ன மாதிரி வித்யாசமான பெண் இவள்.
அந்த எண்ணம அவனுடைய அண்ணனுக்கு இல்லையே த்ன் உணர்ச்சிக்ளை மட்டுமே யோசித்துப் பார்க்கிறானே அவன்
அண்ணன் மேல் தான் படும் எரிச்சல் அவனுக்கு ஞாயமாகப் பட்டது

எரிச்சலும் கோபமுமாக அண்ணன் வீட்டை அடைந்தநவீன் முதன் முறையாக அண்ணன் வீட்டைப் பார்த்ததும் பிரம்மித்துப் போனான. அண்ணன் தொழில நல்ல வெற்றி பெற்று இருக்கிறான் என்பதற்கு சாட்சியாக பெரிய தோட்டத்தின் உள்ளே அடங்கி இருந்தது அந்த வீடு.
இந்த வீட்டில் ராணியாக வாழ வேண்டிய அண்ணி அங்கே சிக்ககோவில் எப்படித் துன்ப்படுகிறாள் மன வேதனையுடனும் கோபத்துடனும் வீட்டுக்குள் நுழைந்தான்.
அவனுக்காக காத்திருந்தார்கள் பெற்றோரும் கைலாஷு ம்
கைலாஷ் குறுக்கும் நெடுக்குமாய் நடந்து கொண்டிருக்க சோபாவில் சோர்வாகப் படுத்திருந்தார் மரகதம் சிதம்பரம் பத்திரிக்கை படித்துக் கொண்டிருந்தார். யாருக்கும் சம்பந்தம் இல்லாமல் டிவி ஒரு ஓரத்தில் சத்தம் போட்டுக் கொண்டிருந்தது.
மகனைக் கண்டவுடன் எழ முயன்றார் மரகதம் நேராகச் சென்று தாயின் முகத்தருகில் மண்டியிட்டான், நவீன்
எப்படிம்மா இருக்கே?
எனக்கென்னடா நான் நல்லாத் தான் இருக்கேன். நீதான் ஃபோனில் அப்படி கத்திட்டே எனக்கு மனசு தான் சரியில்லை.

அம்மா நீ எல்லாத்திற்கும் கவலைப் பட்டுட்டே உடம்பைக் கெடுத்துட்டே இனி

உடம்பைப் பார்த்துக்கோ அப்பதான் உன் பேத்தியோட கொஞ்ச முடியும். நீ சீக்காளி மாதிரி படுத்துகிட்டு இருந்தா அவளுக்கு யார் ரோஜாச்செடி ஜோசியம் கற்றுக் கொடுப்பது?

கிண்டலாக் அம்மாவிற்கு நிலமையில் நம்பிக்கைப் பிறக்க வைத்தான்.

என்ன அபிராமி கிடைச்சுட்டாளா? அவளுக்கு குழ்ந்தை இருக்கா? நீ அவளைப் பார்த்தியா? துள்ளி உட்கார்ந்து படபடப்புடன் கெட்டார் மரகதம்.

கைலாஷ் இருவரின் பகக்த்திலும் வேகமாக வந்தான்

சொல்லுடா நீ அபியைப் பார்த்தியா?என் அபிராமி கிடைத்துவிட்டாளா அவனும் பதட்டமாக கேட்டான்

நிதானமாக எழுந்தான் நவீன்

நான் எனக்குத் திருமணமாகி பிறக்கப் போகும் குழந்தையைச் சொன்னேன். குழந்தைக்கு என்ன பெயர் வைக்கப் போகிறேன் தெரியுமா? அபிராமி.

அப்படிப் பார்த்தாள் அபிராமி கிடைத்துவிட்டாள் தானே?.என்று தாயைப் பர்ர்த்து கண்ணடித்தான். எனக்கும் நந்தினிக்கும் கூடிய சீக்கிரம் திருமணம் நடக்கப் போகுதும்மா

என்றவன் கிண்டலாய் அண்ணனைப் பார்த்தான். தாய் சோர்ந்து போவதைக் கண்டு தன் கைகளால் அவளைத் தாங்கிக் கொண்டான்.

தம்பி தன்னை கிண்டல் செய்கிறான் என்று புரிந்து கொண்ட கைலாஷ் முகம் சுளித்தபடி அந்தப் பக்கம் நகர்ந்தான். அவன் தினம் தினம் செத்து மடிவது தம்பிக்கு எங்கேத் தெரியப் போகிறது?

உனக்கு எதுல எப்ப விளையாடுறதுன்னே தெரியாது நவீன். அண்ணன் எபப்டித் தவித்துப் போயிட்டான் பார். போ போய் முகம் கால் கழுவிக் கொண்டு வா சாப்பிட்டு விட்டு பேசலாம் அம்மா சொல்ல

தாயை விட்டு நகர்ந்து மூவருக்கும் முதுகு காட்டி நின்று கொண்டான்.
நான் இங்கே சாப்பிட வரலைம்மா உன்னைப் பார்த்துட்டு , அப்படியே இனி அண்ணியைத் தேடாதேனு இவனை எச்சரிச்சிட்டு போகலாம் என்று தான் வந்தேன்.

டேய் என்னடா சொல்ற என் மனைவியைத் தேட உன்னிடம் நான் பர்மிஷன் வாங்கணுமா? தம்பியிடம் முதல் முதலாக கோபம் காட்டினான் கைலாஷ்
வேகமாக வெறுப்புடன் திரும்பிய நவீன் எரித்து விடுபவன் போல அண்ணனைப் பார்த்தான்.
நவீனுடைய ஒவ்வொரு வார்த்தையும் நிதானமாக ஆனால் தெளிவாக வந்தது. வார்த்தைகளின் முனையில் விஷம் தொய்ந்து இருந்தது

உனக்கு எப்பவுமே உன்னைப் பற்றி மட்டும் தான் யோசிக்கத் தெரியும் . மற்றவங்களை பற்றி என்றைக்காவது யோசித்துப் பாத்தாயா? நீ அண்ணியைத் துரத்தி துரத்திப் பிடிக்கீறது அவங்களை என்ன மாதிரி நிலையில் கொண்டு வைக்கும் என்று கொஞ்சமாவது யோசிச்சுப் பார்த்தாயா?
அவங்க உணர்ச்சிக்ளைப் பற்றி யோசிக்காமல் தந்தை இறந்ததைக் கூட சொல்லாமல் தனியாக் அவர்களை இந்தியா அனுப்பி வைத்தவன் தானே நீ
நோயுற்ற தந்தையைப் பார்க்க வந்தவர்கள் அவரைப் பிணமாய் பார்த்ததும் துடிதுடித்ததை நீ கண்ணால் பார்த்தாயா? நான் பார்த்தேன்.துக்கத்தில் மருகி மருகிஅவர்கள் தன்னைத் தானே அழித்துக் கொண்டதை நீ பார்த்தாயா? நாங்கள் பார்த்தோம்.எப்போதும் கண்களில் சிரிப்புடன் வளைய வந்தவர்கள் வெறுமையான கண்களுடன் விமானம் ஏறியதை நீ பார்த்தாயா? நான் பார்த்தேன்.

பேசவந்துவிட்டாய்? மனைவியாம் பர்மிஷனாம் முதலில் மனிதனாய் நடக்கக் கற்றுக் கொள்

தன் திருமணத்தின் போது சின்ன கல்லூரி மாணவனாய் தன் முன்னால்நின்ற தம்பி எங்கே இன்று அதிகாரத் தோரணையுடன் தனக்கேஅறிவுரை சொல்லும் தம்பி எங்கே மலைத்துப் போய் நின்றிருந்தான் கைலாஷ்

சிதம்பரம் எழுந்து வந்து நவீனின் தோளைத் தொட்டார்

நீ சொல்றது எல்லாம் சரிதான்ப்பா இப்போதுஅவன் தான் திருந்தி விட்டானே அபிராமி தான் அவனைப் புரிந்து கொள்ளாமல் சென்றுவிட்டாள். இருவரும் சேர்ந்து விட்டால் கைலாஷ் அபிராமியை நன்றாக வைத்துக் கொள்வான் என்ற நம்பிக்கை எனக்கிருக்கிறது எல்லாம் கூடி வந்திருக்கிற நேரத்தில் நீ தடை போடாதே

நிதானமான தந்தையின் வார்த்தைகளில் வெகுண்டான் நவீன்

அப்பா புரியாமப் பேசாதீங்க இவன் உங்க அருமை மைந்தன் அண்ணியை விவாகரத்துக் கொடுத்து வீட்டை விட்டு துரத்தி அடித்து இருக்கிறான். அப்புறமாய் தன் தவறை உணர்ந்து அவங்களைத் தேடி என்ன ப்ரயோஜனம்? நவீன் கத்த

என்னது? என்றபடி பெரியவர்கள் இருவரும் மலைத்து நின்றார்கள். டேய் டேய் நவீன் என்று எதோ சொல்ல வந்த கைலாஷை நீ பேசாதே என்று நிறுத்தினான்.

நீ அண்ணியை நீ விவாகரத்து செய்தது உண்மையா இல்லையா?

தம்பி அண்ணனை மிரட்டினான்.

ஆமாண்டா நான் விவாகரத்து பத்திரத்தில் கையெழுத்துப் போட்டுக் கொடுத்தேன். ஆனால் இப்போ என்ற கைலாஷை கை உயர்த்தி நிறுத்தினான் நவீன்.

உன் சுய நலத்திற்க்காக அண்ணியை சித்திரவதை படுத்தியிருக்கிறாய்

உன் சுய நலத்திற்காக நம் பெற்றோரை இந்தியாவிலிருந்து கூட்டி

வந்துவிட்டாய். நீ அண்ணியைத் தேடி சுற்ற ஆரம்பித்துவிட்டால் இவர்கள் இங்கே எதுவும் தெரியாத ஊரில் என்ன செய்வார்கள்? தனிமையில் வெந்து செத்துப் போகட்டும் என்று நினைக்கிறாயா?

ம் யோசித்துப் பார்த்தாயா? அங்கேயே இருந்திருந்தாலாவது பிரச்சனை என்று வந்தால் அவர்களுக்கு என்ன செய்ய வேண்டும் என்று தெரியும்? சரவணன் துணைக்கு இருந்தான்.இங்கே என்றால் நீ இல்லாத வேலையில் ஏதாவது பிரச்சனை ஏற்பட்டால் வயாதானவர்கள் என்ன செய்வார்கள் யோசித்துப் பார்த்தாயா?

என்றவன் நெஞ்சைப் பிடித்துக் கொண்டு உட்கார்ந்து கொண்டிருக்கிற தாயிடம் சென்றான்.

அம்மா நீ சொல்வாயே அபிராமி வந்து விட்டால் எல்லாம் சரியாகி விடும் எல்லாம் சரியாகி விடும் என்று

இப்போது சொல்கிறேன் கேளுங்கள்

இவன் எப்போது ஒரு நல்ல மனிதனாக, மற்றவர்களைப் பற்றி யோசிக்கத் தெரிந்தவனாக அண்ணிக்கு ஏற்றவனாக மாறுகிறானோ அன்று தான் அண்ணி இங்கு வருவார்கள்.

அவனை அப்படிப்பட்டவனாக மாற்றவேண்டியது உன் பொறுப்பு.அண்ணி இங்கு திரும்பிவந்தால் அவர்கள் உனக்கு சேவை செய்யும் படி வைத்துக் கொள்ளாதே

இவனால் அண்ணி பட்ட கஷ்ட்டத்திற்கு ஈடு செய்யும் விதமாக அவர்க்ளை நாம் தாங்க வேண்டும்.அப்போது தான் நம் மோனி நமக்கு கிடைப்பாள்

இவனுக்கு பயந்து ஓடி ஓடி வாழ்ந்தவர்கள் ஒரு மனுஷியாய் முழுமையாய் நமக்குக் கிடைக்க வேண்டுமானால் இப்போதைக்கு அவர்களைப் பபற்றிக் கவலைப்படாமல் உன் உடல்நிலையில் தற்போதைக்கு கவனம் செலுத்து. என்றவன்

தன் தந்தையிடம் திரும்பினான் என்னை மன்னைத்து விடுங்கள் அப்பா இவனுடைய

செயல்களின் விளைவுகளைச் சரி செய்யத் தான் எனக்கு இப்போது நேரம் இருக்கிறது எதையும் விவரமாக பேசும் மனநிலையிலும்

நான் இல்லை. தயவு செய்து அம்மாவைப் பார்த்துக் கொள்ளுங்கள் அது தான் நீங்கள் இப்போதைக்கு அண்ணிக்கு செய்யக் கூடிய உதவி. நாம் இங்கே பேசிக் கொண்டு இருக்கும் ஒவ்வோரு வினாடியும் அண்ணி நம்மிடமிருந்து விலகிச் செல்ல வாய்ப்ப்பு இருக்கிறது. நான் அந்த அளவு இவனின் தொல்லையில் அவர்கள் பயந்து இருக்கிறார்கள் நாம் கொஞ்சம் பொறுமையாகச் செயல் படாவிட்டால் அண்ணியை மீண்டும் இழந்து வுடுவோம்..

சிதம்பரம் அமைதியாகத் தலையாட்டினார். இன்னும் என்ன என்ன அனுபவிக்க வேண்டுமோ என்று இருந்தது அவருக்கு

நவீனின் சட்டை பையிலிருந்தஅலைபேசி அடித்தது.

அதைல் யோசனையாக ட்ரேசியின் என்னைப் பார்த்த உடனே யே பதறிப் போனான்.

என்ன ட்ரேசி என்ன விஷயம் சொல்லுங்கள்? என்றவன் ட்ரேசி சொன்னதைக் கேட்டதைக் கேட்டதும் முகம் வெளித்துப் போனான்.

நான் உடனடியாக் வந்து விடுவேன் ட்ரேசி நான் இப்போதேக் கிளம்புகிறேன்..

கைலாஷ் மெதுவாகத் தம்பியிடம் கேட்டான் என்ன கைலாஷ் ஏதாவது பிரச்சனையா? நான் ஏதாவது உதவி செய்யட்டுமா?

நவீனுக்கு எங்கிருந்து தான் அவ்வவளவு கோபமும் ஆத்திரமும் வந்ததோ தெரிய்வில்லை

கைலாஷின் சட்டைக் காலரைப் பிடித்து சுவற்றோடு தள்ளியவன், நீ எதுவும் செய்ய வேண்டாம். உன்னிடம் நான் எதையும் எதிர்பார்க்கவில்லை.

. அன்று என் திருமணம் நிசசயமானபோது ஒரு வார்த்தை ஆறுதலாய் உன்னால் பேச முடியவில்லை, என்னை பற்றிக் கூட நீ கவலைப்பட்டிருக்க வேண்டாம், அம்மாவும் மோனியும் எப்படித் துடிதுடித்துப் போனார்கள் தெரியுமா?

சரிஅப்போது தான் உன்னால் எங்களிடம் பேச முடியவில்லை மோனிப் பிரச்சனையான போது அம்மா அப்பாவைப் பற்றி நினைத்தாயா? வீட்டுக்கு மூத்தவனாய் உடனே

கிளம்பிவரவேண்டும் என்று தோன்றியதா? பெற்றவர்கள் மனம் எப்படித் துடிக்கும் என்று நோசித்துப் பார்த்தாயா? உன் வேலை தானே முக்கியமாக இருக்கிறது உனக்கு

கோபமாகக் கத்தினான். டேய் நான் நான் அபிராமியைத் தேடிக் கொண்டிருந்தேண்டா என்றான் கைலாஷ்.

ஆமாம் அப்படித்தான் இப்போதும் அண்ணியைத் தேடுகிறேன் என்று என் வாழ்க்கையை இப்போது குழப்பி விட்டிருக்கிறாய் என்றவன் பெற்றோருக்கு கேட்காத வண்ணம் அண்ணனின் காதில் உறுமினான்.

நான் இங்கே கிளம்பி வரும் போது ஒரு குழப்பமான மனநிலையில் நந்தினியை விட்டுவந்தேன். அதுவும் தவிர்க்க முடியாது என்பதால் தான் உடனே கிளம்பி வந்தேன்.

இப்போது இபோது என் நந்தினி தற்கொலை முயற்சியில் இறங்கியிருக்கிறாளடா?

அவளுக்கு மட்டும் ஏதாவது ஆகட்டும் உன்னை நான் சும்மாவிடமாட்டேன்

என்றவன் தாயிடம் வந்தான்

நான் சொன்னதை யோசித்துப் பாருத்துசெயல் படுங்கள் . நீங்கள் நல்ல முறையில் உடல் நிலை தேறிவருவது உங்களைச் சுற்றியிருக்கும் எல்லோருக்கும் அத்யாவசியம். அது நீங்கள் எங்களுக்குச் செய்யும் மிகப் பெரிய உதவி. என்றுவிட்டு

மீண்டும் போன் செய்கிறேன் என்று சொல்லிவிட்டு வீட்டை விட்டு வந்த வேகத்தில் கிளம்பினான்.

அவன் மனம் நந்தினி நந்தினி எனக்காய் காத்திரு என்று புலம்பியது

அத்தியாயம் 37

நவீன் மருத்துவ மனையை அடையும் போது இரவாகிவிட்டது

வராந்தாவில் நடந்து வரும் போதே ட்ரெசி, அபிராமி , கதிஜா என்று அனைவரையும் பார்த்து விட்டான்.அவர்கள் முகத்தில் பயம் இல்லை. கவலையும் அயற்சியும் தான் இருந்தது. நவீனுக்கு நம்பிக்கை வந்தது காபிக் குடித்தபடி ட்ரேசி ஒரு தூணில் சாய்ந்திருக்க, கதீஜா அபிராமியிடம் தீவிரமாக பேசிக் கொண்டிருந்தார். குழ்ந்தை அபிராமியின் தோளில் சாய்ந்து கொண்டு கையில் பந்தை வைத்து உருட்டிக் கொண்டிருந்தது.

அது தான் அவனை பார்த்தது. அவனைப் பார்த்ததும் சிரித்துக் கொண்டே கையிலிருந்த பந்தைத் தூக்கி எறிந்தது. விளையாட அழைக்கிறது போல

கீழே விழுந்து உருண்டுட ஓடிவந்த பந்தை குனிந்து எடுத்துக் கொண்டு வந்தவனை பார்த்ததும் ட்ரேசி தான் அவன் அருகில் வந்தார்

கதீஜா அபிராமியிடம் பேசிக் கொண்டிருந்ததை நிறுத்ததானால் அபிரமி தவிப்பாய் அவனைப் பார்த்தாள். அவளிடம் போய்க் கைநீட்டிக் குழந்தையை வாங்கியவன் ட்ரேசியிடம் சென்றான்.

நந்தினி காப்பாற்றப்பட்டுவிட்டாள். ஆனால் இன்னும் அவசரப்பிரிவுஅறையில் தான் இருக்கிறாள் என்றவர் அபிராமியை ஒரு பார்வை பார்த்துவிட்டு குழ்ந்தையை தான் வாங்கிக் கொண்டார்,

நந்தினி இருக்கும் அறையை நோக்கி நடந்தான் நவீன் அவன் இதயம் பாரமாக இருந்தது

நந்தினி இருந்த அறைக்குள் கண்ணாடிக் கதவு வழியாக எட்டிப் பார்த்தான். ஆக்ஸிஜன் குழாய் மூக்கில் பொருத்தியிருக்க மயக்க நிலையில் இருந்தாள், இரத்தம் இன்னோரு கைவழியாக ஏறிக் கொண்டிருந்தது. நந்தினி. இரண்டு நர்ஸ்களும் ஒரு டாகடருமாக அவள் முகம் வெளிறிக் கிடந்த அவளைப் பார்க்க பார்க்க துக்கம்

பொங்கிக் கொண்டு வந்தது. இந்த சின்ன வயதில் இறந்து போகத் துடிக்கும் அளவிற்கு என்ன நடந்தது உனக்கு?

அவன் பார்த்துக் கொண்டு நின்றிருக்கும் போதே டாகடர் வெளியே வந்தார்.

டாகடர் என் பெயர் நவீன் நான் நந்தினியின் நண்பன் அவளை உள்ளே சென்று பார்க்கலாமா?

ஓ நிங்கள் தான் நவீனா? மயக்கம் தெளிந்து உங்கள் பெயரைத் தான் அடிக்கடி முணுமுணுக்கிறார் என்று நினைக்கிறேன் என்றவாறு நவீனை உள்ளே அழைத்துச் சென்றார். இரத்தம் அதிகமாக வெளியேறியதால் மயக்கமாகிவிட்டார். இரத்தம் கொடுத்திருப்பதால் சரியாகிவிடும் என்று நம்புகிறோம். என்று சொல்லி விட்டு அவர் அவளின் பரிசோதனைகளை ஆரம்பித்தார்.

நந்தினியின் நெற்றியிலிருந்து கூந்தலை விலக்கிவிட்ட நவீனுக்கு கைகள் நடுங்கியது. அறையில் ஏசியில் அவள் நெற்றி சில்லிட்டிருந்தது.

நந்தினி என்று அவள் காதருகில் அழைத்தான்

மெள்ளக் கண் திறந்து பார்த்தாள் நந்தினி

அவள் விழியோரம் கண்ணீர் துளிர்த்தது.

ப்ச் அழக் கூடாது நான் தான் வந்துவிட்டேனே என்றபடி அவள் கண்ணீரைத் துடைத்தான்.

அவனது கரங்களைப் பிடித்தாள் எதுவும் பேசமால் அவனையே பார்த்துக் கொண்டே இருந்தாள் தன் கைப்பிடியை மட்டும் விடவே இல்லை.

இவர்களுடைய குடும்பத்தினரைப் பற்றி உங்களுக்கு ஏதாவது விவரம் தெரிந்தால் அவர்களுக்கு சொல்லிவிடுங்கள். தற்கொலை முயற்சி என்பது சாதாரணமாக எடுத்துக் கொள்ள முடியாது. இவரை கொஞ்ச நாள் மனநிலை சிக்கிச்சைப் பிரிவில் சேர்ப்பர். இவர் மனநிலை சரியான பின்னேதான் இவரை விடுவிப்பர் என்று சொல்லி விட்டுக் கிளம்பி விட்டார் அந்த மருத்துவர்.

நந்தினி என்னம்மா ஏம்மா இப்படி செஞ்சே? உங்க

அம்மாஅப்பாவைப் பார்க்கணுமா? தகவல் கொடுக்கலாம்
நவீன் சொல்லச் சொல்ல வேண்டாம் வேண்டாம் என்பது போல பலமாக தலை அசைத்து அழுதாள் நந்தினி.
என்னடா உனக்கு என்ன துக்கம்

ஏன் இப்படி செய்தாய்? என்னைப் பிடிக்கவில்லையா? எபபடியாவது என்னை விட்டுப் போகலாம் என்று இருக்கிறதா. சொல்லும் போதே நவீனின் குரல் தளுதளுத்தது. மறுப்பாக தலை அசைத்த நந்தினி முகத்தை அந்தப்பக்கம் திருப்பிக் கொண்டு குலுங்கிக் குலுங்கி அழுதாள்.
என்ன செய்வது என்று தெரியாமல் தவித்தான் நவீன். நர்ஸ் உள்ளே வந்தார்.
தயவு செய்து இவரை தொந்தரவு செய்யாதீர்கள் இப்போதைக்கு இவர் தூங்குவது தான் நல்லது என்று சொல்லி தூக்க மருத்தை நந்தினிக்குக் கொடுத்தார்.
அவள கையை அழுத்தமாக் அழுத்தி விட்டு வெளியே வந்தான்.

மருத்துவ மனைக்கு எதிர்த்தாற் போலல இருந்த சிறு உணவகத்தில் ட்ரேசி அபிராமி நவீன் மூவரும் உட்கர்ந்திருந்தனர்.
அழுது வீங்கிய கண்களோடு அபிராமியும் தலையில் கை கவலையுடன் நவீனும் அமர்ந்திருக்க ட்ரேசி தான் அங்கு மூவருக்கும் சூடாக காபி வாங்கி வைத்தார்.
என்ன நடக்கிறது என்று விரிவாக சொல்லுங்கள் எனக்கு ஒரே குழப்பமாக இருக்கிறது
ட்ரேசி சொல்ல நவீனும் நந்தினியும் ஒருவரை ஒருவர் பார்த்துக் கொண்டனர்.
நவீன் தான் பேச ஆரம்பித்தான்.

ட்ரேசி என்னைப் பொறுத்தவரை நீ கடவுள் அனுப்பிய தேவதை தான் என்ற நவீன் தொடர்ந்தான்.
“நீ என்னிடம் நாய் கொடுத்து அனுப்பிய போது நான் என் அண்ணியையும் நந்தினியையும் சந்திப்பேன் என்று

நினைக்கவில்லை. நந்தினியுடன் மூன்று வருடங்களுக்கு முன்னால் திருமணம் நிச்சயமாகி இருந்தது. ஆனால் நிச்சயமான மூன்றே மாதத்தில் திருமணம் வேண்டாம் என்று நந்தினி திருமணத்தை ரத்து செய்தாள். இதற்கிடையில் என் அண்ணன் குடும்பத்தில் தகராறு செய்து அண்ணி பிரிந்து விட்டார்கள். நந்தினியும் அண்ணியும் விதிவசத்தால் சந்தித்து ஒருவருக்கோருவர் உதவியாயிருந்திருக்கிறார்கள். தோழிகளாகி விட்டார்கள்

எல்லாம் சரிதான், நந்தினி இப்படி தீடிரென்று தற்கொலைக்குப் போக காரணம் என்ன? கேள்வியைக் கேட்டார் ட்ரேசி

எனக்கு தெரிந்த நாளிலிருந்து தனக்குள் ஒடுங்கிக் கொள்பவள். அவளை தீடிரென்று தற்கொலைக்கு முயல்வது என்பது தான் ஏன் என்று புரியவில்லை.

அழுது வீங்கிய கண்களுடன் பதில் சொன்ன அபிராமியைப் பார்த்தாள் ட்ரேசி நந்தினி தான் பிழைத்து விட்டாளே
நீங்கள் ஏன் அழுது கொண்டிருக்கிறீர்கள்? என்றுஅபிராமியைக் கேட்டார்.
தலை நிமிர்ந்தான் நவீன்

இப்போது அண்ணியை வீடு காலி செய்யும் படி சொல்லிவிட்டார்களாம் என்னுடைய உதவியை ஏற்க ம்றுக்கிறார் அண்ணி.அபிராமிக்காக பதில் சொன்னான் நவீன்

 குடித்துக் கொண்டிருந்த கபியை கீழே வைத்த ட்ரேசி,
"அவர்கள் தன்சொந்தக் காலில் நிற்க வேண்டும் என்று நினைக்கிறார்கள். அவ்வளவு தான் நீ அதைத் தவறாக நினைக்காதே. தானாய் சிந்தித்து முடிவு எடுக்க உங்களாலும் முடியும் தானே என்று அபிராமியைக் கேட்டார்
ஆமாம் என்பது போல பலவீனமாகத் தலையாட்டினாள் அபிராமி

"இப்போதைக்கு உங்களுக்கு இருக்க இடம் வேண்டும். நீங்களும் குழந்தையும் தூங்க ஒரு இடம் வேண்டும். அது பற்றி யோசியுங்கள்

நவீனின் உதவியை நீங்கள் ஏற்க வேண்டாம். என்னுடைய உதவியை ஏற்றுக் கொள்ளுங்கள் அதுவும் நான் நந்தினிக்கு செய்யும் உதவியாக இருக்கட்டும். நான் அவளை என் மகள் போல நினைக்கிறேன்.

என்றார்

அபிராமி நம்பிக்கையோடு அவரைப் பார்த்தாள்

நீங்கள் வருமானத்திற்கு என்ன செய்கிறீர்கள்?.

அவமானத்துன் தலை குனிந்த அபிராமி நந்தினி தான் இதுவரை வெளியே சென்று வேலை செய்து வந்தாள். நான் வீட்டிலிருந்த படியே பககத்து உணவகங்களுக்கு உணவு சமைத்துக் கொடுத்துக் கொண்டிருந்தேன். அது குழந்தையின் செலவுக்கே சரியாக இருந்தது. இப்போது தான் நான் தனியாக் சின்னதாக தனியாக சமைத்து கொடுக்க ஆரம்பித்திருக்கிறேன்.

ஆனால் இனி அதை எப்படித் தொடரப் போகிறேனோ தெரியவில்லை நந்தினியும் மருத்துவமனையில் இருக்கும் போது என்ன செய்வது என்று யோசனையாக் இருக்கிறது.. அவள் என் தங்கை போல

நவீன் குறுக்கிட்டான்.

அண்ணி நான் சொல்வதைக் கேளுங்கள். இன்று அண்ணனை சந்தித்தேன். அவன் எப்படியும் உங்களைத் தேடி வருவதில் குறியாக இருக்கிறான். அதனால் அத்னால் ட்ரேசியின் உதவியை ஏற்றுக் கொள்ளுங்கள்.

ட்ரேசியும் ஆமோதித்தவராக நீங்கள் இன்று இரவே எங்கள் வீட்டில் தங்கிக் கொள்ளுங்கள். நந்தினிக்கு ஏதாவது ஒன்று என்றால் நாம் உடனடியாக வரவும் வசதியாக இருக்கும். நாளையே உங்களுக்கு எங்கள் அப்பார்ட்மெண்ட்டிலேயே இடம் கிடைக்கிறதா என்று பார்க்கலாம். செலவு பற்றிக் கவலைப் படாதீர்கள். உங்கள் வருமானத்திப் பெருக்க வழி தேடுவோம். அது மட்டுமல்ல

எங்கள் அப்பார்ட்மண்டில் தான் நவீனும் இருக்கிறார். நாம் மூவருமாய் சேர்ந்து நந்தினியைக் கவனமாக பார்த்துக் கொள்வோம். உங்களுக்கு விவாகரத்து ஆகி விட்டது என்கிறீர்கள்.

உங்களை உங்கள் கணவர் இப்படி விரட்டிக் கொண்டு வருவதாய் அவரைப் பற்றி போலீசில் புகார் கொடுக்கலாம் நந்தினியை இனி கொஞ்ச நாளைக்கு யாராவது ஒருவர் கண்காணித்துக் கொண்டே இருப்பது நல்லது என நினைக்கிறேன். என்றவர்

எனனை நம்புங்கள் எந்தக் காரனத்திற்காகவோ இறைவன் என்னை உங்கள் குடும்பத்தோடு நந்தினி மூலமாக இணணத்து இருக்கிறார். நல்லதே நடக்கும். என்றார் ட்ரேசி

யோசித்தபடி உட்கார்ந்திருந்த அபிராமி சரி என்றாள். கைலாஷ் அவளைத் தேடி வரும் முன் தான் அங்கிருந்து செல்வதும் நல்லது என்று தோன்றியது.

அத்தியாயம் 38

திட்டமிட்டபடியே எல்லாம் நடந்தது. மறுநாள் காலையில் நந்தினியைப் பார்க்கப் போகும் முன் அபிராமியும் நவீனுமாக வீட்டைக் காலி செய்து நவீனின் வீட்டில் எல்லா சாமான்களையும் வைத்துவிட்டு அபிலாஷாவை பயிற்சியில் விட்டுவிட்டு நந்தினிக்கு துணைக்கு அபிராமியை விட்டுவிட்டு தன் வேலைக்குக் கிளம்பினான் நவீன். குட்டி நாய் தன் தாயுடன் விளையாட விட்டார் ட்ரேசி.
மதிய நேரத்திற்குள்ளாக அப்பார்ட்மெண்ட் ரெடியாகிவிடும் என்றும் அவர் கூறினார்.

மருத்துவ மனையை அடைந்த அபிராமி நந்தினி தூங்கிக் கொண்டிருப்பதைப் பார்த்துவிட்டு,. இன்று நந்தினியை மனநலப் பிரிவிற்கு மாற்றி விடுவார்கள். அங்கே மூன்று நாள் கண்காணித்து அதற்குப் பின் தான் விடுவிப்பார்கள் என்பதையும் விசாரித்து தெரிந்து கொண்டு பொது அறையில் வந்து உட்கார்ந்தாள். அந்த தனிமையும் அமைதியும் அவளுக்குத் தேவையாய் இருந்தது.

இப்படி திடுதிடுப்பென்று நந்தினி தற்கொலை முயற்சி செய்வாள் என்று அபிராமி எதிர்பார்க்கவே இல்லை. நந்தினி சரியானதும் என்ன ஏது என்று விவரம் பேச வேண்டும். அவளுடைய குடும்பத்தினரைபோய் பார்த்துவர சொல்ல வேண்டும். பெற்றோருடன் சண்டைப் போட்டுக் கொண்டு இவ்வளவு தைரியமாக வெளியே வந்து வாழும் பெண் மனதில் என்னன்ன ஏக்கங்களோ?

.

என்று நந்தினி பற்றி யோசித்தவள் தன்னைப் பற்றி யோசிக்க ஆரம்பித்தாள். இப்போது வீடு மாறி ஆகிவிட்டது. ஆனால் கதிஜாவின் உதவியால் ஏதோ சுமாராக நடந்து கொண்டிருந்த சமையல் வேலை இனி என்ன ஆகும் என்று தெரியவில்லை,

செலவு தான் அதிகமாகிறதே தவிர வருமானம் அதற்கு ஏற்றார் போல் பெருக வில்லை.கைலாஷ் என்ற ஒரு மனிதனுக்காக தன் வாழ்வை எத்தனை முறை வேரோடு பிடிங்குவது என்று எரிச்சல் வந்தது அபிராமிக்கு

அவன் முன்னால் எப்படியாவது வாழ்ந்து காட்ட வேண்டும்? தலை நிமிர்ந்து நிற்க வேண்டும் என்ற வீராப்பு வந்தது ஆனால் என்ன செய்வந்து எப்படி செய்வந்து என்று தெரியவில்லை

யோசித்து யோசித்து மண்டை தான் வெடித்தது.

தலைவலிக்க நாற்காலியில் சோர்வோடு உட்கார்ந்திருந்தாள்.

நந்தினையைப் பார்க்க வந்த ட்ரேசி இந்த நிலையில் தான் அபிராமியைப் பார்த்தார்.

கண் மூடிக் கிட்ந்த அபிராமியின் தோளைத் தொட்டு தான் வந்திருப்பதை அவளுக்கு உணர்த்தியவர்வாருங்கள் வெளியே போய் பேசலாம் என்பது போல கை சைகை செய்து பொது அறையைவிட்டு வெளியே வந்தனர்.

உங்களுக்கு அப்பார்ட்மெண்ட் தயாராகிவிட்டது.என்று சொன்னவர்

நான் இரண்டு நாள் விடுமுறை எடுத்துக் கொண்டேன் உங்களுக்கு உதவ வேண்டியது என் கடமை என்று தோன்றியது நந்தினியைப் போய் பார்த்தேன் தூக்க மருத்துக் கொடுத்திப்பார்கள் போல தூங்கிக் கொண்டிருக்கிறாள் சரி உங்களிடம் பேசிவிட்டுப் போகலாம் என்று நினைத்தேன் என்றவரை நன்றியுடன் பார்த்தாள் அபிராமி.

அன்புடன் அவள் தோளில் தட்டியவர் வாருங்கள் இப்படி உட்கார்ந்து பேசுவோம் என்று சொல்லி மருத்துவ மனைக்கு வெளியே ஒரு பெஞ்சில் உட்கார்ந்து கொண்டனர். வெயிலும் குளிரும் மனதுக்கும் உடலுக்கும் புத்துணர்வு தருவ தாய் இருந்தது.

நான் நிதி நிலைமையை, தன்னம்பிக்கையில்என்னை வளர்ந்துக் கொள்ள வேண்டும் என் அம்முக் குட்டிக்கு நல்ல ஒரு தாயாக இருக்க வேண்டும் ஆனால் அதை எப்படி செய்வது என்று தான்

எனக்குத் தெரியவில்லை
என்று அபிராமி சொல்ல

நீங்களும் நானும் சமையல் கலையில் கைதேர்ந்தவர்கள். நான் இந்த பிஸினஸில் இருபது வருடங்களாக இருக்கிரேன் எனக்குத் தோன்றியதைச் சொல்கிறேன் கேளுங்கள்

நிங்கள் வீட்டிலேயே உட்கார்ந்து கொண்டு சமையல் செய்வதை விட வெளியே பலபேருக்குத் தெரியும் படி ஏதாவது செய்தால் தான் நீங்கள் இந்தத் தொழிலில் நிலைக்க முடியும்.
என்று சொல்லித் தன் திட்டத்தை விவரிக்க ஆரம்பித்தார்.
“நீங்கள் தனி ஒரு ஆளாக சிறு குழந்தையை வைத்துக் கொண்டு உணவகம் தொடங்குவது கொஞ்சம் சிரமம் நீங்கள் ஏன் ஒரு நடமாடும் உணவகம் ஆரம்பிக்கக் கூடாது?
நடமாடும் உணவகமா? ஆச்சிரியமாக கேட்டாள் அபிராமி
ஆமாம் பெரிய வண்டிகளில் உணவுக்ளை ஏற்றிக் கோண்டு போய் ஏதாவது ஒரு இடதில் நிறுத்திவிட்டு உங்களிடம் இருக்கும் உணவை விற்று விட்டு வரலாம் நீங்களும் அந்த மாதிரி வண்டிகளை பார்த்திருப்பீர்கள் என்று நினைக்கிறேன்
அபிராமிக்கு ட்ரேசி சொல்வது புரிந்தது. கைலாஷோடு கைபிடித்துக் கொண்டு அட்லாண்டாவில் சுற்றிய போது வறுத்தக் கோழித் துண்டுகளை வாங்கி விருப்பமாய் சாப்பிட்டதுண்டு.
நீங்கள் சொல்வது எனக்குப் புரிகிறதுஆனால் எனக்கு அத்தனைப் பெரிய வண்டியை ஓட்டிப் பழக்கமில்லையே, சிகாகோவின் தெருக்களும் தெரியாதே? தயக்கமாக சொன்னாள் அபிராமி.அந்த மாதிரி வண்டியை வாங்க எவ்வளவு செலவாகும் என்று தெரியாதே?
எதற்கும் தயங்கி நீற்காதீர்கள் அபிராமி துனிந்து செயல் பட்டால் எதுவும் நடக்கும். நந்தினி இந்த நிலையில் இருக்கும் போது அவளை மீண்டும் எங்கள் நிறுவனம் வேலையில் சேர்த்துக்

கொள்ளுமா என்பது சந்தேகமே அவள் விடுமுறை எடுத்து மன்நிலை சிகிச்சை பெற்றாள் என்ற சான்றிதழ் பெற்றுக் கொண்டு வந்தால் தான் அவளை வேலையில் சேர்ப்பது பற்றி பரிசீலிப்பார்கள். அதனால் உங்களுக்கு உடனடியாக வருமானம் வர ஏற்பாடு செய்து விட்டே நான் இங்கு வந்தேன்.
அவளுடைய வேலையையும் உங்களுக்கு வாங்கிக் கொடுக்கிறேன். அது மட்டுமல்ல உங்களுக்குக் கார் ஓட்டத் தெரியும் அல்லவா? நகரின் மையப்பகுதியில் இருக்கும் எங்கள் பேக்கரியிலிருந்தும் உணவகத்திலிருந்தும் நாள் தோறும் நகரின் பல இடங்களுக்கு உணவை எடுத்துச் செல்வவும், காய்கறிகள் பழங்கள் என்று அதிகாலையில் பல இடங்களுக்கு சென்று தரமானபொருட்களை வாங்கி வரவும் வேன் ஓட்டுனர் வேலை இருக்கிறது அதை உங்களுக்கு என்னால் வாங்கித் தர முடியும். அதில் ஒரு பத்து நாட்கள் பழகினால் உங்களுக்குத் தெரியாதது தெரிந்து விடப் போகிறது.
அதிகாலை வேலையை நீங்கள் ஏற்றுக் கொண்டால் உங்கள் குழந்தையைப் பற்றியும் கவலைப் பட தேவையில்லை. உங்களுக்கு எது ஒன்று என்றாலும் நவீன் நந்தினியோடு சேர்ந்து இப்போது நாங்களும் இருக்கிறோம் என்றவர் வாருங்கள் நந்தினியிடன் பேசிவிட்டு நீங்கள் வேலையில் சேருவதைப் பற்றிப் பார்ப்போம் என்று ஒரு கண்டிப்புடன் ட்ரெசி சொல்ல புதிதாய் பிறந்த தன்னம்பிக்கையுடன் அவர் பின் நடந்தாள் அபிராமி,

வேலை முடிந்து நவீன் அபிலாஷாவைக் கூட்டிக் கொண்டு வந்த போது ட்ரேசியும் அபிராமியும் நிறைய வேலைகள் முடித்து இருந்தனர்.
அப்பார்ட்மெண்ட்டை மாற்றியாகிவிட்டது. அபிராமி ட்ரேசி வேலை செய்த இத்தாலிய உணவகத்தில் ட்ரேசியின் சிபாரிசில் வேலைக்கு சேர்ந்தாள். மைக்கலின் உதவியுடன் இரண்டு மூன்று நாட்கள் எங்கங்கே போக வேண்டும் என்று பயிற்சி அளிப்பதாக முடிவு எடுக்கப் படது

அது மட்டுமில்லாமல் ட்ரேசி அபிராமியை அழைத்துக் கொண்டு அவள் சிறு தொழில் செய்ய இருப்பதால் என்ன என்ன விவரங்கள் தேவையோ அதை எல்லாம் செய்ய அழைத்துப் போய் உதவி செய்தார். அபிராமி உணவு வண்டி மலிவு விலையில் வங்குவதற்காக ட்ரேசியின் கணவனும் மின்னஞ்சலில் விவரங்கள் சேகரித்தார்.

இரவில் தனியாக அபிராமியும் குழந்தையையும் அவளுடிய அப்பார்ட்மெண்டில்விட்ட ட்ரேசி நாளை முதல் உங்கள் வாழ்வில் புது அத்யாயம் தொடங்கப் போகிறது. ஒரு நாளைக்கு 20 மணிநேரம் வரை நீங்கள் உழைக்கத் தயாராக வேண்டும். அத்னால் நன்றாக ஓய்வு எடுத்துக் கொள்ளுங்கள் என்று சொல்லிவிட்டுச் சென்றார்

முதல் முறையாக அபிராமியின் நாள் நல்ல படியாக தூங்க முடிந்தது..

அத்தியாயம் 39

நந்தினி இன்று வீடு திரும்புகிறாள். அவளை அழைத்து வர நவீன் மருத்துவ மனைக்கு சென்றான். நந்தினியை வீட்டிற்கு அனுப்பும் முன் அவனிடம் பேச வேண்டும் என்று டாக்டர் சொன்னதாக நர்ஸ் சொன்னவுடன் டாக்டரை சந்தித்தான் நவீன்.

மிஸ்டர் நவீன் நந்தின்யின் குடும்பம் பற்றி எதுவுமே தெரிவிக்க மறுக்கிறார். அதனால் உங்களிடம் தான் அவரைப் பற்றி சொல்லவேண்டியிருக்கிறது.

ஒரு முறை தற்கொலைக்கு முயன்றவர்கள் மீண்டும் முயலவதற்கு வாய்ப்புகள் அதிகம். எனவே நந்தினியை நீங்கள் கண்காணித்துக் கொண்டே இருக்க வேண்டும். ஆனாலும் அது அவருடைய நடைமுறை வாழ்க்கையையோ தன்னம்பிக்கையையோ கெடுக்காமல் பார்த்துக் கொள்ள வேண்டிய அவசியத்தை உணர்த்த விரும்புகிறேன்.

நந்தினி எவ்வளவு கேட்டும் தான் தற்கொலை செய்யத் துணிந்ததன் காரணத்தை சொல்ல மறுக்கிறார்.அதிகம் கேட்டு வற்புறுத்தினால் அதே அவருக்கு மன அழுத்தம் அதிகப் படுத்தி விடும்.ஆனால் அவர் மனதில் ஏதோ ஒரு குற்ற உணர்ச்சி தான் அவரை தற்கொலைக்கு தூண்டியது என்று நினைக்கிறோம். முடிந்த வரை அவரின் செயலுக்கான காரியத்தை அறிய முயலுங்கள் மருத்துவமனைக்கு வெளியேயும் அவர் மனநல மருத்துவர் ஒருவரை சந்தித்து சிகிச்சைஎடுத்துக் கொள்வது நல்லது. என்று சொல்லி விட்டு அவர் நகர்ந்து விட நவீன் தயங்கி நின்றான்.

நந்தினி அவனை எப்படி எதிர் கொள்வாள் என்று யோசனையாக இருந்தது.

நந்தினியின் அறைக்குள் நுழைந்தவன் முதுகைக் காட்டிக் கொண்டு வெளியே ஜன்னல் வழி வெறித்த படி தயாராகி நின்று கொண்டிருந்த நந்தினியைக் கண்டான்.

விறைத்திருந்த முதுகு அவளுடையமனநிலையை அவனுக்குச் சொல்லியது.

''நந்தினி'' என்று மென்மையாக அழைத்தான்.

திரும்பினாள் நந்தினி
அவள் கண்களில் கண்ணீர்ப் படலம்.
அவனைக் கண்டதும் இரெண்டே அடிகளில் அவனை நெருங்கி அவன் நெஞ்சில் சாய்ந்தாள்.
இதை எதிர்பார்க்கவில்லை நவீன்
அவனின் கைகள் நடுங்கிய படி நந்தினியைன் தலையை மென்மையாகக் கோதிவிட்டன.
அவனை நிமிர்ந்து பார்த்தாள் நந்தினி
சாரி நவீன் எல்லாவற்றிர்கும் ரொம்ப சாரி என்றாள்
அவளைப் புரியாமல் பார்த்தான் நவின்
அதனாலென்ன பரவாயில்லை. இப்போது தான் நீ சரியாகிவிட்டாயே என்றது அவனது வாய்
தன்னுடிடையக் கண்ணீர்க் கரையை அவன் சட்டையிலிருந்து சுண்டிய படியேக் கேட்டாள் நந்தினி
என் மேல் நீ கோவமாக இருக்கிறாயா?
ஏண்டா நந்தினி இப்படி சொல்ற? உன் மேலே எனக்குக் கோபமே வராதுடா. காதல் மட்டும் தான் வரும். என்றவன் அவளைத் தன்னோடு அணைத்து உச்சி முகர்ந்தான்.
"நிஜம்மாவா சொல்ற?
நம்பாமல் கேட்டாள் நந்தினி
நிஜமாகத்தான் சொல்கிறேன். என்றவன் நந்தினியின் கண்களை ஆராய்ந்தான். விலகி விலகி ஓடியவள் இன்று இப்படிநடந்து கொள்கிறாள் என்றால் எதை நம்புவது என்று இருந்தது. அவன் பார்வை தன்னை ஆராய்வது பிடிக்காமல் அவனை விலகினாள் நந்தினி
வா வா போகலாம் என்று உற்சாகத்துடன் தன்னுடைய பையை எடுத்துக் கொண்டு அறையை விட்டுவிட்டு விசிலடைத்துக் கொண்டே அறையை விட்டு வெளியேறினாள்.
அவளைத் தொடர்ந்த நவீன் நந்தினியின் போலி உற்சாகத்தை ஆராய்ந்தான்
போகும் வழியில் தான் உற்சாகமாக இருப்பதாக நந்தினி காட்டிக்

கொள்ள முயற்சி செய்வது தெரிந்தது.
அவளை நிஜமாக உற்சாகப் படுத்த வேண்டும் என்று நினைத்தான்.
வண்டியை பேக்கரியின் பக்கம் திருப்பினான்.

தான் வேலை செய்யும் பேக்கரி முன்னால் வண்டி வந்து நின்றதும் நந்தினி புரியாமல் நவீனைப் பார்த்தாள்
புன் சிரிப்புடன் அங்கே பார் என்று காட்டினான்.
திரும்பிப் பார்த்த நந்தினி மலைத்துப் போனாள்.
அபிராமி.
சிவப்பு வண்ணத்தில் குளிருக்கு இதமாக மேலங்கி தொப்பி கம்பளியில் செய்த கையுறை என்று அணிந்து கொண்டு மைக்கலுடன் சேர்ந்து சிரித்துப் பேசிய படியே உணவுப் பொருட்களை ஏற்றிக் கொண்டிருந்தாள் அபிராமி.
ஆச்சிரியம் தாங்க முடியாமல் கதவைத் திறந்து கொண்டு அவளை அணுகினாள் நந்தினி.
நந்தினியைக் கண்டு விட்டவுடன் உற்சாகமாய் ஓடி வந்து அணைத்துக் கொண்டாள் அபிராமி
நந்தினி நந்தினி நான் இப்போது எவ்வளவு சந்தோஷமாய் இருக்கிறேன் தெரியுமா? என் அம்முக்குட்டிக்கு நல்ல ஒரு வளமான வாழ்க்கைத் தரமுடியும் என்ற நம்பிக்கை வந்திருக்கிறது. உன் ட்ரேசிக்குத்தான் நன்றி சொல்ல வேண்டும். என்று கூறியவள். நந்தினியின் கைககளைப் பிடித்துக் கொண்டாள்.
நீ எப்படி இருக்கிறாய் ? நவீன் உனக்காக இரண்டு நாள் விடுப்பு எடுத்து இருக்கிறான். அவன் உன்னை நன்றாகப் பார்த்துக் கொள்வான் நான் வேலை முடிந்தவுடன் வீட்டிற்கு வந்து எல்லா விவரங்களையும் சொல்கிறேன்

வீட்டில் சாப்பாடு எல்லாம் செய்து வைத்து விட்டேன் அதனால் சாப்பாட்டிற்கும் கவலை இல்லை உங்களுக்கு. நீங்கள் இருவரும் சந்தோஷமாக இருக்க வேண்டும் அது போதும் எனக்கு என்றவள்
அம்முக் குட்டியைத் பயிற்சியில் இருந்து அழைக்க மறந்துவிடாதே

நவீன்.

என்றவள் தனியாக வேலை செய்து கொண்டிருந்த மைக்கலுக்கு உதவி செய்ய ஓடினாள்.

ஆச்ச்சியமாக இருந்தது நந்தினிக்கு ஒரு வார்த்தை கூட அளந்து பேசும் அபிராமியா இது

வியப்பில் நந்தினியின்முகத்தில் விரிந்த புன்னகை நிஜமானதாக இருந்தது.

அபிராமிக்கு கையாட்டி விட்டு இருவரும் வண்டியில் ஏற அபிராமி யும் நந்தினியும் இடம் மாறிவிட்ட விவரத்தை நந்தினியிம் சொன்னான் நவீன் ட்ரேசியிடமும் அபிராமியிடமும் முதலில் பேசி முடிவெடுத்தது தான்

ஆனால் எதனால் வீடு மாற வேண்டியிருந்தது என்பதை மாற்றிச் சொன்னான்.

அண்ணி இருக்கும் இடம் அண்ணனுக்குத் தெரிந்து விட்டது என்றதும் அண்ணி மிகவும் கலங்கினார்கள்.

அவர்களுக்கு நம்பிக்கை ஊட்டும் விதமாக ட்ரேசி தான் நம்பிக்கைக் கொடுத்துப் பேசினார்கள். அண்ணன் வந்து தொந்தரவு செய்தாலும் நாமெல்லாம் துணைக்கு இருப்பதாகவும் எதற்கும் பயப்பட வேண்டாம் என்று அவர்கள் திரும்ப திரும்ப சொன்ன பிறகே அண்ணி இந்த ஏற்பாடுக்கு சம்மதித்தார்கள். நீ என்ன சொல்வாயோ என்று மிகவும் யோசித்தார்கள்

“ஆனால் என் அருகில் நீ இருக்க ஆசைப் படுவாய் என்று நான் தான் அவர்க்ளை வற்புறுத்தினேன் அப்படித்தானே நந்தினி?” என்றவன் கிண்டலாக அவளைப் பார்த்து சிரித்தான்.

நீயும் அண்ணியுடன் தங்கு வாய் தானே உனக்குப் பிரச்சனை இருக்காது இல்லையா? அதுவும் உன்னை விட்டு என்னால் இருக்க முடியாது என்று உனக்குத் தெரியும் தானெ என்றவன் அவளுடைடையத் தங்கையைப் பற்றி சொல்ல நினைத்து விட்டு விட்டான்.

அச்வினிக்கு இதுவரை நடந்த்தை எல்லாம் சொல்லி மின்ன்ஞ்சல் அனுப்பி விட்டான். தமக்கையை உடனே பார்க்க வேண்டும் என்று அஸ்வினி துடித்தாலும் நீ வந்தால் காரியம் கெட்டுவிடும் என்று எச்சரித்திருந்தான். தன் வீட்டாருக்கு விஷயம் தெரியும் என்று தெரிந்தால் நந்தினி மீண்டும் ஏதாவது விபரீத முடிவு எடுக்க்க் கூடும் என்பதால் அச்வினி அவளைப் பார்க்க வராமல் இருப்பதே நலம் என்று முடிவெடுத்தார்கள்.

அவன் விளையாட்டை ரசித்தபடி வெளியே பர்ர்த்த நந்தினி எங்கே போகிறோம் என்று கேட்டாள்

கோவிலுக்கு என்று சொன்ன நவீன் அமைதியானான்.

நந்தினியை ஆட்டிப் படைக்கும் உண்மையை எப்படியும் இன்று தெர்ந்து கொள்வது என்று அவன் முடிவு செய்து விட்டான்

இருவரும் அமைதியாகப் பயணிக்க கோவில் வந்தது. மௌனமாகவே இருவரும் தங்களுடைய பிராத்தனைகளை முடித்து விட்டு வந்து கோவிலின்படிகலில் உட்கார்ந்தனர்.

உட்கார்ந்திருந்தவளையே பார்த்துக் கொண்டிருந்த நவீன் மெதுவாகக் கேட்டான்

ஏன் நந்தினி?

அவனைத் திரும்பிப் பார்த்த நந்தினியின் பார்வையில் தவிப்பு தயக்கம் எல்லாம் இருந்தன.

கண்டிப்பாய் பதில் சொல்ல வேண்டுமா என்ற எதிர்க் கேள்வி அவள் கண்களில் நீரற்ற மீனாய்த் துள்ளியது.

அவளை உறுதியோடு பார்த்துக்கொண்டே இருந்தான் நவீன்

தவிப்பாய் இருந்தது நந்தினிக்கு

நவீனின் ஒரு கேள்விக்குப்பின்னால் இருக்கும் பதிலின் விஷம் நவீனுக்குப் புரியுமா?

எப்படிச் சொல்வது? எதைச் சொல்வது எதைவிடுவது?

சொல்லுவதா வேண்டாமா? எல்லாவறையும் சொல்லிவிட்டால் பாத்திரத்தில் இருக்கும் பாலைக் கொட்டியது

போல் ஆகிவிடுமே திரும்ப அள்ள முடியுமா மனப்போரட்டத்திலேயே அமைதியாக இருந்தாள் நந்தினி

முழுங்காலில் முகம் புதைத்து உட்கார்ந்த் கண்களை மூடிக் கொண்டாள். அவள் பின்னாலேயே விரட்டிக் கொண்டிருந்த ராட்சத கருப்பு நிழல் அவள் முதுகின் மேல் ஏறி உட்கார்ந்து கொண்டு கழுத்தை நெறுக்கியது. தலை கவிழ்ந்ந்து உட்கார்ந்திருந்தாள்

அசையா சிலை போல உட்கார்ந்து கொண்டிருந்த நந்தினியையே பார்த்துக் கொண்டிருந்தான் நவீன். அவள் உள்ளத்தில் இருப்பதை தெரிந்து கொள்ள உள்ளம் தவித்தது.
எதிரில் இருப்பவர்களின் உடல அசைவுகளைப் பிரதிபலித்தால் அவர் உணர்ச்சிகள் என்னவாக இருக்கும் என்று ஓரளவு புரிந்து கொள்ள முடியும் என்று எதிலோ படித்தது நினைவுக்கு வர நந்தினியைப் போலவே உட்கார்ந்து கண் மூடிக் கொண்டான். அவளின் சுமை அவன் மேல் ஏறிக் கொண்டது போல் இருந்தது. ஆனால் என்ன வென்று தெரியவில்லை
சிறிது நேரத்தில் நிமிர்ந்து உட்கார்ந்தாள் நந்தினி. அவளின் பார்வையும் சிந்தனையும் தொலை தூரத்திலிர்ந்த மாதிரி எங்கோ இருந்த வெறுமையை வெறித்தாள்.

நவீனும் அதையேப் பிரதிபலிக்க அவளின் பரிதவிப்பு புரிந்த மாதிரி இருந்தது.அவ்ளின் ஒவ்வோரு அணுவும் கூனிக் குறுகி சுருங்குவதை உண்ரமுடிந்து.
ஆகாயத்தில் அவள் எதற்கோ பதில் தேடுவது போல அவள் உட்கார்ந்து இருப்படஹிப் பார்க்க

வேண்டாம் நந்தினி எதுவும் சொல்ல வேண்டாம். இப்படி மருகி மருகி நீ உன்னையே வாட்டிக் கொண்டு சொல்ல வேண்டிய எந்த உண்மையும் எனக்குத் தெரிய வேண்டாம் என்று சொல்ல வேண்டும் என்று சொல்லத் துடித்த நாவை அடக்கி அமைதியாய் நந்தினியின் பிரதிபலிப்பாய் சிலை என

உட்கார்ந்திருந்தான்.

நந்தினியின் உடல் அவ்வப்போது வெடவெடத்தது. அவளுக்கு எழுந்து நடந்து கொண்டே பேசினால் நன்றாக இருக்குமோ என்று தோன்றியது.
நவீனை ஏறெடுத்துப் பார்த்தாள்
உள்ளே மறுபடியும் வேண்டுமானால் போய் வரலாமா நந்தினி மெல்லியக் குரலில் கேட்டான். புறாக்குஞ்சைப் போல நடுங்கும் அவளை தன் மார்புக்குள் அணைத்துக் கொள்ள துடித்தான்.

கண்களாலேயே தன்னை அரவணைக்கும் நவீனைப் பார்க்க மெல்ல நந்தினியின் உதடுகளில்தன்னை அறியாமல் சின்னப் புன்னகை அவள் உதடுகளில் மலர்ந்தது.
இவனில்லாமல் எப்படி வாழ முடியும் என்று தான் நினைத்தோம் என்று மனதுக்குள் எண்ணியபடியே வேண்டாம் என்பது போல் தலை அசைத்து எழுந்து நடந்து காருக்கு வந்தாள் நந்தினி.யைப் பின் தொடந்த நவீன் நந்தைனி எதுவும் சொல்லாவிட்டாலும்பராயில்லை, தன்னையே தான் அவள் வருத்திக் கொள்ளாமல் இருந்தால் போதும் என்று தோன்றியது அவனுக்கு. காருக்கு வந்து காரைஸ்டார்ட் செய்ய முனைந்த அவனது கரங்கள் மேல் தன் கரங்களை வைத்து வேண்டாம் என்பது போல் சைகை செய்தாள் நந்தினி.
நவீனின் மேல் வைத்தகைகளை எடுக்கவில்லை நந்தினி.

ஏனோ அவளும் நவீனும் ஒன்றாகி விடடதுபோல உணர்வு. இவனிடம் எல்லாம் சொல்லலாமென்ற நம்பிக்கை வந்தது. மூடியக் வண்டியின் கதவுகள் அவளுடைய அந்தரங்கங்களைப் பேச அனுமதி கொடுத்தன.

''அன்று அப்பா அம்மா மீது எனக்கு ஆத்திரம் ஆத்திரமாக வந்தது. அவர்களது செயல் ஒரு வீணான பிடிவாதம் போல் தோன்றியது.

என் வாழ்க்கையை முடிவெடுக்க அவர்கள் யார் என்று கேள்விஎன்னை உலுக்கியது.இது நாள் அவர்கள் சொன்னது படி நடந்து எனக்கு கிடைத்தது அவர்களின் கனவு,விருப்பம் என்ற சிறையில் எனக்கு மூச்சு முட்டுவதை அவர்கள் உணரமறுக்கிறார்களே என்று மனதுக்குள் குமுறினேன். வீட்டை விட்டு வேகமாக வெளியேறினேன்

அவனின் கை ஸபரிஸமே துணையாகக் கொண்டு தூரத்தில் வெறித்துக் கொண்டு தான் நடந்து வந்த பாதையில் நடக்க ஆரம்பித்த நந்தினியின் ஒவ்வோரு வார்த்தையையும் ஆடாமல் அசையாமல் கேட்டுக் கொண்டிருந்தான் நவீன்

அத்தியாயம் 40

வீட்டை விட்டு வெளியற்றி நந்தினி வேகவேகமாக நடந்தாள். அவள் நடையில் கோபம் இருந்தது. அந்தக் குடியிருப்பிலேயே இருக்கும் தன் தோழி மீனாவிடம் பெற்றோரின் வீண் பிடிவாதத்தைப் பற்றி சொன்னால் தான் அவளுக்குக் கோபம் தீரும்.

மீனாவும் நந்தினியும் பள்ளித் தோழிகள நந்தினி பாஸ்டனுக்குப் படிக்கப் போக மீனா டெக்ஸாஸிலேயே பிஸினஸ் படிக்கிறேன் என்று கல்லூரியில் சேர்ந்து கொண்டாள். எப்போதும் மீனா தான் தன் பெற்றோரைப் பற்றி நந்தினியிடம் குறை சொல்லுவாள். அதே போல நந்தினியும் தன் மனக்குறைகளை மீனாவிடம் சொல்வது உண்டு.

இவள் கல்லூரியிலிருந்து விலகி வந்து விட்டால் என்பதும்நகைசுவையாளராகப் போகிறேன் என்று அவள் சொன்னதும் அவர்கள் எப்படி கொதித்து எழுந்தார்கள்!

அப்பாவுடைய நம்பிக்கையையே தகர்ந்து எறிந்துவிட்டாளாமே! இவள் மனதிற்குப் பிடித்த படிப்பை படிப்பதர்கும் இவர்களின் நம்பிக்கைக்கும் என்ன சமபந்தம் என்று தெரியவில்லை. இருபத்தியொரு வயது பெண்ணுக்கு அவள் வாழ்க்கையை முடிவு செய்ய உரிமையில்லையா? கோபமும் மனப் புகைச்சலுமாய் நடந்து கோண்டிருந்தவள் பின்னால் ஹாரன் ஒலிக் கேட்டது

அமெரிக்காவில் ஹாரன் ஒலிக் கேட்பது அதிசயமே! துள்ளிக் குதித்து திரும்பினாள் நந்தினி

பின்னால் ஒரு ஜீப் வந்து நின்றது. அதில் அவளுடைய பள்ளி நண்பர்கள் அனில், சுனில் ராஜ், மீனா, ஷில்பா கரண் ஜானவி என்று அந்தச் சின்ன வண்டியில் உட்கார்ந்திருந்தனர்.

நண்பர்கள் அனைவரையும் ஒரே இடத்தில் எதிர்பாராத விதமாக பார்த்த நந்தினி ஆச்சிரியப் பட்டாள்

தன் துக்கத்தை மறந்து கையாட்டிச்சிரித்தாள்

என்ன ஒரு ஆச்சிரியம் நான் மட்டும் தான் இங்கே வீட்டுக்கு வந்திருக்கிறேன் என்று நினைத்தேன். நீங்கள் எல்லாரும் ஒன்று

கூடியிருக்கிறீர்கள் என்ன விஷயம்? குதுகலமாகவேக் கேட்டாள் நந்தினி

முதலில் வண்டியிலேறு பிறகு சொல்கிறோம் என்று எல்லோரும் அவசரப்படுத்த ஏறி கரனின் பக்கத்தில் தொற்றிக் கொண்டு உட்கார்ந்து கொண்டாள்.

நண்பர்களைப் பார்த்ததும் தொற்றிக் கொண்ட உற்சாகம் தந்தைத் தாயுடன் போட்ட சண்டை நிமிடத்தில் மறந்து போனது

ஏய் மீனா உன்னைத் தான் தேடிப் போய் கொண்டிருந்தேன். நீங்கள் எல்லாரும் எங்கே இப்படி என்ன விஷயம்? காற்றில் பறக்கும் முடியை ஒதுக்கிய படியேக் கேட்டாள்?

ஓ அதுவா ராஜ், கரண் இருவருக்கும் நாஸா விண்வெளித் திட்டத்தில்வேலை செய்ய பயிற்சிக்கான வேலை கிடைத்திருக்கிறது. அதைக் கொண்டாடத் தான் போய்க் கொண்டு இருக்கிறோம்.

ஓ அப்படியா என்று பக்கத்திலிருந்த கருணுக்கு கை கொடுத்து வாழ்த்துக்கள்என்று சொன்னாள்.

ஒரே உற்சாகமாக நண்பர் குழாம் ஊரை சுற்றியது. முதலில் ஒருதிரைப்படம் போனார்கள். அப்புறம் பௌலிங் விளையாடப் போனார்கள். அப்படியும் இப்படியுமா விளையாண்டு கடைசியில் ஒரு பாரில் வந்து நண்பர்களின் நிஜமான பார்ட்டி தொடங்கியது.

நந்தினி, மீனா ஜானவி ஷில்பா என்று பெண்கள் ஒரு வரிசையில் உட்கார ஆண்கள் அவர்களுக்கு குடிக்க வாங்கி வந்தார்கள்.

நந்தினி எப்போதும் மது அருந்தியது இல்லை. ஜானவி தவிர மற்றப் பெண்களுக்கு அந்தப் பழக்கம் கொஞ்சம் இருந்தது என்று அவளுக்குத் தெரியும்

இருந்தாலும் வழக்கம் போல பெப்ஸியைத் தான் கேட்க அவளுக்கு விருப்பமில்லை. அவள் பெற்றோருக்கு எதிராக ஏதாவது செய்ய வேண்டும் என்று உள்ளே இருந்து ஒரு குரல் குமுறிக் கொண்டிருந்தது. ஜானவியுடன் சேர்ந்து அவளும் தான் அருந்த மது

வேண்டும் என்று கேட்டாள் கரண் தான் பெண்களுக்குத் தேவையானதை அவ்வப்போது வாங்கிக் கொடுத்தான்.

நண்பர்களுடன் பேசிச் சிரித்துக் கொண்டு உட்கார்ந்து கொண்டே மதுக் கோப்பையில் உறிஞ்சி கொண்டிருந்த நந்தினிக்கு தலையை சுற்றிக் கொண்டு வந்தது. வயிற்றைக் குமட்டிக் கொண்டு வந்தது. அப்போது தான் காலையிலி பாஸ்டனில் சாப்பிட்டது தவிர தான் மீண்டும் உணவு எதுவும் உட்கொள்ளவில்லை என்பது. வெறும் வயிற்றில் மதுவும் சேர்ந்து கொண்டதால் வயிற்றைப் பிரட்டுகிறது என்று நினைத்துக் கொண்டாள்.

நண்பர்களின் உற்சாகத்தை கலைக்க விரும்பாமல் எழுந்து கழிப்பறைக்குச்ச் சென்றாள். கதவருகில் சென்று திறக்கும் போது அவள் தோளை யாரோ தொட்டமாதிரி இருந்தது. சுதாரித்து திரும்பும் முன் அவள் வாயை யாரோ பின்னாலிருந்து மூடினார்கள் மூச்சு அடைபட பட்பட்டென்று

சொல்லிக் கொண்டே வந்த நந்தினியின் உடல்
பயத்தில் சிலிர்த்தது.
நவீனின் கைச் சூடு மட்டும் நிஜமாயிருக்க தொலைதூரத்தில் அவள் பார்வை நிலைத்திருக்க கனவில் நடந்ததை விவரிப்பது போல .
அவள் பேசிக் கொண்டே போனாள்

மீண்டும் நினைவு மெள்ள திரும்பிய போது நந்தினி தரையிலிருந்தாள்.

அறையில் வீசிய துற்நாற்றம் தான் அவளை விழிக்க செய்திருக்க வேண்டும்

மூச்சு விட முடியாதபடி நாற்றம் யரோ சிறுநீர் கழித்து காய்ந்து போன நாற்றம். அதுவும் மூக்குக்கு மிக அருகில்.... தரையின் ஈரம் ஊசியாய் முதுகைக் குத்தியது

எழ முயன்றாள் நந்தினி ஆனால் முடியவில்லை.கனமாக ஏதோ அவளின் தோள்களை அழுத்தியது. ஈரமாய் பல்லி ஒன்று அவள் உதடுகளில் மூக்கில் கழுத்தில் ஏதோ ஊர்ந்தது. முகத்தை அபப்டியும் இப்பபடியுமாக வேகமாக திருப்பினாள். பளாரென்று யாரோக் கன்னத்தில் அறைந்தார்கள்.அசிங்க சிங்கமாய்த் திட்டினார்கள் என்னவென்று தான் புரியவில்லை. ஆனால் அந்தக் குரல்.

அவளுக்குத் தெரியும்
சுளீர் என்று வலித்தது
வலியில் முனங்கக்கூட முடியாமல் வாய்க் குளறியது. புரண்டு எழ முய்ற்சித்தாள். மூக்கில் எதையோ வைத்து அழுத்தினார்கள் திடுக்கிட்டு அதிர்ச்சியில் அவள் கண்கள் தானாய் திறந்தன. எதிரே ஒரு ஓநாய் அவளை வெறியோடு பார்த்துக் கொண்டிருந்த்து.அவள் கண்முன்னாலேயே ஓநாயின் முகம் மாறியது. அது என்ன ஏது என்று அவள் மன்தில் பதியும் முன்அவள் முகதந்தில் ஏதோ கருப்பாக விழுந்தது. நீண்ட மூச்சை இழுத்துப் பிடித்த் நந்தினி அப்பபடியே மயக்கத்துக்குள் போனாள்.
அந்த மயக்கத்திலும் உடலில் கம்பளிப் பூச்சி ஊறுவது போல , கம்பளிப் பூச்சி யானையாய் கனக்கிறது? முயற்சி செய்து தன் மேலே விழுந்து கிடக்கும் கனத்தித் தள்ளப் பார்த்தாள். முடியவில்லை. தசைகள் எல்லாம் வலு இழந்து துவண்டு கீழே விழுந்தன. உடலும் மூளையும் தூங்க முயற்சித்தன. உள்ளுணர்வுக்கு மட்டும் ஏதோஅருவருப்பாய் நடக்கிறது என்பது புரிந்தது. ஓநாயின் முகம் அவள் முகத்தரில் வந்து வந்து போனது. அவளைப் பார்த்து விகாரமாய் சிரித்ததுஎங்கிங்கிருந்தோ ஒரு ஓலம் கேட்டது. அது அவளுடைய குரல் தானோ என்று அவளுக்கு சந்தேகம் வந்தது. இங்கே இருந்து ஓடிவிட வேண்டும் என்று துடித்தாள்.ஆனாலும் எதுவும் செய்ய முடியவில்லை.

கைகால்கள் தளர தலை தரையில் துவண்டது.

எவ்வளவு நேரம் மயங்கிக் கிடந்தாளோ தெரியாது

அவளுக்கு ஓரளவு நினைவு வந்து எழ முடிந்தபோது தனக்கு நடக்கக் கூடாதது நடந்து விட்டது என்று புரிந்தது.

நந்தினி கற்பழிக்கப்பட்டிருந்தாள். ஆனால் தன் பெண்மையை சூறாடியது யார் என்று கூட அவளுக்குத் தெரியவில்லை. கழிப்பறையிலேயே உட்கார்ந்து அழுது முடித்தவள் எழுந்து வெளியே வந்த போது அவருடைய நண்பர்கள் யாரும் இல்லை. யோசித்த படிவெளியே வந்தவளுக்காக காத்திருந்தவன் போல் எங்கிருந்தோ கருண் ஓடி வந்தான்.

அவனைப் பார்த்து மலங்க மலங்க விழித்தாள் நந்தினி

ஐயம் வெரி சாரி நந்தினி என்று சொன்னவன் அவள் கைப்பை போன்ற உடமைகளை அவள் கையில் கொடுத்து நீ தயவு செய்து ஒரு மருத்துவமனைக்குச் செல்வதுதான் நல்லது என்று சொல்லி என்னை டாக்ஸியில் ஏற்றி விட்டான்.

என்று சொல்லி விட்டு தான் இறுக்கமாகப் பிடித்திருந்த நவீனின் கரங்களில் குவிந்து கதறிக் கதறி அழுதாள் நந்தினி.

சிலையாய் உட்கார்ந்திருந்த நவீனின் கரங்கள் அவள் தலைக்கேசத்தை தடவ விரும்பின. ஆனால் முடியாமல் நடுங்கின.

அத்தியாயம் 41

தன் படுக்கையில் மடித்த முழங்காலில் கன்னம் பதித்து ஜன்னல் வழி தூரத்தில் வானத்தை வெறித்த படி உட்கார்ந்திருந்தாள் நந்தினி. அவள் காலடியில் நாய்க் குட்டி படுத்திருந்தது. உணர்ச்சிகள் எதுவுமே இல்லாமல் நெஞ்சக் கூடு காலியாகி இருந்தது. அழுது அழுது இருந்த கண்ணீரும் வற்றி விட்டது.மடை திறந்த ஓடையாய் எல்லாவற்றையும் நவீனிடம் சொல்லி இரண்டு நாளாகி விட்டது.சொன்ன அன்று இரவு அவளுடன் வெகு நேரம் இருந்தான் தூக்க மாத்திரையின் அயற்சியில் அவன் வந்து போனதும் தெரியவில்லை சொன்ன மறுநாளிலிருந்து அவன் அவளை வந்து பார்க்கவில்லை. அவன் வந்து பார்ப்பான் என்று எண்ணுவதும் முட்டாள் தனம்.

நல்ல வேளை அபிராமி தன்னுடைய புது வேலையில் மும்மும்ரமாய் இருக்கிறாள். தொழில் தொடங்க வங்கியில் அவள் கேட்டிருந்த கடன் கிடைத்துவிட்டது என்று சொல்லிக் கொண்டிருந்தாள்.

எப்படியோ அவளுக்கு ஒரு நல்ல காலம் வந்து விட்டது. வீட்டுக்குள்ளேயே சிறைப் பறவையாய் தன்னையேமுடமாக்கிக் கொண்டிருந்தவள் இப்போது தான் தன்னம்பிக்கையோடு சிறகடித்துப் பறக்க ஆரம்பித்து இருக்கிறாள்.

நந்தினியின் யோசனை மெதுவாய் தன்னுலகிற்குத் திரும்ப எழுந்து ஜன்னலுக்கு வந்தாள்

நவீன் இனி அவளை நாடி வரமாட்டான் என்று மூளை உறைத்தாலும், அவன் ஏன் வ்ரவில்லை என்ற கேள்வியும் அவனைப் பார்க்கவே முடியாதா என்ற ஏக்கமும் அவளைக் குடைந்தது.

ஜன்னலை விட்டு நகர்ந்து தன் பெட்டையை எடுத்துத் திறந்தாள். உடைகளுக்கு அடியில் இருந்த மருத்துவக் குறிப்பை எடுத்தாள்.

அவளுக்கு என்ன நடந்ததுஎன்று விவரமாய் சொல்லும் குறிப்பு

இரண்டு வருடங்களுக்கு முன்னால் அபிராமி மருத்துவ மனையில்

இருந்த போது டெக்ஸாஸ் போய் தன்னை சோதித்த மருத்துவரிடம் இருந்து பெற்றுக் கொண்டு வந்தது.
முதலில் இந்த மருத்துவக் குறுப்புக்களைத் தொட்டுப் பார்க்கவே அவளுக்கு அருவருப்பாய் இருந்தது. அப்படியே பெட்டிக்குள் போட்டு விட்டாள். இப்போது தான் முதல் முறையாக தைரியமாக கைகளில் எடுத்தாள்.
மெள்ள பக்கங்களைத் திருப்பி படிக்க ஆரம்பித்தாள். ஒவ்வொரு விஷயத்தைப் படிக்கும் எல்லாமே வேறு யாருக்கோ நடந்தது போல இருந்தது. ஆனால் நடந்தது என்னவோ என்று மூளைக்கு உறைக்கும் போது குமட்டிக் கொண்டு வந்தது. இருந்தாலும் விடாமலும் படிக்க ஆரம்பித்தாள். அவளுக்கு நடந்தது அவள் கண் முன்னே படமாய் விரிந்தது.

நண்பர்களுடன் மது அருந்திக் கொண்டிருக்கையில் அவளுடைய மதுவில் *GHB* என்று சொல்லப்படும் மருந்து அதிகப் படியாக கலக்கப் பட்டிருந்தது அவளுடைய மருத்துவ சோதனை மூலம் தெரிய வந்தது. டேட் ரெப் என்ற முறையில் நண்பர்களே அதைப் பயன் படுத்தி பெண்கள் கற்பழிக்கப் படுகிறார்கள் என்று அவள் படித்தும் இருக்கிறாள். மருத்துவ மனையில் அவளை எல்லாவித சோதனைகளும் செய்ததோடு எய்ட்ஸ் மற்றும் கர்ப்பம் ஆகாமல் தடுக்கும் மருந்தையும் அவளுக்குக் கொடுத்து இருக்கிறார்கள். இவை யெல்லாம் எங்கோ யாருக்கோ நடந்த்து போல் நந்தினிக்கு நினைவு வந்தது.. அவள் எபப்டி கற்பழிக்கப் பட்டிருக்கலாம் என்ற மருத்துவரின் ஊகமும் அந்தக் குறிப்பில் கொடுக்கப் பட்டிருந்தது.
ஒரே மிருகத்தால் மூன்று முறை கற்பழிக்கப் பட்டிருக்கிறாள். படித்துக் கொண்டிருந்த நந்தினி அப்படியே சரிந்து உட்கார்ந்தாள். உடலெல்லாம் நடுங்கியது
என்ன ஒரு கொடூரம். இவ்வளவு நடந்திருக்கிறது அவளுக்கு ஒன்றுமே தெரியவில்லையே! ஒன்றுமே ஞாபகமும் இல்லை. அழுகையாக வந்தது அடக்கிக் கொண்டு மேலே படித்தாள்.

மிருகத்தனமானமாக நடந்து கொண்ட அந்த குற்றவாளி முட்டாள் தனமாகவோ இல்லை தற்பெருமையாகவோ அவள்

உடலெங்கும் *DNA* சாட்சியங்களை விட்டு வைத்திருந்தான். அவளிடம் போலீஸ் வந்து விசாரித்தது எல்லாம் மெள்ள மெள்ள நினைவிற்கு வந்தது. உயிரணு சோதனை மூலம் குற்றவாளி யாரென்று கண்டுபிடித்து விட முடியும் என்று அவர்கள் நம்பிக்கையாக சொன்னார்கள்.

இன்னும் இரண்டு மூன்று நாட்களில் குற்றவாளியைக் கண்டுபிடித்து விடலாம். நந்தினி செய்ய வேண்டியதெல்லாம் ஒரு புகார் எழுதிக் கொடுக்க வேண்டியது தான் என்று சொல்ல அவர்கள் நீட்டிய இடத்தில் கையெழுத்துப் போட்டதும் நினைவிருக்கிறது.

எல்லாம் முடிந்து மருத்துவ மனையை விட்டு வெளியே வந்தவள் வீட்டிற்குப் போகத் தயங்கினாள். ஏற்கனவே அவள் மீது கோபமும் வெறுப்புமாக இருக்கும் பெற்றோர் இனி அவளைக் கண்டால் அறுவருத்துத்தான் போவார்கள்.அவளுக்கே அவல் உடல் அழுக்காய்த் தோன்றியது. அவள் தோலை எலும்பை அந்த மிருகம் தொட்ட இடங்களை எல்லாம் பிய்த்து எறிந்து தீ வைத்து சுட்டு விட வேண்டும் போல் ஆத்திரமாய் வந்தது.

அப்போது அவள் எடுத்த முடிவு தான் தற்கொலை செய்து கொள்வது. இது ஒன்று தான் தான் பட்ட அசிங்கத்திலிருந்து விடுதலையாக அவளுக்குப் பட்டது

இங்கே டெக்ஸாஸில் எதுவும் விபரிதமாக செய்து கொண்டால் அம்மா அப்பாவிற்குத் தான் அவமானம் என்று தோன்ற சான்பிராண்ஸிஸ்கோ சென்று விடுவது என்று முடிவு செய்தாள். ஏற்கனவே சான்பிராண்சிஸ்கோ கல்லூரியில் சேர என்று விமான பயணச்சீட்டு வைத்திருந்தாள்.

மருத்துவ மனையிலிருந்து அப்படியே கிளம்பி விமான நிலையம் வந்தவள் தான்.

தான் சாகப் போவது மிக உறுதி என்று நந்தினி பிடிவாதமாக மொட்டையாக விமான நிலையத்திலிருந்தே நவீனுக்கு மின்னஞ்சல் அனுப்பினாள். தன் மரணம் அவனைப் பாதிக்க கூடாது என்று எண்ணினாள் உயிரை விட அவள் திட்டமிடது வேறு .ஆனால் நடந்தது வேறு விமான நிலையத்தில் அபிராமியை

சந்தித்ததும் அவளுக்கு உதவப் போய் இன்னும் நந்தினி உயிரோடு இருப்பதும் தான் நிஜம்

அமெரிக்காவில் வளர்ந்த பெண், திமிர் பிடித்தவள் என்று கோபத்தில் நவீன் தன்னை மறந்து விடுவான். தன்னைப் பற்றி அவனுக்குத் தெரியவே தேவையில்லை வெறும் கற்பனையில் அவனோடு வாழ்வது அவள் வாழ்க்கையின் வெறுமையை நிறைத்தது.ஆனால் இப்போது இவள் கண் முன்னாலேயே வந்து நிற்கிறான்.

பெரு மூச்சுடன் எழுந்த நந்தினி அறையை விட்டு வெளியே வந்து நவீனைத் தேடி நடந்தாள்.

அவள் பின்னாலேயே நாயும் துள்ளிக் குதித்து ஓடியது.

நவீன். வெறியோடு இருந்தான். நந்தினியைக் காயப்படுத்திவனை, தன் கை நகங்களாலேயே கீறிக் கிழித்துப் போட துடித்தான். அது எதுவும் முடியாது என்ற நிலையில் அவனது கோபமும் கொதிப்பும் அதிகமாயிருநதது.

தன் உணர்ச்சிகளையெல்லாம் தான் விளையாடிக் கொண்டிருந்த கூடைப் பந்தில் காட்டினான். சிகாகோ நகரக் குளிரில் அப்பார்ட்மெண்ட் மைதானத்தில் பேய் பிடித்தவனாக பந்தோடு போராடிக் கொண்டிருந்த நவீனை விட்டு தன் கண்களை அகட்டாமல் அவன் அருகில் வந்து அவன் பார்வையில் படும் படி நின்றாள் நந்தினி.

நவீனைப் பார்க்க்வே பயமாக இருந்தது.

அவனது ஒவ்வொரு அசைவிலும் அவனுடைய கோபத்தைஅவளால் உணரமுடிந்தது.

நவீன் அவள் மேல் கோபமாக இருக்கிறானா? அவளை வெறுக்கிறானா?

நவீனின் இறுகிய முகமும் உடலின் முறுக்கிய தசைகளும் அவள் வயிற்றைக் கலக்கின. மார்புக்குக் குறுக்காக தன் கைகளைக்தன் கைகளைக் கட்டிக் கொண்டு,கூனிக் குறுகிநின்றாள்.

நந்தினி வந்து நின்றதை உடனேயே உணர்ந்து விட்டான் நவீன். காற்றில் ஆடும் இலை சருகாய் தள்ளாடிக் கொண்டு அவள்

நிற்பதை அவனுடைய புலன்கள் உணர்த்தின. அவளை அப்படியே தன்னோடு அணைத்துப் பாதுகாக்க வேண்டும் என்று தோன்றியது. ஆனால் அதை நந்தினி எப்படி எடுத்துக் கொள்வாள் என்று அவனுக்குத் தெரியவில்லை.

கூடையிலிருந்து விழுந்த பந்தை பிடித்தவன்,அப்படியே நந்தினையை நோக்கி வீசியவன் பார்வையால் அவளை விளையாட்டுக்கு அழைத்தான்.

ஒரு நிம்மதிப் பெருமூச்சுடன் நந்தினியும் அந்தப் பந்தைப் பிடித்தாள். இருவரும் ஒருவருக்கொருவர் போட்டியாக விளையாட ஆரம்பித்தனர். நவீனுக்கு சரியான போட்டியாக இருந்தாள் நந்தினி. ஒவ்வோரு முறை அவன் பந்தை கூடையில் போடும் போதும் தடுத்துவிட்டு வெற்றி சிரிப்பு சிரித்ஹ்டுவிட்டு அவள் நகர நவீனின் உதடுகளில் ஒரு புன்னகைத் தோன்றும். அவள் பந்தை கூடிஅயில் போட முயற்சிக்கும் போது அவனும் அதேத் தீவிரத்துடன் தடுக்கவும் நந்தினி நம்பிக்கையோடு விளையாட ஆரம்பித்தாள். அவளுக்கு நாய் குட்டி குரைத்து குரைத்து தன் உற்சாகத்தைக் காட்டியது.

அடுத்த அரைமணிநேரத்திற்கு, காற்றுக்குப் போட்டியாக நகரும் கால்களும், வேகமாக துள்ளும் பந்தும் துரிதமாக செயல் படும் கைகளுக்கு மட்டுமே அங்கே வேலை இருந்தது. விளையாடும் இருவரும் ஒருவரை ஒருவர் கிண்டல் செய்து கொண்டு தூண்டிவிட்டுக் கொண்டும் விளையாட கடைசியில் நந்தினி இரண்டு புள்ளிகள் வித்யாசத்தில் வெல்ல அங்கே ஒரே குதுகோலமாயிற்று. உற்சாகமாக சிரித்த அவள் துள்ளிக் குதிக்க அவளைத் தூக்கி அவளுக்கு இணையாக சிரித்தபடியே தட்டாமாலைச் சுற்றினான் நவீன்.

உற்சாகமும் சிரிப்பும் கொஞ்சம் கொஞ்சமாய் வடிய தன்னிநிலைக்கு வந்தார்கள் இருவரும்

தன் தோள்களைப் பிடித்துக் கொண்டு சிரித்துக் கொண்டிருந்த

நந்தினிஅயை தன் நெஞ்சோடு அணைத்துக் கொண்டான் நவீன். அவன் மார்பில் தலை சாய்த்த நந்தினிஅவளறியாமல் நிம்மதிப் பெருமூச்சு விட்டாள். அவனுடையஅணைப்பு மட்டுமே போதுமாய் இருந்தது அவளுக்கு. நவீனின் அன்பை, காதலை அவளுடிஅய ஒவ்வோரு அணுவிலும் உணர்ந்தாள் அவள்.

அடிபட்டப் பூனையைத் தடவிக் கொடுக்கும் அம்பும் ஆறுதலும் அவன் அணைப்பில் இருந்தது. அந்த இதமான அன்பில் தான் காயப்பட்டது கூட அவளுக்கு மறந்து போயிற்று

நவீன் இல்லாமல் வாழவே முடியாது என்று அப்பொது நந்தினிக்குப் புரிந்தது

சில வினாடிகள் அபப்டியே இருந்தவள், அவனை விட்டு விலகி தன் தலையைத் தூக்கிக் கேட்டாள்

" என்னைத் தொட உனக்கு அருவருப்பாய் இல்லையா நரேன். எல்லாம் தெரிந்த பிறகும் என்னைப் பார்த்தவுடன் உனக்கு குமட்டிக் கொண்டு வரவில்லையா?

தன்னைவிட்டு விலக்கி அவளை நிறுத்திய நவீன்.அவள் கண்களுக்குள் ந்ர்ராகப் பார்த்தான்.

" கண்ணம்மா என்னைப் பொறுத்தவரை

நந்தினி என்னும் பெண் கிடைப்பதற்கரிய ஒரு புதையலைப் போன்றவள். அவளின் அருமை எனக்கு மட்டும் தான் தெரியும். அவளைப் பற்றி தவறாக யார் பேசினாலும் எனக்குக் கோபம் வரும். அது நீயாக இருந்தாலும் சரிதான் என்று அவன் சொல்ல நந்தினி தன்னை அறியாமல் புன்னகைத்தாள் நந்தினி அவள் தோள் மேல் கை போட்டு அவளை நடத்திக் கூட்டி வந்தவன்,

நீ திருமணம் இல்லை என்று மின்னஞ்சல் அனுப்பியதும் எனக்கு எப்பட்டி இருந்தது தெரியுமா? கையில் கிடைத்த மாணிக்கத்தைத் தவறவிட்ட பதற்றம் என்னை தினம் தினம் வாட்டியது. நீ திமிர் பிடித்தவள் என்று உன் மேல் கோபப் பட்டாலும் கூட உன்னைத் திருமணம் செய்ய வில்லையே என்ற ஆதங்கம் என்னை வாட்டி எடுத்தது. நாம் இருவரும் பழகிய அந்த மூன்று நாள்கள் உணமையில்லாமல் போகும்? இந்தக் கேள்விக்கு பதில் கிடைககாமல் என்னால் தூங்கக் கூட முடியவில்லை. நீ மீண்டும்

என் வாழ்வில் வந்ததே எனக்குப் போதும் வேறு எது பற்றியும் எனக்குக் கவலை இல்லை.
இருந்தாலும் நவீன் என்று தயங்கினாள் நந்தினி
இதோ பார் நந்தினி
நீ சாலையில் நடந்து போகிறாய். ஒரு சாக்கடையில் காலை விட்டு விட்டாய் என்பதற்காக உன் காலை வெட்டி விடுவாயா?

இல்லை தானே அது போல நீ இதையும் எடுத்துக் கொள்ளப் பழகிக் கொள்ள வேண்டும். சொல்லும் எனக்கு எனக்கு இது வெகு எளிதாகத் தெரியும் ஆனால் அது உனக்கு எவ்வளவு சிரமம் என்று எனக்கும் தெரியும். என்றவன் அங்கிருந்த படிகளில் உட்கார்ந்தான்.
இருவருமே அமைதியாக இருந்தார்கள். குளிர் காற்று அவர்கள் உடம்பில் ஊசிக் குத்த ஆரம்பித்தது. நாய்க் குட்டி நந்தினியின் மடியில் வந்து தஞ்சம் புகுந்தது. கதகதபான அதன் உடலைத் தடவிக் கொண்டே உட்கார்ந்திருந்தாள் நந்தினி.
இந்த அசிங்கத்தை நினைத்து உன்னை நீயே இத்தனை நாள் வருத்திக் கொண்டிருந்ததயா நந்தினி மெள்ளக் கேட்டான் நவீன்
ஆமாம் என்பது போல தலை அசைத்த நந்தினி ஆமாம்.
எனக்கே என்னைப் பிடிக்காமல் போயிற்று. வெளியே தனியாக எங்கே செல்லவும் பயமாக இருந்தது. யாரோ என் பின்னால் வருவதைப் போலவே இருக்கும்.இரவில் தினம் தினம் பயங்கரக் கனவுகள் வருகிறது. அபிராமியும் அச்சுக் குட்டியும் இல்லாவிட்டால் நான் என்ன ஆகியிருப்பேனோ என்று எனக்கேத் தெரியாது.
நந்தினி சொல்லச் சொல்ல நவீனுக்கு கோபம் தலைக்கேறியது.
உனக்கு இந்தக் கொடுமை செய்தது யார் என்று உனக்குத் தெரிய வாய்ப்பிருகிறதா நந்தினி? என் கைகளாலேயே அவனிக் கொல்ல வேண்டும் என்று ஆத்திரம் வருகிரது.
தெரியும் என்று தலையாட்டிய நந்தினி
மருத்துவக் குறிப்பில் இருக்கிறது போலீஸும் அடையாளம் கண்டு கொண்டார்கள். நான்நான் தான் புகார் கொடுக்கவில்லை.

என்னது? யார்? யார் சொல்?

இப்போது அதை வைத்து என்ன செய்ய நவீன்? மறுப்பைக் குரலில் காட்டினாள் நந்தினி

சட்டென்று எழுந்தான் நவீன்

ஏன் நந்தினி ஏன்? இந்த மாதிரி சுயக்கட்டுபாடு இல்லாத மிருகங்களை நடுத் தெருவில் சுட வேண்டும். ஒரு படித்தப் பெண் நீயா இப்படி முடிவெடுத்தாய்? வா முதலில் சட்ட பூர்வமாக என்ன செய்வோமோ அதைச் செய்யலாம். வா நந்தினி

ஒரு வேகத்துடன் அவளை அழைத்தான் நவீன்

விட்டு விடு நவீன்

அவனை சிறையில் தள்ளினாலோ சுட்டுவிட்டாலோ நான் அசிங்கப் படவில்லை என்று ஆகிவிடுமா என்ன? இன்னோரு முறை அசிங்கப்படவோ அவமானப்படவோ என்னால் முடியாது. விரக்தியான குரலில் சொல்லிவிட்டு

வெறுப்பும் ஆதங்கமுமாக விலகி நடந்தாள் நந்தினி

எப்படி நந்தினி உன்னால் இப்படி முட்டாள்த் தனமாக பேச முடிகிறது? நீ படித்தப் பெண் தானே? ஆத்திரமாகக் கேட்டபடி அவள் பின்னாலே வந்தான் நவீன்

நான் அசிங்கப் பட்டது போதாதா? இன்னும் என் குடும்பமும அவமானப் பட வேண்டுமா? அது மட்டுமில்லை. நான் அபிராமி மருத்துவ மனையில் இருக்கும் போது செலவுக்காக பணம் வேண்டியிருந்தது. என் காரை விற்க முடியுமா என்று பார்க்க திரும்ப டெக்ஸாஸ் சென்றேன். அப்போது தான் எனக்கு என்னுடைய மருத்துவக் குறிப்புகளின் நகல் கிடைத்தது. அப்போது தான் எனக்கேத் தெரியும்

நான் சரி என்றால் உடனே நீதி மன்றத்தில் கேஸ் பதிவு செய்வதாகத்தான் சொன்னார்கள்.

யார் என்று தெரிந்ததும் எனக்கும் ஆத்திரமாகத்தான் வந்தது.. அவனை கூண்டில் ஏற்றி விட வேண்டும் என்றுத் துடிப்பாய் இருந்தது. என் கை நகங்களாலேயே கிழித்துவிட வேண்டும் போல்

இருந்தது.
ஆனால் எனக்காக் இங்கே அபிராமி காத்திருந்தாள். அவளைத் தனியாக விட முடியாது. அதனால் வேண்டாம் என்று மறுத்துவிட்டேன் என்று சொன்னவள் அதற்கு மேலும் நிலையாக நிற்க முடியாமல் வேகமாக ஓடத் தொடங்கினாள்.
சின்ன நாயின் கதறலானகுரைப்பு அவளை நிற்க வைத்தது. திரும்ப வந்து நாயைத் தூக்கிக் கொண்டவள் மௌனமாக நடந்தாள்

எனக்கு பழயதைத் திரும்பிப் பார்க்கப் பிடிக்கவில்லை. உன்னோடு எனக்கு ஒரு வாழ்வு என்பதே எனக்குப் போதும் நந்தினியைத் தொடர்ந்த நவீனுக்குக் கைலாஷின் மேல் கோபமும் வெறுப்பும் அதிகமாகியது
அண்ணன் செய்த தவறு எப்படி எல்லாம் யார் தலையிலெல்லாம் விடிகிறது தன்னலமாய் ஒருவர் இருப்பதன் விளைவு இது தானா?

அத்தியாயம் 42

கைலாஷ் கையால் சாதத்தை அளைந்து கொண்டிருந்தான். அவனுடைய மனமோ தறி கெட்டக் குதிரையாக ஓடிக் கொண்டிருந்தது. மகனையே பார்த்துக் கொண்டிருந்த கமலா கேட்டார். என்ன கைலாஷ் சாப்பிடலயா?

இல்லம்மா மனசே சரியில்லை. "உன்னை மாதிரி சமைக்கத் தெரியலைன்னு அபி மேலே எவ்வளவு கோபப் பட்டிருக்கேன் தெரியுமாம்மா? ஆனா இன்னைக்கு உன் கையால சமைச்சது ஒரு வாய் கூட உள்ளே போக மாட்டென்கிறது தொண்டை அடைக்கிறது

கைலாஷ் கணவன் மனைவிக்குள்லே இந்த மாதிரி சண்டையெல்லாம் சகஜம்ப்பா நீ அதை எல்லாம் நினைச்சு உன்னையேக் காயப் படுத்திக்காமா தைரியமா இரு எல்லாம் சரியாயிடும் மகனைச்சமாதனப் படுத்த முயன்றார்

இல்லைம்மா நான் என் கோபத்தை நேரா அபிக்கிட்டே காட்டியிருந்தால் அது சாதாரண விஷயம். நான் அப்படி பண்ணாமா அவளைப் பத்திய குறைகளை எல்லாம் என் மனசுல குற்றப் பட்டியல் போட்டு நானே அவளுக்கு தினம் தினம் தீர்ப்பு வழ்ங்கிட்டு இருந்தேன்னு இப்பத்தான் எனக்கே புரியுது.

தினம் தினம் காரணம் தெரியாம தண்டனை அனுபவிச்ச அவளுக்கு எப்படி இருந்திருக்கும் என்ற படி சாப்பாட்டிலிருந்து கையை உதறிவிட்டு எழுந்தான்

என்ன கைலாஷ் சின்னப் பிள்ளையாட்டம் இப்படி சாப்பாடு சாபிடாமா அடம்பிடிச்சா எப்படி? முதல்ல சாப்பிடு அப்பத் தான் எது ஒண்ணு செய்யறதுக்கும் தெம்பு இருக்கும். அபிராமி திரும்பி வந்தவுடனே நீங்க சந்தோஷமா வாழ்க்கையை திரும்ப ஆரம்பிக்க முடியும் இல்லைன்னா உனக்கு உடம்பு கெட்டுத்தான் போய் விடும்

தாயார் வற்புறுத்தினார்.

அதான் இன்னிக்கு இவ்வளவு கஷ்ட்டம் அனுபவிக்கிறேன். மௌனமாக் அந்த இடத்தை விட்டு எழுந்தான்.

அபிராமி என்கிட்ட திரும்பி வருவான்னு நம்பிக்கை எனக்குப் போயிடுச்சுமா? கூடப் பிறந்த தம்பியே என் மேலே கோபப் படும் போது தான் நான் எவ்வளவு பெரியத் தவறு செய்திருக்கிறேன்னு புரியுது. அவன் எவ்வளவு சொன்னான் தெரியுமா? அண்ணிக்கு அவங்க அப்பா இறந்த விவரத்தை சொல்லி இந்தியா அனுப்பு. எதுவும் சொல்லாமல் அனுப்பாதே முடிந்தால் நீயும் கூடவே வான்னு எவ்வளவோ சொன்னான். நான் தான் திமிர்த்தனமாக நடந்துகிட்டேன். அது தான் என் மேலே அபிராமிக்கு இருந்த அன்பையும் நம்பிக்கையையும் உடைச்சுப் போட்டுடுச்சு

அவளை மட்டும் நான் குற்றவாளிக் கூண்டில் ஏத்தலை உங்களையும் பொண்ணு மேலெ பாசமா இருந்தாரே அந்த தந்தையும் குற்றவாளிக் கூண்டில் ஏத்தின்னேன், சொல்லிய படியே தலையைக் கையில் கவிழ்த்துக் கொண்டு சோபாவில் உட்கார்ந்தான்.

அருகே சோபாவில் உட்கார்ந்து பேப்பரை புரட்டிக் கொண்டிருந்த அவனுடைய தந்தை சொன்னார்.

ஆமா நவீன் ரொம்ப நியாய அநியாயம் பார்க்கிறவன். அவனுக்கு ஒரு கெட்ட்டது நடந்தப்போ நீ பக்கத்தைலே இல்லேன்னு அவனுக்கு உம் மேலே ரொம்பக் கோபம். அப்புறம் மோனி விஷயத்திலேயும் நீ அக்கறை காட்ட மறுத்துட்டே உன் பொறுப்புக்களை நீ சரியா செய்யாதப்ப மற்றவர்களை குற்றக் கூண்டில் நிற்க வைத்து தண்டித்தது தவறு தானே

தந்தையின் வார்த்தைகள் தைக்க தலை குனிந்தான் கைலாஷ். நான் என்னைப் பற்றியே யோசிச்சிட்டு இருந்ததில் அபிராமியின் உணர்வுகளை மதிக்கவே இல்லை என்பது உண்மை தான் என்றான் மெல்ல

தன் கணவர் மகனின் செயல்கலை சுட்டிக் காட்டி திருந்த சொல்கிறார் என்பதைப் புரிந்து கொண்டாலும் மகன் மனம் வருந்துவதை மரகத்தால் தாங்க முடியவில்லை.

சரி தான் தப்பு நடந்து போச்சு இனி அதை சரி செய்யற வழியைப் பார்க்க வேண்டியது தானெ

அதெப்படிம்மா முடியும் அபிராமியே என்னை வெறுத்து

ஒதுக்கிட்டுத்தான் போயிருக்கா அதுக்கும் மேலே அந்தப் பக்கம் வராதேன்னு நவீன் வேற கத்திட்டுப் போறான். அபிராமியைப் பத்தி ஏதோ தெரிஞ்சதாலே தானே அவன் அப்படி சொல்லிட்டுப் போறான். நாம எல்லாம் அபிராமியைப் பற்றி கவலைப் படறோம்ன்னு தெரிஞ்சும் அபிராமி பற்றி நம்ம கிட்ட ஒரு வார்த்தை சொன்னானா? அப்படின்னா அபிராமி என்னை வெறுத்து ஒதுக்கிறான்னு தானேன்னு அர்த்தம்.

இப்பவும் பார் நீயா உன் மனதில் ஒரு கணக்கைப் போட்டுகிறியே தவிர உண்மை என்னன்னு யோசிக்க மாட்டியா? கொஞ்சம் அதட்டலாக வந்தது அவரது குரல்
அட என்னங்க நீங்க அவனை போய் திட்டிகிட்டு என்ற மரகதம்
அப்பா சொல்ற மாதிரி தேவையில்லாததைக் கற்பனைப் பண்ணிகிட்டு இருக்காம நீ சிகாகோ போற வழியைப் பார் என்க்கு உடல் நலம் சரியில்லை என்றால் அபி இங்கே ஓடி வந்துடுவா
மகன் அசையாது உட்கார்ந்திருப்பதைப் பார்த்தது, நீ நவீனை நினைத்துக் கவலைப் அப்டாதே நீ நேராகப் போய் பேசினால் அவன் சமாதானம் அடைந்து விடுவான்.
அவன் ஆத்திரப் படுவான் என்று யோசித்தாயானால் அவனுடைய அலுவலகத்தில் போய் அவனைப் பார். தந்தை சொல்ல அவரை யோசனையாக பார்த்தான் கைலாஷ்
ஒரு வேளை இவன் சிகாகோ போகாமலேயே இருந்தால் அபிராமி அங்காவது நிம்மதியாக இருப்பளோ? அதைத்தான் நாவீன் மறைமுகமாக சொல்லிவிட்டுப் போகிறானோ இல்லை நவீன் அவளை சமாதானபப்டுத்தி அழைத்துவரும் போது தான் போய் குறுக்கே விழுந்து காரியத்தைக் கெடுத்துவிடக்கூடாதே என்றும் அவனுக்கு யோசனையாக இருந்தது,
தண்ணீரிலிருந்து தூக்கி யெறியபட்ட மீனாய்த் துவண்டு துடிக்கும் மகனைப் பார்க்க தாங்கவில்லை மரகதத்திற்கு. இத்தனை நாளாய் தன் மனதிற்குள்ளே பூட்டி வைத்திருந்த ரகசியத்தைச் சொன்னார்.
ரொம்ப யோசிக்காதே கைலாஷ். அபிராமிக்காக இல்லாவிட்டாலும் உன் குழந்தைக்காக நீ அபிராமியிடம் செல்லத் தான் வேண்டும்

மரகதம் சொல்ல

அதிர்ச்சியுடன் தன் தாயைப் பார்த்தான் கைலாஷ்.

ஆமாம்ப்பா அபிராமி இந்தியாவிலிருந்து திரும்பும் போது அவள் மூன்று மாத கர்ப்பிணியாக இருந்தாள். உன்னிடம் சொல்லவேக் கூடாது என்று என்னிடம் சத்தியம் வாங்கினாள். ஆனால் அவளாக உன்னிடம் சொல்லி சந்தோஷப் படுவாள்என்று நான் நினைத்தேன். ஆனால் இப்படியாகும் என்று நான் நினைக்கவேயில்லை. அதைத் தான் நவீனும் சொல்லி விட்டுப் போனான் என்றே நினைக்கிறேன்.

கைலாஷ் வேகமாக உள்ளே சென்று துப்பறிவாளர் கொடுத்த குறிப்புக்களை எடுத்து வந்து அபிராமி என்று அவர்கள் நினைத்த பெண்ணிடமஒரு குழந்தை இருந்ததாகவும், ஆனால் அது அவளுடையய குழந்தை தான் என்ற சந்தேகம் தங்களுக்கு இருப்பதாகவும் குறிப்பிடப் பட்டிருந்தது.

குறிப்புக்களை நிதானமாகமுதலிருந்து படித்தவன் நிமிர்ந்தான். அவன்பார்வையில் தீர்மானம் இருந்தது.

அவன் அபிராமியைப் பார்க்கப் போகிறான். பேசப் போகிறான்.அவளை அவனோடு அழைத்து வரப் போகிறான். தீர்மானத்துடன் எழுந்தான் அம்மா துப்பறிவாளர் சொன்னது சந்தேகப்பட்டது எல்லாமே நிஜம் எனக்கு ஒரு குழந்தை இருக்கிறது

வீட்டை விட்டு வெளியேறும் போதும் நவீனுக்கு இந்த உண்மை தெரிந்திருக்கும் தானெ என் குழந்தையைப் பற்றிக் கூடவா என்னைடம் அவன் சொல்லவில்லை. அப்படியானால் அவனுக்கு என் மேல் எவ்வளவு கோபம் இருக்க வேண்டும் கலங்கினான் கைலாஅஷ்

அத்தியாயம் 43

ஒரு தீர்மானத்தோடு செயல் படும் போது உற்சாகமும் தன்னம்பிக்கையும் தானாக வந்து விடுகிறது. அப்படித்தான் இருந்தது அபிராமிக்கும். தன் செல்லக் குட்டி அம்முவிற்கு நல்ல எதிர்காலம் அமைத்துத் தர வேண்டும் என்ற குறிக்கோள் மனதில் வந்தவுடன் அவள் போக்கே மாறியது.

அம்முக்குட்டிக்கு ஆட்டிஸம் என்று மனம் வருந்தினாலும் அவள் ஒன்றை நம்பினாள். தன் குழ்ந்தைக்கு ஆட்டிசம் என்று தெரிந்தால் கைலாஷ் அவள் பக்கம் திரும்பிக் கூட பார்க்க மாட்டான். அவனுக்கு அவனை சுற்றியுள்ள எல்லாமே அப்பழுக்கற்றதாக. தலைசிறந்ததாக தான் இருக்க வேண்டும். அவளையும் அப்படிப் பட்ட ஒரு பெண்ணாகத் தானே மாற்ற முயன்றான். தன்னைஅறியாமல் இக்ழ்ச்சியில் உதடு சுளித்தாள் அவள். அம்முக் குட்டி மாதிரி ஒரு வித்யாசமான குழந்தையை தன்னுடையதாக ஏற்றுக் கொள்ள கைலாஷ் கண்டிப்பாய் தயங்குவான். அதனால் இனி அவனைப் பற்றிக் கவலைப் பட தேவையில்லை.

அவளைத் தேடி வருபவன் குழந்தையைப் பற்றித் என்று தெரிந்த வினாடியே அவளை விட்டு விலகி கண்காணாமல் போய் விடுவான். குறையுள்ள எதையும் அவன் மனம் விரும்பாது

கைலாஷ் அவளை மீண்டும் தேடி வருவதற்குள் தன்னை நல்ல முறையில் உயர்த்திக் கொள்ள வேண்டும் என்ற ஆசையும் கணவன் என்ற போர்வையில் தன்னை கைலாஷ் இனி தொல்லைப் படுத்த மாட்டான் என்ற

நம்பிக்கையும் கொடுத்த தைரியத்தில்கழுத்தில் கட்டியிருந்த கல்லைத் தூக்கிப் போட்டாற்போல் அபிராமி சுந்ததிர உணர்வோடு உற்சாகமாகச் செயல் பட்டாள். அது மட்டுமல்ல தன் குழந்தைக்கு தானே தாயுமாய் தந்தையுமாய் இருக்க வேண்டும் என்று நினைக்கும் போது மனதுக்குள் ஒரு உத்வேகம் பிறந்தது.

ட்ரேசியின் உதவியால் வாங்கிய அந்த உணவு வண்டியை அபிலாஷாவின் பயிற்சி மருத்துவம் நடத்தும் இடத்தின் முன்னால் நிறுத்தினாள். இங்கே ஆட்டிஸக்குழந்தைகளுக்கு பேசுவதற்கும் மற்ற குழனதைகளோடு பழகுவதற்கும் சொல்லித் தரப்பட்டது.. காலையில் அம்முக் குட்டியைஇறக்கிவிட்டால் மதியம் இரண்டு மணி போல் வந்து அபிராமி அவளை தன்னுடன் கூட்டிக் கொள்வாள். வாரம் இருமுறை அபிராமிக்கும் அபிலாஷாவுடன் எப்படிப் பழக வேண்டும் என்ன சொல்லித் தர வேண்டும் என்றும் காட்டப்பட்டது. பயிற்சி முடிந்ததும் அம்முக்குட்டியை அவர்களே நடத்திவந்த குழந்தைகள் காப்பகத்தில் அம்முக் குட்டி இருப்பாள்.

வண்டியின் முன்னாலிருந்து இறங்கியவள், குழந்தையைக் காரிலிருந்து எடுக்க முனைந்தாள். ஆசையாய்ப் பார்த்து சிரித்த தாயை வெறுமையாய்ப் பார்த்த குழந்தையின் சின்ன மூக்கில் சின்னதாய் வண்ணத்துப் பூச்சியுடன் மென்மையுடன் முத்தமிட்ட அபிராமி சிலையாய் அப்படியே நின்றாள்.

தன் தொடுதலைக் குழ்ந்தை உணரும் வரை பொறுமையாக காத்திருந்தாள் அபிராமி. வினாடிகள் நிமிடங்களாயின மெள்ள அம்முக் குட்டி கிச்சலம் மூட்டியது போல சின்னதாய் கிளுகிளுத்தது. அதற்காகவே காத்திருந்தவள் போல்புன்னகைத்த அபிராமி மீண்டும் அம்முக்குட்டியின் மூக்கிலும் நெற்றியிலும் அழுத்தமாக முத்தமிட்டு குழ்ந்தையை வெளியில் எடுத்தாள்.

இந்த மாதிரி சின்னசின்ன விஷயங்களை அவளுக்குத் பயிற்சியில் சொல்லிக் கொடுத்து இருந்தார்கள். ஆட்டிஸம் வந்த குழந்தைகளோடு எப்படி மென்மையாகப் பழக வேண்டும். அவர்களுக்கு வெளியே இருக்கும் நிஜ உலகத்தை அவர்களுக்கு எப்படிப் புரிய வைக்க வேண்டும் என்று அவள் மெல்ல மெள்ளக் கற்று வருகிறாள்.

பொறுமையும் நம்பிக்கையும் மிக மிக முக்கியம் என்பதை அபிராமி அனுபவத்தில் உணர்ந்தாள்.

தன் கையில் இரண்டு பந்துகளை இறுக்கப் பற்றிக் கொண்டு அவள் தோளில் சவாரி செய்த குழ்ந்தையை கவனிப்பாளரின் பொறுப்பில்

விட்டு விட்டு, அவர்கள் சொல்லும் விவரங்களையும் கேட்டவள் மீண்டும் தன் வண்டியை எடுத்து இரெண்டு மூன்று நாட்களாய் வழக்கமாகச் சென்று கொண்டிருக்கும் பாதையில் வண்டியை விட்டாள். வண்டியின் பின்னால் சாம்பார் சாதம் அப்பளம், தயிர் சாதம் இட்லி வடை சமோசா தண்டூரி சிக்கன் என்று ரொட்டி பச்சடி என்று ஒரு சில முக்கியமான உணவு வகைகள் சமைத்து அடுக்கி இருந்தாள். காலை பதினொரு மணியிலிருந்து இர்ண்டு மணி வரை மாணவர்கள் வந்து உண்டு மகிழும் வகையில் அவர்களுக்கு விருப்பமான இந்திய உணவுப் பண்டங்களை செய்து வைத்திருந்தாள்.

கல்லூரியின் முன்னால் வந்து வண்டியை நிறுத்தியவள், வியாபாரத்திற்குத் தயாரானாள். இரண்டு நாட்களாக மைக்கல் நட்பு முறையில் அவளுக்கு உதவி செய்தான். இன்று அவள் தான் எல்லாவற்றையும் பார்த்துக் கொள்ள வேண்டும். தனக்குள் ஒரு பாட்டை முணுமுணுத்தபடியே வண்டியை ஒரு முறை வலம் வந்தாள்.. வெள்ளை நிற வண்டியில் வெள்ளி வர்ணத்தில் அடிக்கப்பட்ட கண்ணாடி ஜன்னல்களும் நீர்குமிழிகளாய் ஆங்காங்கே தெலிக்கப்பட்ட ஆரஞ்சு, பச்சை வண்ணங்கள் இந்திய மூவர்ண தேசியக் கொடியை நினைவூட்டின. தர்ம சக்கரத்தின் ஊதா நிறத்தில் ஆங்கிலத்தில் எழுதியிருந்த “விருந்து” “ *Indian Food Your way*” என்று எழுதியிருந்த எழுத்துக்களை பெருமையாகத் துடைத்துவிட்டாள்.

ட்ரேசி, அவரது கணவர், நவீன், நந்தினி அபிராமி என்று ஐந்து பேரும் சேர்ந்து ஒரு வாரமாக வேலை செய்து தயார் செய்த வண்டி, இனி அவளுக்கு மட்டுமல்ல இன்னும் எத்தனையோ பேருக்கு உணவு போடப்படுகிறது.. புன்னகை தவழ வண்டிமுன்னால் நின்று கொண்டிருந்தவளின் நினைவு, நவீனையும் நந்தினியைம் நோக்கி ஓடியது. நந்தினியின் தற்கொலை முயற்சிக்குப் பின் நவீனுக்கும் ஏதாவது தொடர்பு இருந்திருக்குமோ என்று தோன்றியது.. மருத்துவ மனையிலிருந்து வந்த இரண்டு மூன்று நாட்களாய முள்ளில் மேல் நடப்பது போல் நவீனைச் சுற்றி நடந்து கொண்டிருந்த நந்தினி

இரண்டு மூன்று நாட்களாக காலைச் சுற்றிய பூனையாக நவீனிடம் குழைவது மருகுவதும் பார்ப்பதற்கே அழகாய் இருந்தது. இருவருக்கும் விரைவில் திருமணம் நடக்கும். அப்படியனால் அபிராமி கண்டிப்பாய் கைலாஷை சந்திக்க வேண்டியிருக்கும்.

கைலாஷ் அவளைப் பார்த்தால் என்ன சொல்வான்?

சூரிய வெளிச்சத்தில் மங்கலாய் பளபளத்த வெள்ளி ஜன்னல் கண்ணாடியில் தன் முகத்தப் பார்த்துக் கொண்டாள்.

ட்ரேசியின் அறிவுரையால் தன் தோற்றத்தை பொலிவுடன் வைத்துக் கொள்ள அபிராமிக் கற்றுக் கொண்டாள்.

திருமணத்திற்குப் பின் அவள் இழந்திருந்த சிரிப்பு அவள் முகத்தில் மீண்டும் ஒட்டியிருந்தது. மனம் நிறைந்த நம்பிக்கையில் கண்கள் பளபளத்தன.

இல்லை இனி கைலாஷிற்காக வாழ்க்கை இல்லை. கைலாஷ் முன்னால் நிமிர்ந்து நிற்க வேண்டும். பாரதி பாடிய பெண்ணாய் நெஞ்சில் அனல் தேக்கி கண்களில் காருண்யம் காட்டி அவள் நடத்தப் போகும் வாழ்க்கை தான் அம்முக்குட்டியின் அச்சாரம்..அதைக் கலைக்க அவளுக்குக் கூட அதிகாரம் இல்லை.. இனி அவள் செய்யப் போகும் எல்லாமே தன் மகளுக்கு ஒரு எடுத்துக் காட்டாய்,மகளை வழி நடத்தும் விதமாகவே இருக்க வேண்டும். ஏன் என்றால் அம்முக் குட்டிக்கு தெரிந்த ஒரே வெளி உலகம் அவள் மட்டும் தான். திருமணமாகி நந்தினி சென்றவுடன் இவர்கள் இருவரும் தான் ஒருவருக்கொருவர்.

யோசிக்க யோசிக்க அம்முக் குட்டிக்கு ஆட்டிசம் என்பது ஒரு பெரிய குறையாகவே தெரியவில்லை என்னவோ ஒரு பெரிய முக்கியமான ரகசியம் தனக்கும் தன் மகளுக்கும் மட்டுமே தெரியும் என்பது போலவும் அதில் வேறு யாருக்கும் இடம் இல்லை என்று நினைக்கும் போது மனம் பூரித்துப் போனாள். அந்த சின்னப் பஞ்சுப் பொதி முழுவதும் தனக்கே தனக்குத் தான்.

அவ்வப்போது அவளை தன்னுடன் இங்கு கூட்டி வந்து தான் வேலைப் பார்ப்பதைக் கவனிக்க வைக்க வேண்டும் என்று தோன்றியது.

மகளைப் பற்றி நினைத்த படி புன்னகையுடன் கைகளைத் கழுவி துடைத்து சாப்பாடு வாங்க வந்த கல்லூரி மாணவர்களுகு அவர்கள் கேட்டபடி சாப்பாட்டை விற்க ஆரம்பித்தாள்.

கொஞ்சம் வித்யாசமாகவும்,மலிவாகவும் ருசியாகவும் இருந்ததனால் ஒரே சீராக கூட்டம் இருந்து கொண்டே இருந்தது. அதனால் ஒரு நாளுக்கு இருபதிலிருந்து முப்பது சதவிகிதம் லாபம் பார்க்க முடிந்தது. யோசித்துக் கொண்டே புன்னகையுடன் இயந்திரத்தனமாக கேட்டுகும் சாப்பாட்டை தட்டில் வைத்துக் கொடுப்பதும் அவர்கள் கொடுக்கும் பணத்தை வாங்கி உள்ளே வைப்பதுமா இருந்தவள், ஒரு காய்கறி ரோல், பட்டர் சிக்கன் கபாப் குடிப்பதற்கு தண்ணீர் என்ற குரலில் ஒருவினாடி அதிர்ந்தாள்.

இது கைலாஷின் குரல்

அத்தியாயம் 44

கைலாஷின் குரலைக் கேட்டதும்,கையிலிருந்து நழுவ இருந்தத் காகிதத் தட்டை இறுக்கப் பிடித்தாள் அபிராமி. வீட்டை விட்டு வெளியே வந்த நாளிலிருந்து இப்படி என்றாவத் ஒரு நாள் கைலாஷை நேரில் சந்திக்க வேண்டியிருக்கும் என்று அவள் கணக்கிட்டிருந்தாள் தான். ஆனால் இப்படி திடுதிடுப்பென்று வேலை நடுவில் வந்து நிற்பான் என்று நினைக்க வில்லை. அவன் கேட்டதை தட்டில் அடுக்கிய படியே தன்னைச் சமாளித்துக் கொண்டவள், பொருட்களின் விலையைச் சொல்லி அவன் கண்ணைப் பார்த்தபடி அவன் முன்னால் தட்டை நீட்டினாள். அவள் முகத்துப் புன்னகை மாறாமல் இருக்க அவள் பெரும் பாடு பட வேண்டியிருந்தது.

மனைவியின் கண்களிலிருந்த வெறுமையைப் பார்த்த கைலாஷ், மனம் நொந்து போனான்.

அபி என்னைத் தெரியலையா? அபிநான் உன் கைலாஷ் அபி"

உங்களுக்குத் தேவையானதை வாங்கிக்கிட்டீங்கன்னா கொஞ்சம் விலகுகிறீர்களா? நான் அடுத்தவர்களைக் கவனிக்கனும் என்று கறாராக சொன்ன அபி அந்தப் பக்கம் திரும்பி எதையோ எடுப்பது போல் பாவனை செய்து விற்பனை ஜன்னலை விட்டு நகர்ந்தாள்.

அவள் கால்கள் நடுங்கின. அடுத்து என்ன செய்ய வேண்டும் என்று தெரியாமல் மூளை மரத்துப் போயிற்று. எல்லாம் ஒரு சிலவினாடிகள் தான். தன்னைச் சமாளித்துக் கொண்டு கையில் எதையோ எடுத்துக் கொண்டு அவள் திரும்பிய போது கைலாஷ் திரும்பிப் போவது தெரிந்தது. அடுத்து நின்ற வாடிக்கையாளரைக் கவனிக்க ஆரம்பித்தாள்

கை இயந்திரமாக வேலை செய்தாலும் அவள் அடுத்து என்ன செய்ய வேண்டும் என்ரு யோசிக்க ஆரம்பித்தது. முதலில் நவீனுக்காவது, நந்தினிக்காகவது அழைக்கலாம் என்று நினைத்தாள். அந்த எண்ணத்தைக் கைவிட்டாள். அவர்கள் வந்து என்ன செய்யப் போகிறார்கள். வீணாக அண்ணனுக்கும் தம்பிக்கும்

நடுவில் தகறாறு தான் வரும்.
ஓரக்கண்ணால் கைலாஷ் சென்ற திசையில் பார்த்தாள். எதிர்தாற்போல் அவள் கண்ணில் படும்படியாக ச விளக்குக் கம்பத்தில் சாய்ந்தபடி சாப்பிட்டுக் கொண்டு இருந்தான் கைலாஷ். அவளுடைய அங்க அசைவுகளை ஒவ்வோன்றையும் பார்வையால் அளந்து கொண்டு இருந்தான்.
இவன் எவ்வளவு நேரம் நிற்பான்? இவள் எல்லாவற்றையும் விற்று வீடு திரும்பும் வரை இங்கேயே நிற்பானா? அவளைத் தொடர்ந்து வருவானா? அம்முக் குட்டி பற்றி இவனுக்குத் தெரிந்திருக்குமா? இவள் வேலையில் இருக்கும் போது அவன் போய் அம்முக் குட்டியைத் தூக்கைக் கொண்டு போய் விடுவானா ?

கவலை கொஞ்சம் கொஞ்சமாக அபிராமியை அரிக்க ஆரம்பித்தது.ஆனாலும் மனதை தன் வியாபாரத்தில் திருப்பினாள். கதீஜா பழைய மாதிரி பலகாரங்கள் செய்து தர முடியுமா என்று கேட்டிருந்தார், அவர் வீட்டை விட்டு வெளியே போ என்று சொன்னாலும் அவரது பெரிய சமையலறையைப் பயன்படுத்தித் தன் தொழிலை எப்படி பெரிதாக்கலாம் என்று யோசிக்க ஆரம்பித்தாள். வரும் லாபத்தில் பங்கு போட்டுக் கொள்ளலாம் என்று பேசினால் அவர் மறுக்க மாட்டார். யோசித்தபடியே வருபவர்களை சிரித்தமுகத்துடன் கவனிக்க ஆரம்பித்தாள் அபிராமி

கைலாஷின் மனதுக்குள் சந்தோஷக் குமிழ்கள் பட்பட்டென்று வெடித்தன. அவன் அபி கிடைத்துவிட்டாள். இத்தனை நாளாய் அவன் தேடிய அபி இதோ அவன் கண் முன்னால். எத்தனை விதமாய் தன் மனைவியை சந்திப்போம் சமாதானப்படுத்துவோம் என்று கற்பனை செய்து வைத்திருந்தான். இதோ இப்போது அவனுக்கு அந்த வாய்ப்புக் கிடைத்திருக்கிறது. முகம் கொள்ளாச்சிரிப்புடன் அபிராமி உணவை வாயில் வைத்துக் கடித்தான்.
மனைவி கிடைத்துவிட்ட சந்தோஷத்தில் உணவின் சுவை

இரு மடங்கு கூடித் தெரிந்தது அவனுக்கு. சுவைத்தபடியே அபிராமியைக் கண்குளிர பார்த்தான். அவ்வப்போது தண்ணீரிலிருந்து வெளிவந்த மீனாய் அவளுடைய கண்கள் தன் பக்கம் துள்ளித் துள்ளி அலைவது சிரிப்பை வரவழைத்தாலும் அந்தக் கண்களிலிருந்த மிரட்சியும் கோபமும் அவனை யோசிக்க வைத்தன. மனைவியின் பரிதவிப்பும் அவனுக்குப் புரியாமல் இல்லை. ஆனால் இவனுக்கு இவனுடைய மனைவி வேண்டுமே! இவனுடைய வாழ்க்கை வேண்டுமே அவனுடை செல்ல மகளின் சிரிப்புச்சத்தம் தினம் தினம் கேட்க வேண்டுமே தனக்கே உரிதான பிடிவாததுடன்,விளக்குக் கம்பத்தில் சாய்ந்தபடி அபிராமியின் நடவடிக்கைகளைக் கவனிக்க ஆரம்பித்தான். அபிராமியுடன் தனியாகப் பேசும் வாய்ப்புக்காகக் காத்திருந்தான்.

ஒருவர் இருவராக வந்தாலும் அவளுக்கு வாடிக்கையாளர்கள் தொடர்ந்து வந்து கொண்டே இருந்த மாதிரி இருந்தது.. பெருமையில்மனம் பூரித்தது. கடைசியில் சாதித்துக் காட்டி விட்டாளே! இவன் தானே அபி இல்லாமல் வாழ்க்கையில் தோற்றுப் போய் நிற்கிறான்.

அங்கு வந்த நவீனும் நந்தினியும். தனக்குள்ளே யோசித்த படி மனைவியை கண்காணித்துக் கொண்டிருந்த கைலாஷைத் தான் முதைல் கண்டார்கள், இருவரும் அபிராமியை ஊக்குவிப்பதற்க்காக மதிய உணவை அவளுடன் உட்கொள்ளலாம் என்றுத் திட்டமிட்டு அங்கு வந்தனர்.நந்தினியின் கையில் அவளின் நாய்க் குட்டி ஓய்யாராமாய் உட்கார்ந்திருந்தது.

அண்ணனைக் கண்டதும் நந்தினியின் கையை ஒரு அழுத்து அழுத்திவிட்டு ஆத்திரமாக அவனை நோக்கி நடந்தான் நவீன். அவன் சொல்லாமலே விஷயத்தைப் புரிந்து கொண்ட நந்தினி அபிராமியின் வண்டியை நோக்கி வேகமாக நடந்தாள்.கைலாஷைப் பார்த்தவுடனே நவீனின் அண்ணன் என்று தெரிந்தது தான். நாயை வண்டியின் வெளியேக் கட்டினாள்.

வண்டிக்குள் ஏறிய நந்தினியைப் பார்த்தவுடன் அபிராமிக்கு

நிம்மதிப் பெருமூச்சு வந்தது. இது வரை சமாளித்து நின்று கொண்டிருந்த கால்கள் தள்ளாட ஆதரத்திற்கு உணவு வைத்திருந்த தீண்டை பிடித்துக் கொண்டாலும் தடுமாறினாள்.

அபிராமியின் நிலையை உணர்ந்த நந்தினி தான் வியாபாரச்சன்னலில் முன்னால் வந்து அங்கு நின்று கொண்டிருந்தவர்களை கவனிக்க ஆரம்பித்தாள். அவளுடைய ஓரக்கண்ணோரம் நவீன் கைலாஷுடன் வாக்குவாதம் செய்து கொண்டு நிற்பது கண்ணில் பட்டது.

நந்தினி வந்ததும் மற்றவர்கள் பார்வையிலிருந்து விலகிய அபிராமி அப்படியே மடிந்து உட்கார்ந்தாள். அங்கிருந்த தண்ணீர் பாட்டிலை எட்டி எடுத்து மடமட என்று குடித்தவள் மீண்டும் எழுந்தாள். அவள் கண்கள் ஒரு தீர்மானத்துடன் பளிச்சிட்டன.

அவள் பார்வையிலும் நவீனும் கைலாஷும் வாதாடிக் கொண்டிருப்பது பட்டது. ஆங்காங்கே நிற்பவர்களும் அவளை ஆர்வத்துடன் நோட்டமிட்டமடி செல்வதையும் அவள் பார்த்தாள்.

நந்தினி வாடிக்கையாளர்களைக் கவனிக்க நவீனுக்கும் நந்தினிக்கும் விருப்பமான கோழி வறுவலைக் கட்டி நந்தினி கையில் கொடுத்தவள் இங்கே தகராறு வைத்துக் கொள்ள வேண்டாம் என்று நவீனிடம் சொல். என் வியாபாரம் கெட்டுவிடும் நீங்கள் இருவரும் அம்முக்குட்டியை கைலாஷிற்குத் தெரியாமல் எங்காவது தற்போது வைத்துக் கொள்வது தான் எனக்குச் செய்யும் பெரிய உதவி. எனக்கு இன்று சீக்கிரம் வியாபாரம் முடிந்துவிடும். கைலாஷை நான் சமாளித்துக் கொள்கிறேன். தெளிவாகச் சொன்னாள் அபிராமி.

அபிராமியைக் கவலையோடு நோக்கிய நந்தினி எதுவும் பேசினாள் அவள் உடைந்துவிடுவாள் என்று உணர்ந்து பொட்டலத்தை வாங்கிக் கொண்டு நகர்ந்தாள்.

இரண்டு அடி எடுத்து வண்டியிலிருந்து குதித்து வெளியேறிய நந்தினியை மீண்டும் அழைத்தாள் அபிராமி

நந்தினி "இந்தா இந்த தண்ணீர் பாட்டிலை அவரிடம் கொடு, ரொம்ப நேரமா வெயிலில் நிற்கிறார். இன்னுமொரு குடிநீர்

பாட்டிலை நீட்டினாள் அபிராமி

அதிசயமாக அவளைப் பார்த்தாள் நந்தினி

மௌனமாக தண்ணீர் பாட்டிலை வாங்கியவள்'' உன் கணவர் மேல் இருக்கும் அன்பு இன்னும் மாறவில்லை அப்படித்தானே அபிராமி என்றவள் தொடர்ந்து தனக்குப் புரிந்ததை ''யூ ச்டில் லவ் ஹிம்'' என்று வெளிப்படையாகச் சொன்னாள்.

பெரிய முட்டாள்த் தனம் தான் என்ன செய்வது? என்று சொல்லியபடி சிரித்த அபிராமி தன் கண்களில் துளிர்த்தக் கண்ணீரைத் துடைத்தபடி தன்னை நோக்கிக் குதித்த வண்டிக்கு வெளியே கட்டியிருந்த நாயைக் கொஞ்ச ஆரம்பித்தாள்.அவளின் கவனத்தை அவசரமாக வேறு திசையில் திருப்ப வேண்டியிருந்தது.

அவளை ஒரு வினாடி நின்று பார்த்த நந்தினி தன் உதடுகளை அழுத்த மூடியபடி ஒரு குறிக்கோளுடன் சண்டையிட்டுக் கொண்டிருக்கும் ஆடவர்களை நோக்கி நடந்தாள்.

அவள் மனம் அபிராமிக்காக குமுறியது. தனக்கு நேர்ந்த அநீதியும் சேர்ந்து இருவர் மேலும் கோபம் வந்தது.

நேராக சென்று நவீனின் கையில் சாப்பாட்டையும் கைலாஷ் கையில் நீரையும் திணித்தவள் ஒரு பெண் ஒழுங்காய் தொழில் செய்வது உங்களுக்குப் பொறுக்காதே ஏதாவது குளறுபடி செய்து கொண்டே இருக்க வேண்டுமா என்று எரிச்சலோடு கேட்டாள். அவள் குரலில் இருந்த கோபமும் எரிச்சலும் அண்ணன் தம்பி இருவரையும் அமைதி அடையச் செய்தது

இவர்கிட்டே உனக்கு எதுக்கு வெட்டிப் பேச்சு நவீன். அதான் சாப்பாடு வாங்கிட்டேன். கிளம்பு வா என்று நவீனைத் துரிதப்படுத்தினாள் நந்தினி. கைலாஷிற்குப் புரியாமல் நவீனை அந்த இடத்திலிருந்துக் கிளப்ப முயன்றாள் நந்தினி.

நந்தினியின் வார்த்தைகள் குழப்பமாக இருந்தாலும் அவள் எதோ சூசகமாகச் சொல்ல வருகிறாள் என்பதைப் புரிந்து கொண்டு நவீன் அண்ணனை அம்போ என்று விட்டு விட்டு அங்கிருந்துக் கிளம்பினான்.

தம்பி அப்படித் திடுதிடுப்பென்று தன் வாக்குவாததை விட்டுவிட்டுக் கிளம்பியது கைலாஷிற்கு ஆச்சியமாக இருந்தது.

"காதலின் அருமை உனக்கும் தானே?.பின் ஏன் என்னை என் மனைவியிடம் சேரவிடாமல் சண்டையிடுகிறாய்?"

தம்பியின் முதுகைப் பார்த்துக் கேட்டான் கைலாஷ் ஆத்திரத்தோடு திரும்பினான் நவீன்

நந்தினியும் கைலாஷை நோக்கி அடி வைத்தாள்

நவீன் பேசுவதற்குள் அவன் கையைப் பிடித்து அழுத்தியவ நந்தினி." நீங்கள் என்ன சொல்ல வருகிறீர்கள் மிஸ்டர் கைலாஷ் அபிராமி உங்கள் மனைவியா? இல்லைக் காதலியா? எனக்குப் புரியவில்லை.

நெஞ்சைச் சுட்ட அபிராமியின் கண்ணீர் இப்போது வார்த்தைக் கனலாக வெளிவந்தது.

"இதில் என்ன சந்தேகம்? என் காதல் மனைவியைத் தான் நான் தேடிக் கண்டுபிடித்து இருக்கிறேன். இவன் தான் ஏனோ சந்தோஷப்படாமல் வானத்திற்கும் பூமிக்கும் குதிக்கிறான்" சிரிப்புடன் வந்தது கைலாஷின் பதில்

அவனது மகிழ்ச்சியை யாராலும் கெடுக்க முடியாது.

"ஆஹா என்ன அழகாய் பேசுகிறீர்கள் பறிபோன சொத்துக் கிடைத்த மகிழ்ச்சி தான். அந்த சொத்துக்கும் மனம் என்று ஒன்று இருக்கும் அந்த மனதிற்குள் உணர்ச்சிகள் என்று ஒன்று இருக்கும் என்பதை மறந்து விட்டீர்களா?"

உங்களுக்குத் தான் உங்கள் மனைவியைத் தேடி கண்டுபிடிக்க வேண்டியதாயிற்று. அபிராமிக்கு அப்படியில்லையே நீங்கள் எங்கே இருக்கிறீர்கள் என்று தெரியும் தானே?"நீங்கள் வேண்டாம் என்று தானே அவள் விலகி இருக்கிறாள் என்று உங்கள் காதல் மனதிற்குப் புரியவில்லையா? உங்களின் இந்தசெய்கை அவளை எப்படிப் புண்படுத்தும் என்று தெரியவில்லையா? காதல் என்ற வார்த்தைக்கு பொருளாவது உங்களுக்குத் தெரியுமா? வந்து நடுத் தெருவில் வழக்காடுகிறீர்கள்? சுட சுட கேட்டுவிட்டு திரும்பிப் பார்க்காமல் நடந்தாள் நந்தினி.

அபிராமிக் கேட்டுக் கொண்ட படி அச்சுக்குட்டியைக் கூட்டிப் போக விரைய வேண்டும். இல்லை என்றால் அபிராமி இன்னும்

அதிகமாகக் கவலைக்கு ஆளாக நேரும்.அவள் நடையில் அவசரம் இருந்தது. வா நவீன் நாம் அச்சுக்குட்டியை இன்று பார்த்துக் கொள்ளவேண்டும் என்று அபி கேட்டிருக்கிறாள் நவீனின் காதோரம் சொன்னாள்.

அவளது அவசரத்தைப் புரிந்து கொண்டு நவீன் அவளைத் தொடர்ந்தான்.

நாய்க்குச் சப்பாத்தியைப் பிய்த்துக் கொடுத்துக் கொண்டிருக்கும் தன் மனைவியின் முதுகைப் பார்த்தபடியே சிலையாய் நின்றிருந்தான் கைலாஷ். அபிக்கு தன் மேல் காதல் இல்லையா?

அத்தியாயம் 45

பூங்காவில் அபிலாஷாவோடு விளையாடும் நந்தினியைப் பார்த்தபடியே சிமெண்ட் பெஞ்சில் உட்கார்ந்திருந்தான் நவீன் அபிலாஷாவை அங்கிருந்த இரும்புக் குதிரையில் வைத்து ஆட்டிக் கொண்டிருந்தாள் நந்தினி. குழந்தையோடு குழந்தையாக தானும் சிரித்துக் கொண்டிருந்தாள்.

அன்று தொலைக்காட்சியில் பார்த்த நந்தினிக்கும் இன்று பார்க்கும் நந்தினிக்கும் வித்தியாசம் இருந்தது. பேக்கரி வேலையைவிட்டதாலோ என்னவோ கன்னத்தில் கொஞ்சம் சதைப் போட்டிருந்தது. நவீனின் அருகாமையோ என்னவோ அவளின் சிரிப்புக் கொஞ்சமாகக் கண்களை எட்டியிருந்தது

தன் பெற்றோர்களைப் பற்றி நினைக்கவே மாட்டாளா இவள்? அவர்களைப் பார்க்க வேண்டும் என்று ஆதங்கம் அவளுக்கு இருக்காதா? அவள் பற்றிய உண்மைகளை அவள் பெற்றோர் தெரிந்தால் எப்படி அதை ஏற்றுக் கொள்வார்கள் என்று யோசிக்கிறாளோ

அஸ்வினியிடமிருந்து வேறு அவளின் திருமண அழைப்பிதழ் வந்திருக்கிறது.கூடவே நான் என் அக்காவை எப்போது பார்க்க வர வேண்டும் என்று அவள் திரும்பத் திரும்பக் கேட்டுக் கொண்டே இருந்தாள்.

அக்காவை நீ என் திருமணத்திற்கு அழைத்து வா ப்ளீஸ் என்று அவனிடம் தினம் தினம் கெஞ்சிக் கொண்டிருக்கிறாள். எப்படியாவது நந்தினியைக் கூட்டி வரும் படி தன் கைப்பட எழுதியிருந்தாள். இரண்டு மூன்று மின்னஞ்சல் வேறு அனுப்பிவிட்டாள். அவளுக்கு என்ன பதில் சொல்வது?

தன்னையேப் பார்த்துக் கொண்டிருந்த நவீனைப் பார்த்துப் புன்னகைசெய்த நந்தினி அவனருகில் வந்து உட்கார்ந்தாள். அவனைப் பார்த்து அழகாய் புன்னகைத்தாள். அபிராமியைப் பற்றிக்

கவலைப் படாதே நவீன் அவளுக்குத் தன்னைப் பார்த்துக் கொள்ள முடியும். அவள் நாம் நினைப்பதை எல்லாம் விட தைரிய சாலி

என் யோசனை அண்ணியைப் பற்றி இல்லை. உன்னைப் பற்றி

பளிச் என்று சிரித்தாள் நந்தினி தான் நேரில் இருக்கும் போதே தன்னைப் பறி அவன் யோசித்துக் கொண்டிருக்கிறான் என்பது அவளுக்கு ஆனந்தத்தைத் தந்தது.

உன் பெற்றோரைப் பார்க்க வேண்டும் என்று ஆசையில்லையா உனக்கு?

நவீனின் கேள்வி நந்தினியைத் திகைக்க வைத்தது.

எப்போது போலீசுக்கு போக போகிறாய்?அந்த மிருகத்தை கூண்டில் அடைக்க வேண்டும் என்று உனக்குத் தோன்றவில்லையா?

சட்டென்று கேட்டுவிட்டான் நவீன்

நவீன் இதைப் பற்றிப் பேச வேண்டாம் என்று உஅன்க்கு எத்தனை முறை சொல்லியிருக்கிறேன். அந்த அசிங்கத்தால் நான் இன்னும் ஒரு முறை அசிங்கப்பட விரும்பவில்லை. தினம் தினம் நான் எனக்குள்ளே வந்து சாகும் கொடுமைப் போதும் நவீன்

அதற்கில்லை நந்தினி நீ உன் பெற்றோரையும் சந்திக்க வேண்டும். அஸ்வினிக்குத் திருமணம் நிச்சயமாகி இருக்கிறதாம். அப்பார்ட்மெண்ட்டிற்கு பத்திரிக்கை வந்திருக்கிறது. சிரிப்பு மாறாமல் சின்னக் குழ்னதைக்குச் சொல்வது போல் நிதானமாக சொன்னான் நவீன்.

அப்படியா? அச்சுவிற்கு திருமணமா? யாரோடு என்று தெரியுமா? உற்சாகமாகக் கேட்டாள் நந்தினி

வாயிலிருந்து வார்த்தைகள் வந்தவுடனே தான் தான் என்ன சொல்லிவிட்டோம் என்று உறுத்தியது.

திரும்பவும் தன் தந்தையரைப் பார்க்கும் நிலையிலா அவள் இருக்கிறாள்? அவர்களின் கோபமும் வெறுப்பும் நவீன் அறிந்தது தானே? அப்புறமும் இவன் இப்படிக் கேட்கலாமா?

உள்ளுக்குள்ளே துக்கப்பட்ட நந்தினி முகம் வாடி அங்கிருந்து எழுந்து சென்று பகக்த்தில் இருந்த இன்னோரு பெஞ்சில் நவீனுக்கு

முதுகாட்டி உட்கார்ந்து கொண்டு முழங்காலில் முகம் புதைத்துக் கொண்டாள்

அவள் பார்வையில் அபிலாஷா சலனமே இல்லாமல் இரும்புக் குதிரையில் ஆடிக் கொண்டிருப்பது பட்டது. அந்தக் குழந்தை போல உண்ர்ச்சிகளே தெரியாத உலகத்தில் இருந்தால் எவ்வளவு எளிதாக இருக்கும் நவீன் கூட அவளைப் புரிந்து கொள்ளவில்லையே என்ற ஆதங்கம் அவள் மனதை அழுத்தியது.

சோகத்தோடு கண்களை மூடிக் கொண்டாள். அவள் கண்களிலிருந்து முத்து முத்தாய் நீர் இறங்கியது.

கவிழ்த்தி விட்ட பிறை நிலவாய் உட்கார்ந்திருக்கும் நந்தினியைப் பார்க்க பாவமாக இருந்தது நவீனுக்கு,

நந்தினி அழைத்தபடி அவளருகில் வந்தான் மென்மையாய் குனிந்திருந்த அவள் தலையைத் தடவிவிட்டான்.

அவனை நிமிர்ந்து பார்த்தாள் நந்தினி. கண்களில் கண்ணீர் மல்க அவன் கைகளைப் பிடித்துக் கொண்டாள்.

இது மட்டும் போதாதா நவீன். எனக்கு நீ மட்டும் போதும் வேறு எதுவும் வேறு யாரும் வேண்டாம். உடலெல்லாம் பதற கதறினாள்.

நந்தினி என்னம்மா சொல்ற கனிவாகக் கேட்டான் நவீன் மிருதுவாக வந்தது அவனுடைய கேள்வி

நா நா நான் ஒரு அழுக்கு, அசுத்தம் பிடிச்சவ நான் ஒரு சாக்க்கடை எனக்கு என்னைப் பத்தி நினைத்தாலே வாந்தி வருது. படபடவென்று சொல்லியபடி எழுந்து நின்றாள் சமாதானமாய் ஏதோ சொல்ல வந்த நவீனை கையை உயர்த்தி நிறுத்தினாள்.

''நான் பேசிடறேன் நவீன் . இன்னும் ஒரு தடவை என்னால திருப்பிப் பேச முடியுமான்னு தெரியலை''

அம்மா அத்தனை தடவை சொல்லுவாங்க ''ஆண் பிள்ளைகளிடம் ஒரு அளவோட பழகணும். நீ எங்கே போனாலும் என்ன செஞ்சாலும் என்னிடம் சொல்லிட்டு செய். எந்தக் காரணத்தைக் கொண்டும் விளைவுகளைப் பத்தி யோசிக்காமா எந்தக் காரியத்தையும் செய்யாதே எப்பவும்

எதுக்காகவும் மதுவோ போதை மருந்துகளோ எடுத்துக்க கூடாது. எப்பவுமே உன்னோட பாதுகாப்பு வளையத்திற்குள்ளே யாரையும் விடாதே எச்சரிக்கையோடு விழிப்புடன் இரு
எத்தனை தடவி திருப்பி திருப்பி சொல்லியிருப்பாங்க தெரியுமா?" ஆனா நான் அன்றைக்கு ஒரே ஒரு நாள் கோபத்திலே உணர்ச்சி வேகத்திலே அவங்க சொன்னது எல்லாத்தியும் காற்றில் பறக்க விட்டுட்டு என் நண்பர்களோடு காரில் ஏறினேன். அம்மா சொன்னதிற்கு எதிரா நடந்துகிட்டதுக்கு எனக்கு நல்ல தண்டனை கிடைத்தது.

என்னாச்சு இன்னைக்கு அசிங்கப்பட்டு, நானே என்னை அருவறுக்கும் ஒரு சாக்கடையா மாறிட்டேன். அவர்களை ஏறெடுத்துக்கூட பார்க்க முடியாம அவமானப்பபட்டு நிற்கிறேன்.

அவமானத்தோட எல்லாரையும் விட்டுட்டு ஓட நினைத்தேன். என் உடலின் ஒவ்வோரு திசுவையும் தீ வைத்துப் பொசுக்கினால் கூட என் மேல் இருக்கிற அருவருப்பு எனக்கு போகாத மாதிரி யாருக்கும் தெரியாத இடத்தில் போய் செத்துப் போறது தான் சரியான வழின்னு தோணுச்சு. ஆனா என் தவறுகளுக்கு உன்னைக் காரணமேயில்லாமா தண்டிக்கிறேனேனு மனசுக்கு வருத்தமா இருந்தது. அதனாலே மனதுக்குள்ளே கற்பனையா உன் கிட்ட ஆயிரம் தடவை மன்னிப்புக் கேட்டுக்கிட்டேன்.

குதிரையில் ஆடிக் கொண்டே இருந்தது தூக்கம் வந்ததோ என்னவோ குழந்தை அபிலாஷா அலறி அழ ஆரம்பித்தது. குழந்தையின் அருகில் சென்று எப்போதும் போல ஆதரவாக அணித்தவள் குழ்ந்தையின் நடு முதுகில் விரலால் நீவி விட்டாள். வார்த்தைகள் எதுவும் புரியாத அந்த ஆட்டிஸக் குழந்தைநந்தின்யின் செயலால் அனிச்சையாக அவள் தோளில் சாய்ந்தது. அவளைத் தூக்கிக் கொண்டு எழுந்தவள். நவீனைப் பார்த்துத் தொடர்ந்தாள்

உன் கிட்ட அன்னைக்கு நான் மன்னைப்புக் கேட்க ஆரம்பித்தது தான் என் கற்ப்னையில் மனத்தளவில் உன்னுடன் பேச ஆரம்பித்தேன். நான் பார்ப்பது , கேட்பது உண்பது எல்லாமும் உனக்கும் தெரியும் நீயும் என்னுடன் அனுபவிக்கிறாய் என்ற ஒரு

மனநிலையில் உன்னிடம் எல்லாவற்றையும் பற்றி கற்பனையில் பேசுவேன். அதுவும் இந்தக் குட்டி அச்சுவும் தான் என்னையே எனக்கு மீட்டுத் தந்தது. என்றவள் தூங்கிக் கொண்டிருந்தக் கொண்டிருந்த குழந்தையின் பிஞ்சு விரல்களில் மெல்லியதாக முத்தமிட்டாள்.

அவள் கண்களில் கண்ணீர் வற்றியிருந்தது. அம்மாவிற்காகவோ, அச்சுவுக்காகவோ மனசு ஏங்கும் போது இந்தசின்னக்குட்டியை தூக்கி அணைச்சுக்குவேன். அதுல இருக்கும் ஒரு இதமான சுகம் எனக்கு எங்க அம்மாவோட மடியை நியாபகப் படுத்தும், எனக்கு அது போதும். அவர்களிடம் எல்லாவற்றையும் சொல்லி அவர்கள் என்னை வெறுப்போடும் கோபத்தோடும் பார்ப்பதை என்னாலே நினைத்துப் பார்க்கவே முடியாது.

என்றவள் நவீனின் அருகில் வந்தாள்

என்னுடையத் தினப்படி வாழ்க்கை கண்ணாடித் துண்டுகளில் நடக்கிறமாதிரியான கடினமானது. வலியுள்ளது. என்று எனக்கு மட்டும் தான் தெரியும். உன்னை நேரில் பார்த்த பிறகு பேசிய பிற்கு தான் என் வாழ்க்கையிலேயே எனக்கு மீண்டும் ஒரு பிடிப்பு வந்திருக்கு. அதைத் திருப்பியும் இழக்க முடியுமான்னு எனக்குத் தெரியலை அதனால எனக்கு நீ மட்டும் போதும் நவீன் ஆனா உனக்கு ? என்றபடிஅவனை கேள்வியாகப் பார்த்தாள்.

நவீனின் மண்டைக்குள் ஆயிரம் எண்ணங்கள் தேனீகளாய் குடைந்தன. அவள் தன் குடும்பத்துடன் இணைவது எவ்வளவு முக்கியம் என்று அவளுக்கு வலியுறுத்த நாக்கு துடித்தது. அதை யெல்லாம் மீறி நந்தினினியின் மேல் ஒரு பரிவும் பாசமும் கலந்த அன்பு மட்டும் தான் அவன் கண்களிலிருந்து வெளிப்பட்டது. அமைதியாக தீர்க்கமாக அவளையே பார்த்துக் கொண்டு நின்றான்.

அந்தக் கண்களின் அன்பும் கனிவும காதலும் அப்படியே தனக்குள் ஊடுருவி உள்ளங்கால் வரை சென்று உலுக்கு எடுப்பதை உணர்ந்தாள் நந்தினி உடலை அவளறியாமல் சிலிர்த்தது. வெட்கத்துடன் தலை குனிந்தாள்

குழந்தையோடு சேர்ந்து நந்தினியையும் தன்னோடு கட்டி

அணைத்துக் கொண்டான்.நந்தினி மெல்லிய குரலில் நவீன் அழைக்க மீண்டும் தலை தூக்கினாள். அவள் கண்களில் கலக்கம்.
ஒரே ஒரு கேள்வி என்றான் நவீன்
என்ன?
குட்டிப்பாப்பாவை இப்படி நிமிடத்தில் தூங்க வைத்தாய் அது எப்படி?
ஓ அதுவா மருத்துவ கல்லூரி போக வேண்டுமென்றே பள்ளிக் காலத்தில் மாற்றுத் திறன் கொண்ட குழந்தைகள் மையத்தில் தொண்டாற்றியிருக்கிறேன் என்று சொல்லி சிரித்தாள். இருவரும் புன்ன்கைத்தபடியே தூங்கும் குழ்ந்தையைச் சுமந்து கொண்டு காரை நோக்கி நடந்தனர்

இருவரும் கிளம்பி அப்பார்ட்மெண்ட்டை அடைந்த போது கைலாஷ் அபிராமியுடன் பேசிக் கொண்டு இருப்பது தெரிந்தது.

அத்தியாயம் 46

காரின் முன் கண்ணாடி வழியே அண்ணனையும் அண்ணியைப் பார்த்த நவீன் கண்களை இடுக்கிய படி எரிச்சலோடு புருவந்தைத் தூக்கியவன் காரை உடனே வலது பக்கமாக வளைத்துத் திருப்பி அவர்கள் கண்ணிலிருந்தும் கவனத்திலும் மறைந்தான். அபிலாஷா அண்ணன் கண்னில் இப்போது படுவதை அண்ணி விரும்பமாட்டார் என்று அவனுக்குத் தோன்றியது. அப்பார்ட்மண்டின் மறுபுறமாக வந்து நந்தினியியைம் குழந்தையைம் தன் அப்பார்மண்ட் வாசலில் இறக்கி விட்டு காரையும் பார்க் செய்து விட்டு அண்ணனை நோக்கி நடந்தான். அண்ணன். ஏதாவது அண்ணிக்குத் தொந்தரவு செய்தால் அங்கு இருக்க வேண்டுமே!

கைகளை மார்பின் குறுக்கில் கட்டிக் கொண்டு விறைத்து நின்றாள் அபிராமி.

அவள் மனநிலை உணர்ந்தோ என்னவோ நந்தினியின் நாய்க் குட்டி அவள் காலுக்கடியில் பதுங்கியபடி எதிரில் நின்று கொண்டிருந்த கைலாஷப் பர்ர்த்து உறுமிக் கொண்டிருந்தது.

காற்றில் ஆடும் கொடியாய் துவண்டு நிற்கும் தன் மனைவியை முதன் முறையாக தலை முறை கால் வரை கண் குளிரப் பார்த்தான் கைலாஷ். ஒரு முறை பத்தாது என்பது என்பது போல் மீண்டும் மீண்டும் அவளை ஆசையுடனும் காதலுடனும் அவன் பார்வை அவளைத் தழுவியது.. மனைவியைக் கண்டுக் கொண்ட சந்தோஷம் முகம் முழுக்க படர்ந்திருந்தது. அவன் உதடோர புன் சிரிப்பு அவன் கண்களிலும் எட்டிப் பார்த்தது. அவளை அப்படியே அள்ளி அணைத்துக் கொள்ள அவன் கைகள் பரபரத்தன.

அவன் பார்வையைத் தாங்க முடியாமல் அபிராமி தலைக் குனிந்தாள். தன் காலுக்கடியில் இருந்த நாயக் குட்டியைத் தன் கையில் எடுத்து அணைத்துக் கொண்டாள். அது தான் ஒரு பெரிய கவசம் போல.

நாயின் தலையைத் தடவிய படியே நின்று கொண்டிருந்தாள்.

அவன் மேல் இருந்த கோபத்தையும் வெறுப்பையும் உள் மனதிற்குள் தேடி தேடிப் பார்த்தாள். மனம் வெறுமையாக இருந்தது. கோபம் என்று வந்தால் அவள் மேல் தான் அவளுக்கு வந்தது

ஆனாலும் பழக்கப்பட்ட அவளுடைய உடலோ ஒரு கட்டுப்பாடு இல்லாமல். வெட்கமைல்லாமல் தன் கணவன் பக்கம் சாய்வது போல இருந்தது. இவன் இப்போது உன் கணவன் இல்லை. உங்கள் இருவருக்கும் விவாகரத்து ஆகிவிட்டது என்று தனக்குள்ளே சொல்லி தன் கால்களை வேர் போல் நிலத்தில் பதித்துக் கொண்டாள்.

“அபி” என்றான் கைலாஷ்.

நம்பிக்கையுடனும் கேள்வியுடனும் கணகளை உயர்த்தினாள் அபிராமி. அவள் பார்வையை சந்தித்தவன்

என்ன நினைத்தானோ அபியை அபிராமியாக்கிவிட்டான்

“அபிராமி நந்தினி சொன்னமாதிரி எனக்குத் தான் நீ இருக்கும் இடம் தெரியவில்லை. ஆனால் நீ நினைத்திருந்தால் என்னிடம் திரும்பி வந்திருக்க முடியும். ஆனால் வரவில்லை. உன் மனதை நான் புரிந்து கொண்டு விட்டேன் அதனால்

உன்னிடம் சொல்ல வேண்டியதை இரண்டே நிமிடத்தில் சொல்லிவிட்டு சென்று விடுகிறேன்”.

நாய்க் குட்டியின் தலையைத் தடவிய படி கால் மாற்றி நின்றாள் அபிராமி .தன் நடுங்கும் கால்களை சமாளிக்க முயன்றாள் அவள்.

ஆனால்

நீ சொல்ல வேண்டியதை சொல்லிவிட்டுப் போ என்பது போலிருந்தது அவள் செய்கை

“நீ என்னை மன்னிக்க வேண்டும் அபிராமி. நீ சொன்ன கொல்லும் தனிமை நீ என்னைவிட்டு சென்றதும் தான் எனக்குப் புரிந்தது. நான் செய்த தவறுகளும் எனக்குப் புரிந்தது. என்னுடைய சுயநலத்தால் உன் தந்தையை நீ இழந்தாய் நீ என்னை மன்னிப்பாயா என்று எனக்குத் தெரியாது ஆனால் மன்னிப்புக் கேட்க வேண்டிய பொறுப்பையும் கடமையும் நான் உணர்ந்து விட்டேன்”

சிரத்தையுடன் பேசுபவனிடம் என்ன சொல்வது என்பது போல

குழப்பத்துடன் பார்த்தாள் அபிராமி. அவன் சொல்லும் விஷயங்கள் எல்லாம் மனதில் இருந்தால் தானே மன்னிப்பதற்கு. அன்று மலையாய் நின்ற பல விஷயங்கள் இன்று குப்பையில் கிழித்துப் போட்ட காகிதங்களாய் அவளுக்குத் தெரிந்தது.
நடந்தது நடந்துவிட்டது மன்னிப்புக் கேட்டு நடந்ததை மாற்ற முடியுமா?

மனைவியின் மனதில் ஓடும் எண்ணங்களின் ரேகை அவள் முகத்தில் மாறி மாறி ஓடுவதை உன்னிப்பாக கவனித்துக் கொண்டிருந்தான் கைலாஷ். அவள் வாய் திறந்து ஏதாவது பேசமாட்டாளா என்றிருந்தது அவனுக்கு
துக்கம் மேலிட "அம்மாவிற்கு ரோஜாச் செடி என்றால் ரொம்பப் பிடிக்கும் கொத்துக் கொத்தாய் ரோஜாக்கள் அவள் செடியில் பூத்துக் குலுங்கும் ஆனால் ஒன்றையும் பூஜைக்குக்கூட பறிக்க விடமாட்டாள். ரோஜாக்களின் அழகு அந்தச் செடியில் தான் மிளிர்ந்து தெரியுமாம். நீயும் எனக்கு அந்த ரோஜாப்பூ போல தான். இங்கே இந்த சிகாகோவில் உனக்கென்று ஒரு வாழ்க்கையை அமைத்துக் கொண்டு விட்டாய். நான் இங்கிருந்து உன்னை அழைத்துப் போக வர்வில்லை என்றவன் ஒரு பெருமூச்சுடன் உனக்கு விருப்பம் இருந்தால் தவிர" என்று சொல்லி நிறுத்தினான்.
"உனக்கு இப்போது நவீன் துணைக்கு இருக்கிறான். அது போதும் எனக்கு" சமாதானமாய் வந்தது அவன் குரல்.
கற்சிலையாய் நின்றிருந்த மனைவியிடமிருந்து ஒரு சலனமும் இல்லை. அதே பெருமூச்சுடன் திரும்பி நடந்தான்.
அவனை உடனே ஏதாவது சொல்லி நிறுத்த வேண்டும் என்று அபிராமி அவசரப்பட்டு வாய் திறந்தாள். ஆனால் வாயிலிர்ந்து காற்று கூட வரவில்லை
முதுகு காட்டி இரெண்டடி எடுத்து வைத்த கைலாஷ் திரும்பினான்.
மோனாவும் அம்மாவும் ஒரு ரோஜாச்செடி வைத்தார்களே நியாபகம் இருகிறதா அபி? என்றவன் இப்போது நிறைய பூ பூத்துக் குலுங்குகிறது. உனக்குப் பார்க்க ஆசையாய் இல்லையா?என்று

கேட்டவன் அவளைப் பார்த்துச் சிரித்தான் எனக்கு ரொம்ப ஆசையாய் இருக்கிறது. என்னுடைய ரோஜா மொட்டைப் பார்க்க ஆனாலும் உனக்காக நான் போகிறேன்'' என்றவன் வேகமாக அங்கிருந்து நகர்ந்தான்.

கைலாஷ் அங்கிருந்து நகர்ந்ததுமே கால்கள் துவள் தொப்பென்று நடை பாதையிலேயே உட்கார்ந்தாள் அபிராமி. அங்கிருந்த காற்றையெல்லாம் கைலாஷ் தன்னோடு கொண்டு போவது போல மூச்சை முட்டியது அவளுக்கு

அவன் சொன்ன கடைசி வார்த்தை அவனுடைய ரோஜா மொட்டு. சென்னையிலிருந்து அண்மையில் தான் திரும்பி இருக்கிறான் அதனால் அவன் நிஜ ரோஜாப் பூக்களைச் சொல்லவில்லை அவன் சொன்ன ரோஜா மொட்டு அம்முக்குட்டி

அவனுக்கு அபிலாஷாவைப் பற்றி தெரிந்திருக்கிறது

அபிராமி தொப்பென்று விழுவதைப் பார்த்தவுடனேயயே தன் நடையை ஓட்டமாக்கினான் நவீன்

ஓட்டமாக அவள் அருகில் வந்தவன் என்ன அண்ணி என்ன ஆச்சு அண்ணன் ஏதவது வந்து மிரட்டிட்டுப் போனாரா எரிச்சலுன் கேட்டான்.

மனைவியாய் இருந்து அண்ணியாய் மாறினாள்அபிராமி

"அதெல்லாம் ஒண்ணும் இல்லை. அம்முக் குட்டி எங்கே? என்றவள் நவீனிடம் நாயை நீட்டினாள். அதை வாங்கியவன் செல்லக் குட்டி தூங்கி விட்டாள் அவளை நந்தினி என் அப்பார்ட்மெண்ட்டில் வைத்திருக்கிறாள் என்றான்.

அபிராமிக்கு தன் மகளை உடனே பார்கக் வேண்டும் போல் இருந்தது. அவளை எடுத்து இறுக்க அணைத்துக் கொள்ள் வேண்டும் என்று தோன்றியது. எழுந்து வேகவேகமாக நவீனின் அப்பார்ட்மெண்டை நோக்கி நடந்தாள்.

நவீன் எதிரும் புதிருமாக நடக்கும் கணவன் மனைவியைப் பார்த்தபடி நாயைத் தடவிக் கொண்டு அப்படியே

உட்கார்ந்திருந்தான். அவன் சிந்தனை முழுவதும் நந்தினியைப் பற்றியே யோசித்துக் கொண்டிருந்தது. பூங்காவில் அவள் சொன்ன ஒவ்வோரு வார்த்தைகளும் அவனுக்குள் எதிரொலித்துக் கொண்டிருந்தது.

அபிராமி ஓட்டமும் நடையுமாக விறுவிறுப்பாக நடந்தாள். அவள் வேகமாக நவீனின் அப்பார்ட்பெண்ட்டை அடைந்து கதவைத் தள்ளிக் கொண்டு உள்ளே சென்றாள். அவள் கண்கள் குழ்ந்தையைத் தேடின. சோபாவில் அமைதியாய் கையையும் காலையும் விரித்துக்கொண்டு அசதியுடன் தூங்கிக் கொண்டிருந்த்து. மகளைத் தன் கண்முன்னே பார்த்தது, ஒரு நிம்மதிப் பெருமூச்சுடன் அதன் அருகில் சென்று கண்களாலும் கைகளாலும் மகளை வேக வேகமாக் அளந்தாள். மகளுக்கு ஒன்றுமில்லை இப்போதைக்கு ஒன்றுமில்லை என்றவுடன் தான் அவளுக்கு நிமதிப் பெருமூச்சு வந்தது. மற்றது நினைவு வந்தது

நந்தினி எங்கே? SEP நந்தினி?

நந்தினி என்று அழைத்தபடியே தலையைத் திருப்பி அவளைத் தேடிய படி எழுந்தாள்.

சமையலறையில் அதிர்ச்சியில் உறைந்து போய் நின்றிருந்தாள் நந்தினி. அவள் கையில் ஒரு அழைப்பிதழ்

அதிலேயே அவள் பார்வை குத்திட்டு நின்றது. ஏதோ புரியாத மொழியைப் படித்துவிட முயல்வது போல

எதிரே அபிராமி வந்தது கேட்டும் அவளிடம் ஒரு சலனமும் இல்லை. அவள் கண்களில் மாறி மாறி தெரிந்த ரௌத்திரம்,. பயம் மிரட்சி குழப்பம் இது மட்டுமே அவள் உயிரோடு இருக்கிறாள் என்று அபிராமிக்கு உணர்த்தியது.

மெள்ள தோளைத் தொட்டு அசைத்தாள்

நந்தினி நந்தினி

நந்தினி ஒரு வித அதட்டலுடன் அவள் தோளைக் குலுக்கினாள் அபிராமி. அபிராமியை வெறுத்துப் பார்த்தாள் நந்தினி அவள் பார்வை மீண்டும் கையிலிருந்த காகிதத்திற்கு போனது ஏதோ பேச

முயன்றாள் உதடுகள் பிரியவில்லை
பயந்து விட்டாள் அபிராமி
நந்தினி நந்தினி என்னம்மா? என்ன ஆச்சு கேட்டப்டியே அவலைக் குலுக்கினாள்
தன் நிலைக்கு வந்தாள் நந்தினி. அவள் கையிலிருந்த கடிதத்தைப் பார்த்தால் அது அவள் கையைச் சுட்டது போல அதைக் கீழே போட்டாள்.
அவள் உடல் நடுங்கியது முகம் வேர்த்தது.உதடு துடித்தது. துவண்டு விழப்போனவளை அவசரமாகத் தாங்கினள் அபிராமி.
என்ன நந்தினி என்ன ஆச்சு உடல் நிலை சரியில்லையா?
தாங்கியிருந்த அவளைத் தள்ளி விட்ட்படி சரிந்து விழுந்த நந்தினி அலறினாள். எல்லாமே நாசமா போச்சே ஐயோ ஐயோ நான் என்ன செய்வேன்?
தலையில் அடித்துக் கொண்டு அலற ஆரம்பித்தவள் ஆ என்று ஆத்திமாகக் கத்திக் கொண்டே கீழே விழுந்திருந்த அந்தக் காகிதத்தை சுக்குநூறாக் கிழித்து வீசி எறிந்தாள்.
நந்தினியை இந்த நிலையில் ஒரு முறை பார்த்திருந்த அபிராமி பயந்து விட்டாள்.
உடனே உதவிக்கு ஆள் வேண்டும் என்று தோன்றியது அவசரமாக வெளியே ஓடினாள்.
அவள் அலறி அடித்துக் கொண்டு வருவது அப்பார்ட்மெண்ட்டை விட்டு வெளியேறிக் கொண்டிருந்த கைலாஷின் கார் கண்ணாடியில் தெரிந்தது. மனைவிக்கு ஏதோ ஆபத்து என்று நினைத்தவன் ப்ரேக் போடுவிட்டு காரிலிருந்து கதவைத் திறந்து கொண்டுவெளியே வந்தான்.
நந்தினியைப் பற்றி நினைத்துக் கொண்டு அண்ணன் காரில் ஏறி அப்பார்ட்மெண்ட்டை விட்டு வெளியேறுவதையே பார்த்துக் கொண்டிருந்த நவீன் அண்ணன் அவசரமாக எதைப் பார்த்துவிட்டு காரை நிறுத்தினான் என்று திரும்பிப் பார்த்தான். அண்ணி அவனி நோக்கி ஓடிவருவது தெரிந்தது.
நந்தினி என்றது அவனுடைய உள்ளுணர்வு .எழுந்து ஓடினான், அவன் கையிலிருந்த நாய் நழுவியது. அவள் அப்படி ஒரு உணர்ச்சி

வேகத்தில் இருந்த போது அவளைத் தனியாக விட்டு விட்டு வந்தது தவறு
தலை தெறிக்க அப்பார்ட்மெண்ட்டை நோக்கி ஓடினான்.

அத்தியாயம் 47

கண் முன்னால் ஏதோ ஒரு திரைப்படம் ஓடுவது போல இருந்தது கைலாஷிற்கு வேகமாக ஓடி வந்த அவனுடைய ய மனைவி தன் தம்பியிடம் எதோ அவசரஅவசரமாக கையை ஆட்டி சொல்வதும் இருவரும் அதே வேகத்தில்திரும்பி ஓடுவதும் சின்ன நாய் குரைத்தபடி தன் வேகத்திற்கு தம்பியைப் பின் தொடர்வதும் தெரிந்தது.

வேகமாக காரை திரும்ப சரியாக நிறுத்தியவன்.நவீனின் அப்பார்ட்மெண்ட்டை நோக்கி நடந்தான். தனக்கு முன்னால் ஓடிக் கொண்டிருந்த நாயைத் தூக்கி கொண்டு அப்பார்ட்பெண்ட்டுக்குள் நுழைந்தான்.. தன் வீடு வந்ததும் அவன் கையிலிருந்து குதித்து நந்தினியை நோக்கிக் குரைத்துக் கொண்டே ஓடியது நாய்.

வாசலிலேயே ஒரு அந்நியனாக நின்றான் கைலாஷ். அவனை யாரும் உதவிக்கு கூப்பிடவில்லை தான். ஆனால் தன்னை அறியாமல் காலெடுத்து அப்பார்ட்மெண்டுக்குள் நுழைந்தான். அவன்

நவீன் மடியில் தலை வைத்து அழுது கொண்டிருந்த நந்தினியும் அவளுடன் பேச முயற்சித்துக் கொண்டிருந்த அபிராமியும் நந்தினியின் மடியில் ஏறி அவளை நக்கிக் கொண்டிருந்த நாயும் அவன் கண்ணில் பட்டது. ஆனால் இடது கண்ணோரம் ஏற்பட்ட ஒரு சின்ன சலனம் அவன் கவனைத்தை ஈர்த்தது. தலையைத் திருப்பிப் பார்த்தான்

சோபாவில் தூங்கிக் கொண்டிருந்த குழந்தை சுற்றுபுறச் சூழ்நிலையின் சத்ததில் புரண்டது எழுந்து விடும் போல இருந்தது.

கைலாஷின் இதயம் நின்று துடித்தது. மின்னல் வேகத்தில் குழ்ந்தையின் அருகில் சென்றான் சோபாவின் அருகில் நின்று கொண்டு ஒரு கொக்கைப் போல தலை சாய்த்து குழந்தையை ஒரு அதிசயத்தைப் பார்ப்பது போல அசையாமல் பார்த்தான் அவனுடைய ரோஜா மொட்டு இது தானா?

கண்ணிமைக்காமல் குழந்தையைப் பார்த்துக் கொண்டே நின்றான்.

எங்கே தான் அசைந்தால் குழந்தை எழுந்து விடுமோ என்று பயமாக இருந்தது.

அண்ணி கொஞ்சம் பால் சூடு பண்ணித் தரீங்களா? அபிராமியிடம் நவீன் கேட்பது அவன் முதுகுக்குப் பின்னால் கேட்டது. அபிராமி எழுந்து போவதும் ப்ரிட்ஜைத் திறப்பதும் அவனால் உணர முடிந்தது.

எல்லாவற்றிற்கும் மேலாக அவனுடைய இதயம் படபடக்கும் சத்தம் அவனுக்கு பல்மாகக் கேட்டது.

இது அவனுடைய குழந்தையா? அவனால் நம்பவே முடியவில்லை. குழ்ந்தையைப் பார்த்துக் கொண்டே நின்றான். தன் அதிர்ஷ்ட்டத்தை எண்ணி சூழ்நிலைக்கு ஒவ்வாத நிலையில் அவன் முகத்தில் சிரிப்பு விர்ந்தது.

சிப்பிக்கு இமை வைத்தது போன்ற மூடிய கண்கள் குமிழான முக்கு. சின்ன சிவந்த உதடுகள் வட்டமான முகம் சுருள் சுருலான குட்டைக் கூந்தல் நெற்றியில் கலைந்து கிடந்தது.

அவனுடைய மகள் நிஜமாகவே ஒரு ரோஜா மொட்டுத் தான்

அவன் பார்த்துக் கொண்டிருக்கும் போதே குழந்தை கண் விழித்தது. தன்னைப் பார்த்துக் கொண்டிருந்தவனையே நேராகப் பார்த்தது. அந்த வினாடி கடவுளைப் பார்த்தது போலிருந்தது கைலாஷிற்கு. புல்லரித்தது அவனுக்கு

ஒரு வினாடி தான்

புது முகம் பார்த்த பயத்தில் தலையைத் திருப்பி கொண்டு காலை உதைத்துக் கொண்டு அலற ஆரம்பித்தது குழந்தை

அதை எதிர் பார்க்காத கைலாஷ் பயததில் இரண்டடி பின் வைத்தான்.

அதற்குள் அங்கு ஓடி வந்த அபிராமி குழந்தையை வேகமாகத் தூக்கிக் கொண்டு அவனைப் பார்த்து முறைத்தாள். குழந்தையை தன் மார்போடு இறுக்க அணைத்துக் கொண்டாள். தாயின் இறுகிய அரவணைப்பில் குழந்தைத் திமிறிக் கொண்டு அழுதது.

தர்ம சங்கடத்துடன் நெளிந்தான் கைலாஷ் அவன் பார்வை நவீனை நோக்கி திரும்பியது. அழும் காதலியை விட்டு வரவும் முடியாமல் அவனை உட்கார்ந்த படியே முறைத்தான். என் வாழ்க்கையை கெடுக்கவென்றே வந்தாயா என்றது அவனது முகபாவனை ஒன்றும் சொல்லாமல் அப்பார்ட்மெண்டுக்கு வெளியே வந்தான்.

அவன் போய்விடலாம் தான். யாருக்கும் அவன் தேவையாய் இல்லை. ஆனால் ஒரே ஒரு முறை குழ்ந்தையைத் தூக்கி அந்தப் பஞ்சுக் கன்னத்தில் முத்தமிட வேண்டும் போல் இருந்தது. குழந்தை அலறிக் கதறுவது காதில் விழுந்தது. தூக்கத்திலெ எழுப்பிக் குழந்தையை அழ வைத்து விட்டோமே என்று மனம் குறுகுறுத்தது. அழுகையுனுடே அபிராமி நவீனுடன் பேசுவது கேட்டது. இரண்டு நிமிடங்களில் அபிராமி அலறும் குழ்ந்தையுடன் வெளியே வந்தாள். சுவர் புறமாக நின்ற அவனை அவள் கவனிக்க வில்லை.

கைலாஷ் சென்றுவிட்டான் என்றே அவள் நினைத்தாள்.போல அழும் குழந்தையை நந்தினி சொல்லிக் கொடுத்த படி முதுகில் நீவினாள். பயிற்சி வகுப்பில் சொல்லிக் கொடுத்த படி காதோரம் மெண்மையாகப் பாடினாள். குழந்தை மெதுவாக அமைதியானது. திமிறிக் கொண்டிருந்த உடல் தோய்ந்தது. தலை சோர்வாய் அவள் மேல் சாய்ந்தது.

விறுவிறு என்று நடந்து கொண்டே ஏதோ மந்திரம் போட்டது போல் குழ்ந்தையின் அழுகையை அடக்கிய மனைவியை பார்க்க வியப்பாக வும் பெருமையாகவும் இருந்தது. எதுவும் பேசாமல் மௌனமாக அவளைப் பின் தொடர்ந்தான். மனைவியோடு இணைந்து நடக்கத் தயங்கியவனாய் அவளுக்கு பின் இரண்டடி பின்னால் நடந்தான். குழந்தை அமைதியான பிறகே தன் கணவன் பின்னால் வருவதை உணர்ந்தாள் அபிராமி.

போ போய் விடு என்று விரட்டலாம் தான்.

ஆனாலும் அம்முக்குட்டியைப் பற்றி தெரிந்து கொண்ட பிறகு அவனே ஓடிவிடப் போகிறான்.

குழந்தையைத் தன் கைகளில் தாங்கி தோளோடு அணைத்துக் கொள்ள கைகள் பரபரத்தது. பாக்கெட்டுக்குள் கையைவிட்டடு முஷ்ட்டியாக்கிக் கொண்டான்.
அபிராமியின் தோளில் சாய்ந்திருந்த குழ்ந்தையின் தூக்கம் கலந்த கண்களை சந்தித்தான். மென்மையாகப் புன்னகைத்தான். ஆனால் குழ்ந்தையின் பார்வை அவனைப் பார்த்துக் கொண்டிருப்பது போல தோன்றினாலும் அவனையும் தாண்டி அது எங்கொ தொலைந்து விட்டிருப்பது போல தோன்றியது. நெஞ்சில் பாறாங்கல் மோதியது., வயிற்றை பிசைந்தது. துக்கம் தொண்டையை அடைத்தது..
காரணம் புரியாமல் குழந்தையின் கண்களில் ஏதோ தேடினான்.

தன்னுடைய இடத்தை நெருங்கிகியதும் அபிராமி திரும்பினாள்
.நீ உள்ளே வரப்போகிறாயா? என்று கேட்டது ஒரு கண். நீ இங்கே இருந்தே ஓடிவிடு என்றது இன்னோரு கண். அபிராமியின் பார்வை சொல்லிய செய்தியைத் தாங்க முடியவில்லை கைலாஷிற்கு அவன் தலையில் யாரா மீண்டும் மீண்டும் சம்மட்டியால் அடித்தது போல இருந்தது கைலாஷிற்கு. தன்னிடம் கனிந்து குழைந்த கண்கள் இப்போது கோபத்தையும் வெறுப்பையும் கக்கினால் பின் எப்படியிருக்கும்.?
எதுவும் சொல்லாமல் தலை குனிதபடி பேண்ட் பாக்கெட்டுக்குள் விட்ட கையை எடுக்காமல் விறைப்பாக நடந்து தன் காருக்குப் போனான் அவன்.
அவன் காரில் ஏறி மறையும் வரை அங்கேயே நின்றிருந்த அபிராமி தன் வீட்டுக்க்குள் நுழைந்து கதவை மூடினாள். குழ்ந்தையை சோபாவில் கிடத்தியவள் அதன் அருகிலேயே தொய்ந்து விழுந்தாள். இன்று தூககம் வரமால் இரவு முழுவதும் புரள வேண்டியது. தான். எரிச்சலுடன் கண்களை மூடிக் கொண்டாள்

அத்தியாயம் 48

கண் மூடி படுத்திருந்த நந்தினியைப் கவலையோடு பார்த்த படி அவள் சுக்கு நூறாய் கிழித்து எறிந்திருந்த அஸ்வினியின் திருமண அழைப்பிதழை அள்ளி எடுத்தான். பாலில் கலந்து கொடுத்த தூக்க மாத்திரை வேலை செய்ய ஆரம்பித்துவிட்டது. ஏன் அப்படி நந்தினி அழுதாள்? அவளோடு பார்க்கில் பேசியதன் விளைவா? எதனால் இப்படி திருமணப் பத்திரிக்கையைக் கிழித்துப் போட்டு இருக்கிறாள்? யோசித்தபடியே அபிராமி செய்து கொடுத்திருந்த சாப்பாடை மைக்ரோவேவ் அவனில் சூடு பண்ணி சாப்பிட்டான்.
துண்டு துண்டாய்க் கிழிந்திருந்த பத்திரிக்கையை எடுத்து ஒன்று படுத்தி அடுக்க ஆரம்பித்தான். கைகளும் கண்களும் ஒன்று சேர்ந்து அந்த வேலையைச்செய்தாலும் மனம் நந்தினியையே வட்டமிட்டது. மருத்துவர் நந்தினி பற்றி சொன்னதெல்லாம் நினைவு வந்தது நந்தினியிடம் பேசச் சொல்ல வேண்டும்.

கவலையோடு அவள் மேல் ஒரு பார்வையும் தன் வேலையில் கவனமாகவும் இருந்தான். படுக்கையிலிருந்த நந்தினி தலையைத் தலையை வேகமாக அசைத்தாள். அவள் கை காலை தாறுமாறாகப் போட்டு உதைக்க ஆரம்பித்தாள். பதற்றத்துன் எழுந்து நவீன் அவள் அருகில் சென்று கன்னத்தைத் தட்டினான் நந்தினி நந்தினி என்னம்மா செய்கிறது? என்றபடி அவளைத் தூக்கத்திலிருந்து எழுப்ப முயற்சித்தான். நந்தினியின் காதுகளில் விழுந்ததாகவேத் தெரியவில்லை. அவல் முகத்திலும் நெற்றியிலும் வியர்வைத் துளிகள் அரும்பியது. அவனை அவள் உணர்ந்ததாகத் தெரியவில்லை
நந்தினி நந்தினி குரலை உயர்த்தினான்.
அவளோ உடலை முறுக்கி முறுக்கி முனங்கினாள். அவள் தோளைப் பற்றி உலுக்கினான். நந்தினி நந்தினி நீ கனவு காண்கிறாஅய் எழுந்திரு எழுந்திரு என்று கத்தினான். உடம்பை உதறிக் கொண்டே வாய் விட்டு அலறினாள். தூக்கத்திலேயே அல்றி வீறிட்டவள் தேம்பித் தேம்பி அழ ஆரம்பித்தாள். நவீன் அவளை

அசைப்பதோ அல்லது அவளை அழைப்பதோ நந்தினியின் காதுகளில் விழுந்ததாக்வேத் தெரியவில்லை.
ஏண் தான் தூக்க மாத்திரைக் கொடுத்தோமோ என்று கவலைப் பட ஆரம்பித்தான் ஓடி சென்று தண்ணீர் எடுத்து வந்து அவள் முகத்தில் தெளித்தான். அவளைக் குடிக்கச்செய்தான். அழுது கொண்டிருந்தவள் தூக்கத்திலேயே தண்ணீரைக் குடித்த்தாள். அதன் பின் அவளுடைய அலட்டல் குறைந்தது. நவீனின் தோளில் சாய்ந்து அப்படியே தூங்கிப் போனாள். தோளோடு சாய்ந்திருந்தவளை மெள்ள மெள்ள எழுப்பினான். அவளை மீண்டும் தூங்கப் பண்ண அவனுக்கு யோசனையாக இருந்தது.. .

அவள் கண்களை இருட்டு இழுத்தது. ஆனால் இந்த நவீன் தூங்கவிட மாட்டான் போலிருக்கிறது என்று நினைத்த படியே சோர்வாக கண் திறந்தாள் நந்தினி. திறந்தவள் மென்மையாக நவீனைப் பார்த்து புன்னகைத்தாள். அவள் தான் இததனை நேரம் அக்ண்ட கனவு எதுவும் நினைவில்லாதவள் போல தெரிந்தாள்.
நந்தினி என்னாச்சு உனக்கு ஏதாவது கனவு கண்டாயா? என்றுக் கேட்ட நவீனை தூக்க கலக்கத்துடன் பார்த்த் நந்தினி

இது தினம் நடப்பது தான் நவீன். நான் நன்றாகத் தூங்கி எவ்வளவு நாளாயிற்றுத் தெரியுமா? என்றவள் சுற்றும்முற்றும் பார்த்தாள்,. தான் எங்கிருக்கிறோம் என்று புரிய ஆரம்பித்தது. என்ன நடந்தது என்பதும் எதனால் நந்தினியின் நினைவிற்கு வந்தது. அதே நேரம் அவள் கண்களில் மேஜையில் ஒட்டவைத்துக் கொண்டிருந்த திருமண அழைப்பிதழ் கண்ணுக்குத் தெரிந்தது.
தள்ளாடியபடி எழுந்து மேஜைக்குப் போனாள். ஒவ்வோரு துண்டுகளையும் விரலால் தட்டினாள்.
அவள் தங்கைக்குக் திருமணம்? சோர்வையும் மீறி அவள் கண்களில் கண்ணீர் பெருக ஆரம்பிததது.
பத்திரிக்கையை ஏன் நந்தினி கிழித்தாய்? உன் வீட்டாரிடம் அவ்வளவு கோபம்? நவீன் அவளின் தோள் பக்கம் வந்து நின்றான்.

இது யார் தெரியுமாநவீன்? மாப்பிள்ளையின் பெயர் அச்சடித்திருந்த தூண்டில் தன் விரலைத் தட்டிக் கேட்டாள்.
ஓ அது தான் ராஜ் உன் தங்கை உன்னுடன் படித்தவன் என்று என்னைச் சந்திக்க அழைத்து வந்திருந்தாளே! ஆனால்... தான் சொல்ல வந்ததை பாதியில் நிறுத்தி நந்தினியைக் குழப்பமாக பார்த்தான் நவீன்
கண்ணீர் வழிய மறுப்பாக தலையை அசைத்துக் கொண்டிருந்தாள் அவள்.
இது இது அவன் தான். அவன் அவன் என்னை .. என்னை சொல்ல முடியாமல் வேகமாக நகர்ந்து சமையலறைக்குப் போனாள். தன் கைப்பையை திறந்து ஒரு பெரிய காகிதக்கட்டு அடங்கிய ஃபைலை நவீனிடம் நீட்டினாள்.
உன்னிடம் கொடுக்க அவமானமாக இருந்தது. கொடுக்காமலும் இருக்க முடியவில்லை. அதனால் என்னுடனே வைத்துக் கொண்டு திரிந்தேன் என்றவள் .
கண்ணாடி ஜன்னல் வழியாக இருட்டைப் பார்த்தபடி நின்றாள்.

ராஜ் என்னுடன் படித்தவன். என் வயது ஒத்தவன். என்னுடைய வகுப்புத் தோழன். பள்ளிக் காலத்தில் என்னை அடிக்கடி தொல்லைக் கொடுப்பான் நடக்கும் போது என்னைக் காலால் தட்டுவது, என் பாடகுறிப்புக்களையும் வீட்டுப் பாடத்தையும் எடுத்து வைத்துக் கொண்டு தன்னுடையது என்று எல்லோர் முன்னாலும் வாதாடுவது. எனது சாப்பாட்டில் இருப்பதை எனக்குத் தெரியாமல் குப்பையில் கொட்டிவிட்டு நான் குழம்பி நிற்கும் போது அசட்டுத் தனமாக சிரிப்பது இப்படி ஏதாவது சில்லறைத்தனமாக தொந்தரவு செய்து கொண்டே இருப்பான். என் தோழிகள் எல்லாம் அவனுக்கு உன்னை ரொம்பப் பிடித்திருக்கிறது அதனால் தான் இப்படி தொந்தரவு செய்கிறான் என்பார்கள். ஆனால் எனக்கோ அவனைப் பார்த்தாலே குமட்டிக் கொண்டு வரும். அவனை விட்டு ஒதுங்கிப் போகவே செய்வேன்.''
மூச்சுவிடாமல் பேசியவள் நிறுத்தித் தொடர்ந்தாள்,
''நான் கற்பழிக்கப்பட்டபோது நான் கற்பழிக்கப் ப்ட்டேன் என்று

தான் எனக்குத் தெரியுமே தவிர யார்? என்ன? எப்படி? என்று எதுவுமே தெரியவில்லை.

..எதுவுமே என் நினைவில் இல்லை. தினம் தினம் என் கனவில் நான் கற்பழிக்கப் படுகிறேன். ஆனால் முகம் மட்டும் எப்போதுமே தெளிவாய் தெரியாது.

நான் மருத்துவமனையில் மருத்துவர்களுக்கும் போலீசுக்கும் எல்லாவிதமான ஒத்துழைப்பும் கொடுத்தேன். என்னை சூறையாடியவனை தண்டிக்க வேண்டும் என்ற வெறி இருந்தது, ஆனால்

என்னுடைய கவுன்சிலர் வந்து குற்றவாளி கண்டுபிடிக்கவிட்டவுடன் நான் நீதி மன்றத்திற்குப் போக வேண்டும் என்று சொன்னார்.

"நான் பயந்துவிட்டேன். என் அம்மா அப்பா அச்சு எல்லோரையும் சகதியில் இழுக்க வேண்டும் என்று தயங்கி விட்டது. . வீட்டுக்குப் போகிறேன் என்று சொல்லியவள் .

மருத்துவமனையிலிருந்து வெளியே வந்தவள் வீட்டிலிருப்பவர்களை சந்திக்க தைரியமில்லாமல் உயிரை விடத் துணிந்தேன்.

கையில் நான் ஏற்கனவே வாங்கி வைத்திருந்த சான்ப்ராண்சிஸ்கோ டிகெட் இருந்தது விமான நிலையம் வந்தேன் சான்பிராண்ஸிஸிகோ போய் தற்கொலை செய்து கொள்ளவேண்டும் என்று தோன்றியது. விமான நிலையத்தில் உட்கார்ந்து யோசிக்கும் போது தான் உன் நினைவு வந்தது. உனக்கும் மின்னஞ்சல் அனுப்பி விட்டேன்.

அப்புறம் அபிராமியை சந்தித்து அவளுக்காக வாழத் தொடங்கினேன்.அவளுக்கு உதவி செய்வதில் என்னை நான் ஆற்றிக் கொண்டேன். ஆனால் தனிமையில் நான் தினம் தினம் நான் ஒரு பாதாளத்தில் விழுந்து எழுந்தேன். க்னவுகளின் கொடுமையை என்னால்த் தாங்க முடியவில்லை.

அபிராமி மருத்துவ மனையிலிருக்கும் போது ஓரளவு தைரியம் வந்தது. காரை விற்று பணம் வாங்கவேண்டும் என்று எனக்கே நான்

சொல்லிக் கொண்டு டெக்ஸாச் சென்று என் கவுன்சிலரை மீண்டும் சந்தித்தேன். அவள் தான் எனக்கு இந்த கோப்பைக்க் கொடுத்தாள்.
திரும்பிய
நவீனிடமிருந்த பைலைச் சுட்டிக் காட்டின. அவன் கண்களை சந்திக்க தைரியமில்லாமல் அவள் தலைக் கவிழ்ந்திருந்தது.

ராஜ் தன்னோடு சேர்ந்து திட்டம் தீட்டி அவனுக்குத் தான் உதவி செய்ததை எல்லாம் கருண் அவர்களைத் தேடி வந்து சொல்லி இருக்கிறான். அதனால் அவர்கள் வேலையும் எளிதாகி விட்டது.. குற்றவாளியாய் ராஜின் முகத்தை குற்றாவாளியாக பார்த்ததும் எனக்கு எப்படி இருந்தது தெரியுமா?

அவனைக் கூறுகூறாக என் கையாலே கிழித்துவிட வேண்டும் என்று ஆத்திரம் வந்தது. ஆனால் மீண்டும் என் பெற்றோர்கள் நினைவு வந்தார்கள். ராஜுன் பெற்றோரும் என் பெற்றோரும் நல்ல நண்பர்களாக த்தான் பழகிவந்தார்கள். அதனால் ராஜ் எதாவது சொல்லி யிருப்பானோஎன்று சந்தேகம் தோன்றியது அதனால் மீண்டும் கோழையாக ஓடி வந்துவிட்டேன். என்றவள் தலைத் தூக்கிப் பார்த்தாள்.

கோபப்பிழம்பாய் நின்றிருந்தான் நவீன்
நரசிம்மாவதாரம் எடுத்திருந்த அவனுக்குள் ராஜ் மீண்டும் ஒரு முறை மனதுக்குள் வந்தான்.
நந்தினி நடுங்கி விட்டாள்.
என்னை மன்னித்துவிடு நவீன் ஆனால் நான் என்னத்தவறு செய்தேன் என்று எனக்குத் தெரியவில்லை என்னை மன்னித்துவிடு
முகத்தை அவமானத்தால் மூடிக் கொண்டாள் நந்தினி.
சோர்வாலும் தூக்கத்தாலும் அவள் தள்ளாட.
அவலை ஒரே அடியில் அடைந்து தாங்கியவன் தன் பக்கத்தில் உட்கார்த்திக் கொண்டு தன் தோளோடு அணைத்துக் கோண்டு ஆசுவாசப்படுத்தினான்.
பயத்திலும் அவமானத்திலும் நடுங்கிக் கொண்டிருந்த நந்தினியின் உடல் மெள்ள அடங்கியது.
நவீன் அச்சு என்று மெள்ள அவன் காதருகில் சொல்லிகையிலேயே

அவளின் உடல் இன்னோரு முறை வெடவெடத்தது.

“கவலைப் படாதே நந்தினி நாம் அச்சுவைக் காப்பாற்றிவிடலாம்.” அவளின் தோளைத் தட்டிக் கொடுத்தான் நவீன்அவனுடைய அந்த வார்த்தை தந்த நம்பிக்கையில் அவன் தோளில் சாய்ந்திருந்தவள்,அப்படியே கண்ணை மூடிக் கொண்டாள்

அவள் தோளைத் தடவியப்டியே உட்கார்ந்திருத நவீன் அவள் மீண்டும் உறங்கி விட்டாள் என்று தெரிந்ததும் நந்தினியின் உடல்நிதானமாகப் படித்தான்.அதில் கொடுக்கப் பட்டிருந்த கற்பழைக்கபப்ட்ட்வர்களுக்கான உதவித்.தொலைபேசி எண்ணை அழைத்து எல்லா விவரங்களையும் கேட்டு அறிந்தான். அடுத்து நந்தினியின் கவுன்சிலரிடம் பேசினான்

நந்தினியின் தங்கையை அவள் அலைபேசியில் அழைத்து விவரம் எதுவும் ரொம்ப நேரம் பேசினான். தன் தங்கை மோனோவிடம் பேசுவதாகவே அவனுக்குத் தோன்றியது. ராஜ் இன்னும் அவளிடம் தன் கைவரிசையைக் காட்டவில்லை என்பதே அவனுக்குப் பெரிய நிம்மதியாக இருந்தது. திருமணத்திகு அவன் தன் அவசரப்படுத்துகிறான் என்ற விவரம் நவீனின் கோபத்திற்குநெய் ஊற்றியது.

குள்ள நரி வேலை செய்யும் அவனை எப்படியாவது தண்டிக்க வேண்டும் என்றிருந்தது.

நடுவில் தன் தோளில் தூங்கியவளை அணைத்து அழைத்துப் போய் படுக்கையில் விட்டான்.

மனதை அழுத்திக் கொண்டிருந்த பயங்கரம் கனவாக வெளிப்பட்டதனாலோ என்னவோநந்தினியும் ஆழ்ந்து தூங்கினாள்.

கடைசியாக தன் அண்ணன் கைலாஷிடம் போன் செய்து முதல் முறையாக நிதானமாகப் பேசினான்.அண்ணனை தன் அறைக்கு அழைத்தான்.

எல்லாவற்றையும் அவன் முடித்துத் தூங்கும் வேளையில் சூரியன் விழித்துவிட்டிருந்தான்.

தம்பி அலைபேசியில் அழைத்தான் என்றதும் வியப்பாக இருந்த்து. கழுத்தை நெறிக்க வந்தவன், கன்முன்னாலே வராதே என்றவன் இப்போது அழைத்து அண்ணா உன்னால் வரமுடியுமா உனக்கு என் உதவித் தேவை. என்கிறான்

எல்லாமேக் கூடிவரப் போகிறது என்று உணர்ந்தவன் தாய் தந்தையிடம் பேசினான். அபிராமிஅயிப் பார்த்திட்டெடென்மா கொஞ்சம் கோவமாகத் தான் இருக்கிறா ஆனா அவளை சமாதானப் படுத்த முடியும் என்ற நம்பிக்கை எனக்கு இருக்கும்மா என்றவன் உங்கள் உடல் நிலை எப்படி இருக்கிறது என்று கேட்டான் நான் நல்லாத் த்ம்பா தான் இருக்கேன். ஒரு வேலையும் செய்யமா ஒரே சோம்பேறித்தனமா இருக்கு. அதனால நானும் அப்பாவும் தினம் காலைலையும் சாய்ந்திரமும் வாக்கிங் போறோம். நீயும் அபிராமியும் எப்ப வருவீங்கன்னு இருக்கு என்றார்.

தந்தை உடனே போனில் வந்தார். ஏம்பா கைலாஷ் நான் ஒண்ணு கேட்டா தப்பா நினைக்கமாட்டியே. என தான் நீ இன்னைக்கு அபிராமி வேணும்ன்னு துடிச்சாலும் உங்க இரண்டு பேருக்கும் விவாகரத்து நடந்திடுச்சு. அதை எப்படிப்பா சரி செய்யப் போற

தந்தையின் கவலையைக் கேட்ட கைலஷ் கடகடவென்று சிரித்தான் அப்பா நீங்க அதைப் படுத்தைக் கவலையே படாதீங்க நான் அபிராமியை அட்லாண்டாவிற்கு அழைத்து வரும் போது என் மனைவி பிள்ளைகளோடு தான் வருவேன். நான் இப்ப்போ நவீன் இருக்கிற இட்த்ஹ்டிற்கு போகணும் ஏதோ அவசரமா வர சொல்லியிருக்கிறான். நான் கிளம்பணும் போற வழியிலே ஒரு சின்ன வேலை வேறு இருக்கு. நான் இப்ப வைக்கிறேன். நீங்க முடிந்தால் சரவணனை அழைக்க முயற்சியுங்கள் என்றவன் தானும் நவீன் வீட்டுக்குக் கிளம்பினான்.

அவன் நவீனின் அப்பார்ட்மெண்டை அடைந்த போது இரவாகி விட்ட்து

கதவைத் தட்ட வேண்டும் என்று நினைத்தபடி கதவில் அவன் கை வைத்தவுடன் கதவுத் திறந்து கொண்ட்து.கையில் பொட்டலங்களுடன் அவன் நுழையாங்கே தெருவிளக்கின் வெளிச்சத்தில் தம்பி கால் நீட்டி சோஒஆவில் அம்ர்ந்திருக்க அவன் மடியில் தூங்கிக் கொண்டிருந்தாள் ந்ந்தினி. அவன் கால வைத்திருந்த மேஜையில் ப்ல காகிதக் க்ட்ட்டுக்கள் இருந்தன கையால் கணனி மூடியிருந்தான் நவீன். மெல்லியக் குரலில் அழைத்தான். நவீன் கைகளை கண்கலிலிருந்து அகற்றாமலே நீ வரமாட்டியோன்னு நினைச்சேன். நானே பாதி வேலையை முடிச்சிட்டேன். இல்லை அபி போட்டிருந்த துணியெல்லாம் ரொம்ப பழசா தெரிஞ்சது அதான் அவளுக்கும் குழந்தைக்கும் சிலது வாங்கிட்டெஉ வந்தேன் என்று கையிலிருந்ஹ்ட பொட்டலங்களைக் காண்பித்தான்.

அப்படியே அவன் கால் பக்க்த்திலிருந்தசின்ன எதிர் சோபாவில் உட்கார்ந்தான். கொன்ச நேரம் அங்கே அமைதி நிலவியது நவீன் தூங்கிப் போய் விட்டானோ என்ற சந்தேகம் அவனுக்கு வந்த்து.

அப்படியே சில நிமிடங்கள் உட்கார்ந்து இருந்தவன் மேஜையிலிருந்ஹ்ட கோப்புக்களை எடுத்துப் புரட்டலாமா என்று யோசித்தான் ஒரு வேளை அதில் ஏதாவது அந்தரங்க விஷயங்கள் இருந்தால் என்று யோசித்தான்.

அந்தக் காகிதங்களிலிருக்கும் விஷந்த்தைத் தான் நான் உன்னிடம் பேச நினைத்தேன் நவீன் தன் கைகளை கண்களிலிருந்தே எடுத்துக் கொண்டே நான் படிக்கலாமா? என்று கேள்விக் கேட்டுவிட்டு காகிதக் கட்டை கையில் எடுத்தான். ந்ந்தினி

இவளை நான் மடியில் கிடத்தியிருப்பது பற்றி ஏதாவது கேட்பாய் என்று நினைத்தேன். காலை மாற்றிக் கொண்டான் நவீன் அதில் நந்தினி கொஞ்சம் துக்கத்தில் நகர அவன் அவள் தலையைத் தடவிக் கொடுத்தான். அவனுடைய ஸ்பரிசத்தில் மீண்டும் நல்லத் தூக்கத்திற்கு போய் விட்டாள். நந்தினி

அதைப்பார்த்தும் பார்க்காதது போல்ம்காகிதங்களை புரட்டியவன்

"அது தான் அன்றே சொல்லிவிட்டாயே இன்னும் என்ன நான் சொல்வதற்கு. அவளுக்கு உன் துணை பலம் தருகிறது என்கிற போது இதில் கருத்துச் சொல்ல எனக்கு என்ன இருக்கிறது?. என் வருத்தமெல்லாம்நான் இது போல் ஒரு நல்லத் துணையாய் இல்லையே என்பது தான்" என்றவன் தன் முழுக்கவனத்தையும் கையிலிருந்த காகிதங்களில் விட்டான். படிக்கப் படிக்க் கைலாஷின் இரத்தம் சூடேறியது.

அவ்ன் படித்து முடிக்கும் வரை அமைதி யாய் இருந்தவன். படித்தவுடன் கேட்டான்

"அந்தக் கயவன் யார் என்று தெரியுமா? எப்படிப்பட்டக் கொடுமையிலிருந்து இந்தப் பெண் தப்பி இருக்கிறால் நல்ல காலம் அவளைக் கொல்லாமல் விட்டானே? கோபத்துடன் கேட்டான்

ஆண்ணானின் கோப ப் பார்வையை வருத்த த்தோடு சந்தித்தன நவீனின் கண்கள்

நந்தினிக்கு கஷ்ட்டமாக இருக்கு ம எனக்கு விஷயம் தெரிந்து விட்ட்து என்று அவள் நம்மிடம் நாம் கோபப் படமாட்டாளா.

நந்தினி எதுவும் தவறு செய்யவில்லை அவள் அவமானப் பட்டு விடுவதற்கு அது அவளின் அந்தரங்க விஷய்மானாலும் நான் அவளை க்குறித்து எடுக்கும் விஷயம் நம் குடும்பத்த் தையும் பாதிக்கும் என்பதால் தான் உன்னைப் படிக்கச் சொன்னேன்.

அவளுக்கு நடந்த அசிங்கத்தி விளம்பரப் படுத்த அல்ல என்று சூடாகச் சொன்னான் நவீன்.

ஒன்றும் சொல்லாமல் எழுந்து சென்று நீர் எடுத்து அருந்தினான் கைலாஷ் அப்படியே தம்பிக்கும் எடுத்து வந்துக் கொடுத்தான்

நீரை வாங்கி கொடுத்து விட்டு தேங்க்ஸ் என்றான் நவீன் அண்ணனையே கண் மாறாமல் பார்த்தான் தம்பியின் நேராக சந்தித்தவன் என்ன

நந்தனியின் கடந்தகாலம் அவள் நம் குடும்பத்திற்கு ஒரு தடையாக இருக்குமா? நீதான் வீட்டிற்கு மூத்தவன். அவள் தடையாக இருக்கும் என்று நினைத்தால் நான் என்ன செய்யப் போகிறேன் என்பதையும் சொல்லி விடுகிறேன்.

நீ என்னை அப்படிப்பட்ட மூர்க்கனாகவா நினைக்கிறாய் நவீன் கொடுமை இழைக்கப்பட்ட பெண்ணையே குற்றவாளியாக்கும் மிருகமா நான். அப்படித்தான் நீ என்னை எடை போட்டு இருக்கிறாய/ என்றவன் நவீன் பதில் சொல்லும் முன் தொடர்ந்தான் பரவாயில்லை நான் அபிராமியை நடத்திய அழகிற்கு நீ என்ன யாராயிருந்தாலும் என்னை அப்ப்டித்தான் எடை போடுவார்கள். ஆனால் நந்தினிக்கு நடந்த கொடுமைக்கு நாம் மருந்து போட்டு அவளுக்கு மீண்டும் உயிர் கொடுக்க வேண்டும். அவள் மேல் அவளுக்குத் தன் னம்பிக்கையை வளர்க்க உதவ வேண்டும். அவள் கடந்தகாலத்தை தாண்டி நல்ல ஒரு வாழ்க்கை நாட்த்த உதவ வேண்டும். அம்மா அப்பா அவலை

ஏற்றுக் கொள்வார்களா என்று பயப்படாதே அம்மா அவளை மிகவும் அருமையாக நட்த்துவார்கள். ஆனால் அவளின் குடும்பத்தார். இது தெரிந்து தான் அவளை விரட்டி விட்டார்களா?

இல்லை அவர்களுக்குத் தெரியாது என்று நினைக்கிறேன். அந்தக் கயவன் அவர்களின் குடும்ப நண்பனாம். நாளை நாங்கள் அவர்களைத் தான் பார்க்கப் போகலாம் என்று இருக்கிறோம்.தங்கை ஒருத்தி தான் இவளைப் பார்க்க வேண்டும் என்று துடிக்கிறாள். பெற்றோர்கள் இவள் மேல் கோபமாக இருக்கிறார்கள். நிலமை தெரிந்தால் சரியானாலும் சரியாகிவிடும்.

இல்லை நவீன் முதலில் அப்படிச்செய்யாதே. உனது பலம் நந்தினிக்கு வேண்டும். அவள் உடல்நிலை வேறு மிகவும் பலவீனமாக் இருக்கிறது என்று நினைக்கிறென். அதனால் நீ முதலில் அவளைத் திருமணம் செய்து கொள் என்றான் கைலாஷ்
அண்ணா என்ன சொல்கிறாய்?
ஷ் வாயில் விரலை வைத்து தம்பியை அமைதிப் படுத்தினான் அண்ணன். யோசித்துப்பார், நந்தினி அவளுடைய மனதளவில் ஒரு அநாதை. ஒரு கயவனை கோர்ட்டுக்கு இழுக்க வேண்டுமானால் அதும் ஒரு நாசா விஞ்ஞானியை
ஏகப்பட்ட

விளம்பரமாகும். அதை எல்லாம் தங்கிக் கொள்ள நந்தினிக்கு ஒரு துணிவும் துணையும் வேண்டும் அதனால் நீ அட்லாண்டா சென்று அங்கேயே பதிவுத் திருமணம் செய்து கொள். அங்கிருந்து டெக்ஸாஸ் செல் எப்படியும் விமானப் பயணத்தை இடையில் பிரித்துத் தானே ஆக வேண்டும். என்றவன் நடந்து சென்று போனை எடுத்து டயல் செய்தான்.

யாரைக் கூப்பிடுகிறாய்? அம்மாவையா?

இல்லை உனக்கும் நந்தினிக்கும் விமான பயணத்திற்கு ஏற்பாடு செய்கிறேன். நீ கொஞ்சம் நேரம் தூங்கு பின் நீங்க இருவரும் அட்லாண்டா சென்று அன்று மாலையே டெக்ஸாஸ் சென்றால் மறுநாள் புத்துணர்ச்சியுடன் அதிகாரிகளை சந்திக்கலாம்.

தன் அண்ணன் போனில் பேசி ஆகாசயமாக் இரண்டு விமான பயணச்சீட்டுகளை அதிக விலைக் கொடுத்து வாங்குவதை கண்டு பிரமித்துப் போனான் நவீன். ஆனால் அவன் உதவி அவனுக்கு இப்போதுமனதிற்கு தைரியத்தைக் கொடுத்த்து.

அண்ணன் பேசி முடித்ததும் நன்றி அண்ணா என்றான். சரி நான் கிளம்புகிறேன் என்று எழுந்தான் கைலாஷ். வாங்கிய துணிமணிகளை காட்டி இதை அபிராமியிடம் கொடுத்து விடு

நான் கொடுத்தால் வாங்கிக் கொள்ள மாட்டாள்.

இல்லை அண்ணா நீயே கொடு நானும் நந்தினியும் இல்லை என்றால் குழந்தையை க் கவனித்துக் கொண்டு வேலைக்குத் தயாராக முடியாது. உன் உதவி அவர்களுக்கு மிகவும் தேவை.

நீ இங்கேயே வேண்டுமானால் படுத்துக் கொள்.

இல்லை நான் நாளை நேராக அபிராமியை சந்தித்து கொள்கிறேன். நந்தினி விழித்த்தும் உனக்கும் அவளுக்கும் தனிமைத் தேவைப்படும். என்றவன் தன் குடும்பத்தின் தேவைகளைப் பற்றி தம்பியிடம் இன்னும் சில நிமிடங்கள் பேசிவிட்டுக் கிளம்பினான். வாசலை அவன் கடக்கையில் நவின் அழைத்தான்.

அண்ணா

என்னடா திரும்பினான் கைலாஷ். ரொம்ப நன்றி என் காதலையும் நந்தினியையும் புரிந்து உதவி செய்ததற்கு

நன்றியை உன் அண்ணியிடம் சொல் அவள் பிரிந்து போகவில்லை என்றால் எனக்கு இப்படி ஒரு மனப்பக்குவம் வந்திருக்குமா தெரியாது சொல்லிவிட்டுக் காரை நோக்கி நடந்தான் கைலாஷ்

அத்தியாயம் 49

இரவெல்லாம் தூங்காதது கண்கள் எரிந்தது அபிராமிக்கு. சமையல் செய்ய ஆரம்பிக்க வேண்டுமே
நான்கு மணிக்கெல்லாம் சமையலைத் துவங்கினாள். நந்தினி நவீன் அப்பார்ட்மெண்ட்டிலேயே தங்கிவிட்டாள் அதனால் அவள் துணைக்கு யாரும் இல்லாமல் தனி ஒரு ஆளாக உட்கார்ந்து அன்றைய விற்பனைக்கு தாயார் செய்தாள். நந்தினியப் பற்றிய கவலை மனதை வாட்டியது.
நவீன் அவளுடன் இருக்கிறான் என்பது தெம்பாக இருந்தாலும் எதோ தவறாக உணர்ந்தாள். சீக்கிரமே இருவரும் திருமணம் செய்து கொண்டால் நல்லது என்று அவளுக்குத் தோன்றியது நந்தினியின் திருமணம் கைலாஷை அவள் சிந்தனையில் நிறுத்தியது. எரிச்சலுடனும் பிடிவாதத்துடனும் வேலையில் மனதைச் செலுத்தினாள்.
உணவுப் பதார்த்தங்களை வண்டியில் ஏற்ற வேண்டும்.
இத்தனை நாளும் நந்தினியின் உதவியுடன் செய்து வந்த வேலை அது. . ஆனால் இன்று தனியாய்த் தூங்கும் குழந்தையை விட்டுவிட்டு வண்டிக்கும் வீட்டுக்கும் நடக்க வேண்டும் என்று யோசனையாய் இருந்தது.
துணைக்கு வேண்டுமானால் ட்ரேசியைக் கூப்பிடலாமா? என்று யோசிக்கும் போதே அவள் மனம் அவளை இடித்தது.
ஏன் அபிராமி எதையுமே தனி ஆளாக உனக்குச் செய்யத் தெரியாதா? எப்பொதும் நாராவது துணை இருக்க வேண்டுமா என்ன? துணையாக வந்தவனை விட்டு ஓடி வந்தாய். இப்போது நந்தினி ட்ரேசி நவீன் என்று ஒவ்வோருவராய் போய் உதவி கேட்டு நிற்கலாமா என்று யோசிக்கிறாய்? யாரையோ துணை தேடுபவள் கைலாஷிடம் சென்றால் என்ன? என்று அவளுக்குள்ளேயே கேள்வி எழுந்தது.

உடனேயே அது எப்படி அவனோடு சேர்ந்து வாழ்வது? விவாகரத்து தான் ஆகிவிட்டதே என்று வருத்தம் மனதை அழுத்தியது,.

அவள் மனம் வருத்தப் படுகிறதா? செய்து கொண்டிருந்த வேலையை விட்டு அப்படியே சிலையாய் நின்றாள்.

கைலாஷுடன் திரும்ப கூடி வாழ அவள் மனம் விழைகிறதா என்ன? அது எப்படி முடியும். அவனோடு இருந்த போது தினம் தினம் மூச்சுமுட்டி செத்தது போல் இருந்ததே திரும்பவும் அப்படி இருக்க முடியுமா?

கதவு தட்டும் சத்தம் கேட்டது.

நந்தினியாய்த் தான் இருக்கும் என்று நினைத்தவளாய் கதவைத் திறந்தவள் நானே உன்னைத் தேடிக் கொண்டு வரவேண்டும் என்று நினைத்தேன் என்றாள்.

அவள் முன்னால் மலர்ந்த முகத்துடன் கைலாஷ் நின்று கொண்டிருந்த கைலாஷ் நிஜமாகவா? என்றான்.

முகம் சிவக்க, புன்னகையை மறைக்க தலை குனிந்தாள்.

அவன் பார்வை பட்டவுடன் தான் தான் அழுக்கு நைட்டியில் அலங்கோலமாய் இருக்கிறோம் என்பதை உணர்ந்தாள் அபிராமி.

அவசர அவசரமாக உடையையும் தலையையும் சீர் செய்தாள்.

நான் உள்ளே வரலாமா? என்று சின்னப் புன்னகையுடனே கேட்டான் கைலாஷ் தனக்காக தன் மனைவி அலங்கரித்துக் கொள்கிறாள் என்றால் எந்தக் கணவனுக்கும் சந்தோஷம் தானே நேற்றே நீங்கள் வந்த விஷயம் முடிந்து விட்டதே இப்போது ஏன் வந்தீர்கள்?

நேற்று வந்தது எனக்காக, இன்று நவீனும் நந்தினியும் கேட்டுக் கொண்டதால் வந்தேன்.

என்ன உளறுகிறீர்கள்

இன்று முதல் விமஆனத்தில் நவீனும் நந்தினியும் டெக்ஸாஸ் சென்று கொண்டிருக்கிறார்கள் நான் தான் விமான நிலையத்தில் விட்டு வந்தேன். உன்னிடம் கொடுக்கச் சொல்லி நந்தினி இந்தக் கடிதத்தைக் கொடுத்தாள். என்று ஒரு கடித உரையை நீட்டினான்.

புருவ சுருக்கலோடு அதை வாங்கியவள், அவன் உள்ளே வர வழி விட்டபடி கடிதத்தைப் பிரித்து படித்தாள்.

அபிராமி
நானும் நவீனும் என் பெற்றோரைப் பார்க்க போகிறோம்.அதற்கான நேரம் வந்துவிட்டது என்றுநினைக்கிறேன். இத்தனை நாள் என்னைப் பற்றி துருவி துருவிக் கேட்காமல் என்னை அப்படியே ஏற்றுக் கொண்டதற்கு மிகவும் நன்றி.. நீ என் வாழ்வில் வந்தது எத்தனை பெரிய விஷயம் என்று உனக்குத் தெரியாது.
நீயும் அச்சுக் குட்டியும் தான் எனக்கு வாழ்வில் அர்த்தம் கொடுத்தவர்கள். அதனால் உன்னிடம் முழு விவரமும் சொல்ல நான் கடமைப் பட்டிருக்கிறேன்.
அபிராமி நான் இப்போது சொல்லப் போவதை நீ எப்படி எடுத்துக் கொள்வாய் என்று தெரியவில்லை. ஆனால் உனக்கு விஷயத்தை சொல்லாமலும் இருக்க முடிய்வைவில்லை. உன் முகம் பார்த்து சொல்ல தைரியமில்லை அதனால் கடிதமாக எழுதுகிறேன்,
நான் ஒரு கொடிய முறையில் கற்பழிக்கப் பட்டவள்.
இநந்த வரிகளைப் படித்ததும் அபிராமி அப்படியே தடுமாறி சோபாவில் உட்கார்ந்தாள்.
நடுங்கிய கரங்களுடன் மேலும் படித்தாள்
இதைவிடக் கொடுமை என்ன வென்றால் அந்தப் பாதகன் என் தங்கையை மணக்கப் போகிறான். அதை எப்படியாவது தடுத்து நிறுத்தவேண்டும் என்று தான் இப்போது நான் அவசர அவசரமாக செல்கிறேன்.
நீ என்னைப் புரிந்து கொள்வாய் என்று நினைக்கிறேன்
நாய்க்குட்டியை ட்ரேசியின் வீட்டில் விட்டு விட்டேன். அச்சுக்குட்டிக்கு என் அன்பு முத்தங்கள்.
அன்புடன் நந்தினி
படித்து முடித்த அபிராமிக்கு அத்ரிச்சியாய் இருந்தது நந்தினிக்காக அவள் மனம் அழுதது.
அப்படியே அசைவில்லாமல் உட்கார்ந்திருந்த மனைவியைப் பார்த்து கவலையுடன் பார்த்த கைலாஷ் அவள் கையிலிருந்து நழுவி

விழுந்த அக்டிதத்தை எடுத்துப் படித்து அதிர்ந்தான். இன்று காலையில் தன்னையும் நந்தினியையும் விமானம் ஏற்றி விட்டு அபிராமிக்கு உதவியாக இருக்க முடியுமா என்று கேட்ட தம்பி அபிராமியின் மன நிலை பற்றி பேசினானே தவிர மற்ற விவரங்களை சொல்லவில்லை.

ஆனால் தன் தம்பியை நினைக்கையிலேயே பெருந்தன்மையாக இருந்தது. எப்படிப்பட்ட அப்பழுக்கில்லாத அன்பு இருந்தால் நந்தினி போன்ற பெண்ணை தன்னுடையவளாக்கிக் கொள்ள வேண்டும்.

தன்னால் அபிராமியிடம் அப்படிப்பட்ட அன்பைத் தன்னால் காட்ட முடியவில்லையே. அப்படியானால் அபிராமியின் அன்புக்கு தான் உகந்தவன் தானா?

நிலை கொள்ளாமல் எழுந்து நடந்தான் மனத் தடுமாற்றத்தால் தலையை இரு கைகளாலும் கோதிவிட்டுக் கொண்டான்

கைலாஷின் தடுமாற்றத்தையும் பதற்றத்தையும் தவறாக எடுத்துக் கொண்டாள்அபிராமி

என்னடா நம்ம தம்பி இப்படிப் பட்ட ஒரு பொண்ணோட சுத்துறான் அதை எப்படி தடுக்கிறதுன்னு யோசிக்கிறீங்களா? காட்டமாக கேட்டாள்

திடுக்கிட்டு நின்றான் கைலாஷ்.

நீ என்ன சொல்ல வருகிறாய் அபி

ஆமாம் சொன்னேன் சுரைக்காய்க்கு உப்பில்லை என்று உங்களை எனக்குத் தெரியாதே எல்லாமே மிகச்சரியாக இருக்கணும். நந்தினி அப்படியில்லையே உங்கள் தம்பி அவளுடைய வலையில் விழுந்துவிட்டானே இப்போது என்ன செய்வது?அ அதை எப்படி தடுப்பது என்று தானே யோசிக்கிறீர்களே?

உங்களை சுற்றியுள்ள எல்லோருமே'' சரியாக இருக்க் வேண்டுமே'' எரிச்சலும் கிண்டலும் அபிராமியின் குரலில்

இல்லை அபி நான் மாறிவிட்டேன். நவீனைப் பற்றி நான் பெருமையாகத்தான் நினைத்துக் கொண்டிருந்தேன். அவனைப்

போல எனக்கு யோசிக்கத் தெரியவில்லையே என்று தான்''… வருத்ததுடன்
சொல்லுபவனை நம்பாமல் பார்த்தாள் அபிராமி
அதே சமயம் உள்ளே அறையில் குழந்தை அழுவது கேட்டது. அழுகை பெரிதாகும் முன் ஓடி போய் எடுத்தவள் குழந்தையை சமாதானப் படுத்தியபடி திரும்பிய போது கைலாஷ் அறை வாசலில் நின்று கொண்டிருந்தான்.
அவன் கண்களில் ஆயிரம் கேள்விகள். வேண்டுதல்கள்
அதைக் கவனிக்காதது போல் அவனைக் க்டந்து சென்று மேடையில் குழந்தையை சமையல் மேடையில் உட்கார வைத்து குழந்தைக்குப் பாலைக் கொடுத்தாள்.
இன்று லேட்டாகிவிட்டது. இன்னும் அவள் குளித்து ரெடியாக் வேண்டும். என்ன செய்வது?
கைலாஷைத் துணைக்கு இருக்கச் சொல்லலாம் தான் ஆனால் குழந்தை அவனிடம் இருப்பாளா என்று சந்தேகமாக இருந்த்து. அதற்குள் அவளை தொடர்ந்து அவள் பின்னால் நின்றான் கைலலஷ்.
அவன் மூச்சுக் காற்றும் உடலின் கத்கதப்பும் அபிராமியின் மூளையைக் கிறங்க செய்தன.
அப்படியே அவன் மேல் சாய்ந்து கோள்ள உடல் துடித்த்து. அவள் அப்படி மட்டும் செய்து விட்டால் எல்லாமே சரியாகிவிடும் அப்படி அவதி அவதியாக சமைக்க வேண்டியிருக்காது. பெரிய வண்டியை ஓட்டி சிரமப் பட வேண்டியிருக்காது..பறகளைக் கடித்து அதை அடக்கினாள். குழந்தையை கவனிப்பதில் தாயின் முதுகின் பின்னால் வ்ந்து நின்ற அந்நியனை கண்டதும் அழலாமா வேண்டாமா என்று யோசிக்கும் போதே தன் பாக்கெட்டிலிருந்து இரெண்டு சின்ன ரப்பர் பந்துகளை எடுத்து குழந்தையின் கண்முன் மௌனமாக நீட்டினான் கைலாஷ்
ஆச்சிரியத்துடனும் கேள்விக் குறியுடனும் அவனைத் திரும்பி பார்த்தாள் அபிராமி
நவீன் சொன்னான்
என்றவன் ப்பா பா என்ரபடி குழந்தைத் தூக்கி எறிந்த பந்தை

எடுத்து சமையல் மேடையில் வைத்தவன், குழ்ந்தை அதை எடுத்துத் தூக்கிப் போடும் முன்னர் தன் மற்றப் பாக்கெட்டுகளிலிருந்த பந்துகளையும் எடுத்து வைத்தான்.

விழிகளை விரித்தாள் அபிராமி

அவள் கண் முன்னால் பத்து பதினைந்து சின்னப் பந்துகள் சமையலறை மேடையில் ஓட்டப் பந்தயம் நடத்தின.

நந்தினி அங்கே வாங்கிக் கொடுத்தது, நவீன் இங்கே வாங்கிக் கொடுத்தது என்று அம்முக்குட்டிக்கு இருக்கும் பந்துகளின் எண்ணிக்கை ஏழோ எட்டோ தான் . ஆனால் இவன் என்ன ஒரே வேளையில் இத்தனைப் பந்துகள்.

நவீன் இத்தனையும் வாங்கச் சொன்னானா? கேட்கும் போதெ அவள் இதழோரத்தில் புன்னகை

ஆனால் கைலாஷ் கண்களில் சிரிப்பில்லை. "இது தானே நான் முதல் தடவை..

என் மகளுக்கு விளையாட்டு சாமான் வாங்கிக் கொடுக்கிறேன்." என்றான்.

ஒவ்வொன்றாக் காசை போட்டு எடுப்பதற்குள் கொஞ்சம் நேரமாகி விட்ட்து

ஒன்றும் சொல்லாமல் குழந்தையிடம் கவனத்தைத் திருப்பினாள் அபிராமி. தந்தையும் மகளும் மௌனமாக விளையாட மகளுக்கு மடமடவென்று சாப்பாட்டையும் ஊட்டினாள்.

அந்த நிமிடங்களிள் கைலாஷை விட்டு தான் விலகாதது போல் ஒரு சின்னக்குடும்பத்தில் தினம் தினம் நடக்கும் நிகழ்ச்சிபோல் அபிராமிக்கு கண் கரித்துக் கொண்டு வந்தது.

அவளுக்கு நேரமாகிறது. வேகவேகமாக குழந்தையை குளிக்க வைத்து ஹாலில் கைலாஷின் பொறுப்பில் விட்டுவிட்டு குளிக்க சென்றாள். வார்த்தையில்லாமல் அங்கே கருத்துபரிமாற்றம் நடந்து கொண்டது.

அவசர அவசரமாக குளித்து விட்டு வந்தவள் படுக்கை அறை வாசலிலேயெ திகைத்து நின்றாள்.

ஹாலில் தரையில் சின்னப் பிஞ்சு செய்வதை அபப்டியே செய்து கொண்டிருந்தான். குழந்தை குனிந்தால் தானும் குனிவது இரண்டு கையிலும் தூக்கிப் பிடித்து பின்னால் சாய்ந்து குழந்தை சிரித்தால் அதே போல் தானும் பந்துகளைக் கையில் தூக்கிக் கொண்டு பின்னால் சாய்ந்து சிரித்தான் கைலாஷ்.

அபிராமி பார்த்துக் கொண்டிருக்கும் போதே கைகளிலிருந்து பந்தைத் தூக்கிப் போட்ட குழந்தை அப்படியே ஒருகளித்துப் படுத்து தரையில் கன்னம் பதித்து தூரத்தை வெறித்தது. தானும அதே போல் செய்தான் கைலாஷ் அவனின் பெரிய உருவம் தரைய்ல் இடது பக்கமாக வலைந்து கன்னத்தை தரையில் இழைத்துக் கொண்டிருப்பது பார்க்க பார்க்க அபிராமியின் வயிற்றைப் பிசைந்தது,

இருவரையும் பார்த்துக் கொண்டே நின்றாள். கைலாஷ் தான் அவளை உண்ர்ர்ந்தான். எழுந்து நின்றான். குளித்துவிட்டு புதுமலராய் ந்ன்ற மனைவியை வேகமாக அணுகினான்.

தன் முகத்தருகில் அவள் கண்ணிமைகள் உணர்ச்சி வேகத்தில் படபடப்பதும் தன்னுடைய அருகாமையில் அவள் உதடுகள் துடிப்பதும் இனிப்பாக இருந்தாலும் மனத்தை அறுத்துக் கொண்டிருந்த கேள்வியைக் கேட்டான்.

நம் குழந்தைக்கு என்ன அபி?

அத்தியாயம் 50

கேள்வி கேட்டவனையே பார்த்தாள் அபிராமி.
கேள்விக்கு பதில் தெரிந்தால் ஓடிப் போய்விடுவாயே என்றது அவள் பார்வை எதுவும் சொல்லாமல் எனக்கு நேரமாகிறது என்றபடி குழ்ந்தையைத் தூக்கினாள். அவலை வண்டியில் வைத்து விட்டு அப்பார்ட்மெண்ட்டுகுள் வந்து உணவுப் பதார்த்தங்களை எடுத்து உள்ளே வைக்க அரம்பித்தாள்.
கைலாஷும் எடுத்துவைக்க ஆரம்பித்தான். இல்லை தேவையில்லை முனங்கலாக மறுத்தாள் அபிராமி. கணவனோடு தோள் சேர்ந்து வேலை செய்வதும் நன்றாகத் தான் இருந்தது.

இருக்கட்டும் நவீன் இதையும் அவனுக்காகவும் நந்தினிக்காகவும் செய்யச் சொன்னான் தான்.
நவீன் சொன்னான் நவீன் சொன்னான், உனக்கு என்று சொந்த முளை இருக்கிறதுதானே என்று எரிச்சல் வந்தது அபிராமிக்கு இங்கே வந்து மீண்டும் குட்டையைக் கிளப்பா விட்டால் என்ன?
எல்லாவற்றையும் எடுத்துவைக்கும்வரை தான் பொறுமையாக இருக்க முடிந்தது அவளால்
“உங்களுக்கு வேறுவேலையில்லையா?”
எரிச்சலுடனே கெட்டாள் அபிராமி
“என் குடும்பத்தைக் கவனித்துக் கொள்வதும் என் வேலை தானே அபிராமி”
பெரிய குடும்பம் நமக்கு விவாகரத்து ஆகி வருடங்கள் ஓடிவிட்டன. இளப்பமாக சொல்லியவள் வண்டியில் ஏறினாள். அபி என்று பின்னாலேயே வந்த கைலாஷ்ச சட்டை செய்யவில்லை அவள் அவனை மீண்டும் மீண்டும் மனம் நாடுகிறதே என்று எரிச்சல் வந்தது. அம்முக்குட்டியை பற்றி சொன்னால் இவன் ஓடியே போய்விடுவான் என்று இருக்கும் போது வீணாக ஏன் மனதை அலைகழிக்க வேண்டும்,
வண்டியை ஸ்டார்ட் செய்தாள். கர்புர் என்றுவிட்டு எஞ்சின்

அமைதியானது. மீண்டும் ஒரு முறை ஸ்டார்ட் செய்தாள். அவள் கோபபப்டுகிறாளே என்று வண்டியும் தன்னால் முடிந்தவரை உறுமிப் பார்துவிட்டு தன் மூச்சை நிறுத்திக் கொண்டது.

ஏற்கனவே காலையிலிருந்து எல்லாம் தலை கீழாக நடந்து லேட்டாகிக் கொண்டே வருகிறது

இப்போது கைலாஷ் முன் வண்டி காலை வாரிவிட்டது.. அவமானமயிருந்தது அபிராமிக்கு. ஆனால் அவள் அப்படி நினைத்திருக்கவே வேண்டாம். ஏன் என்றால் தன் வண்டியை நோக்கி அவன் வேகமாகப் போவது அவளுடைய கார் கண்ணாடி வழியாகத் தெரிந்த்து.

அது தானே அவனுக்கு அவன் வேலை தானே முக்கியம் ஏதோ தம்பி சொன்னானே என்று உதவி செய்தானோ என்னவோ

ஸ்டியரீங் வீலை இறுக்கப் பிடித்தாள். இப்போது என்ன செய்வது? *AAA*யில் உறுப்பினராகும் படி ட்ரேசி சொன்னார். தேவையிருக்காது என்று அலட்சியமாய் இருந்தது, இதோ அவள் இன்று லேட்டாகப் போகப் பொகிறாள். செய்த உணவு எல்லாம் வீணாகப் போகிறது.

அபிராமி இப்படி யோசித்துக் கொண்டு இருக்கும் போதே அவளின் வண்டியின் முன்னால் தன் வண்டியை கொண்டு நிறுத்தி காரிலிலிருந்து *jumper cable*ஐ எடுத்துக் கொண்டு இறங்கினான். வேகமாக அவ்ளை நோக்கி வந்தவன் பானட்டைத் திறந்து விடு அபிராமி என்றான்

அவள் என்ன செய்வது என்று தெரியாமல் முழிக்கவும்,அவனே அவள் பக்கக் கதவைத் திற்ந்து அவள் கால் முட்டிப் பக்கம் விசையை முடுக்கிவ்ட்டான்

அவன் கை அபிராமியின் காலில் உரசியது

பாயந்தது ஒரு மின்னல் இருவர் உடலும் சிலிர்த்தது. முகம் சூடாக பல்லைக் கடித்து சமாளித்தாள் அபிராமி .அவளை ஒரு பார்வை பார்த்துவிட்டு தன் காரை இயக்கி இரண்டு கார்களுக்கும் ஜம்பர் கேபிளில் இணைப்புக் கொடுத்தான்

வண்டியை ஸ்டார்ட் செய் அபிராமி என்றான்

வண்டியை ஸ்டாஅர்ட் செய்தாள் அபிராமி வண்டி உறுமிக் கொண்டு கிளம்பியது. கணவனின் பார்வையை சந்தித்தவள்

தாங்க்ஸ் என்று முனங்கிவிட்டு வண்டியை எடுத்தாள்.

அபிலாஷாவின் காப்பகத்திற்கு வந்த போது பின்னாலேயே கைலாஷ் தன் காரில் வ்ந்திருப்பது தெரிந்தது. மனம் படபடத்தாலும அதைக் கண்டு கொள்ளாமல் குழந்தையை இறக்கி அவளை காப்பகத்திற்குள் கொண்டு விட்டாள். விட்டுவிட்டு திரும்பும் போது கண்ணாடி வழியே கைலாஷ் அவர்களையே பார்த்துக் கொண்டிருப்பது தெரிந்தது.

பயம் பிடித்தது அபிராமிக்கு இவள் இல்லாத போது குழந்தையைத் தூக்கிக் கொண்டு போய்விட்டால்?

பயத்துடன் உள்ளே சென்று திரும்ப திரும்ப கேட்டுத் தெளிவு செய்து கொண்டாள். கைலாஷ் தான் தந்தை என்றாலும் கண்டிப்பாக அவனுடன் குழந்தையை அனுப்ப மாட்டார்கள். அபிராமி அனுமதி கொடுத்துள்ள நந்தினியிடம் மட்டும் தான் குழ்ந்தையிடம் ஒப்படைப்பார்கள் என்று தெளிவானதும், மீண்டும் ஒரு முறை காப்பாளரை எச்சரித்து விட்டு வெளியே வந்தாள்.

அவளுக்காகவே காத்திருந்தது போல அவள் கையைப் பிடித்து இழுத்தான் கைலாஷ் அதை எதிர் பார்க்கதாதலோ என்னனவோ அவன் இழுத்த வேகத்தில் மார்பில் மோதி பின் நின்றாள். அவன் நெஞ்சில் கை வைத்து தன்னை சமாளிக்க வேண்டியதாயிற்று. அவனும் அவளுடிஅய இரு தோள்களையும் இறுக்கப் ப்ற்றியிருந்தான்

அவன் கண்களில் பயத்தைப் பார்த்தாள் அபிராமி

நம்மக் குழந்தைக்கு என்ன அபிராமி? சொல் அபிராமி? எல்லாமே வித்யாசமா தெரியுது. எதுக்கு பயிற்சியில் கொண்டு விடுகிறாய்? சொல் அபிராமி சொல் தன்னிலை மறந்து பதறினான் கைலாஷ். அவன் கைப்பிடியிலிருந்து கையை மெல்ல எடுத்தவள். என்ன சொல்வது என்று யோசித்து யோசித்து பேசினாள்.

அவளுக்குத் தெரியும் மகளின் குறையக் கேட்டவுடன் கைலாஷ் அதை ஏற்றுக் கொள்ள முடியாமல் மீண்டும் விலகிச்சென்றுவிடுவான்

"அம்முக் குட்டிக்கு ஆட்டிஸம்"

"ஆட்டிஸமா அபப்டின்னா?" குழந்தைகளைப் பற்றியே தெரியாத தந்தைக் கேட்டான்

அப்படின்னா அம்முவோட மூளை வளர்ச்சி மற்றக் குழ்ந்தைகளை விட வித்தியாசமானது.மென்மையாக சொல்லிவிட்டு அவனைப் பார்த்தாள்.

அப்படின்னா அவ பைத்தியமா? கேட்கும் போதெ கைலாஷின் குரல் கரகரத்தது.

சண்டைக் கோழியாய் மனம் சிலிர்த்தாலும் தெளிவாய் பேசினாள் அபிராமி

"இல்லை அம்முக்குட்டி பைத்தியம் இல்லை"அவளோட உலகத்தைப் புரிஞ்சிக்க நமக்குத் தான் தனித் திறமை வேணும் என்றவள் கண்ணாடி வழியாகத் தெரியும் மகளைப் பார்த்தபடி அவ கையில் இருக்கிற சின்னப் பந்துகிட்ட பேசற் அவ மூளைக்கு மத்த குழந்தைகளோட பேசத் தெரியாது. அந்தச் சின்னப் பந்துக்கு புரிஞ்ச அவ மொழி மற்றவங்களுக்கு புரியாது.

மற்றவங்களிடம் அவள் எப்படி பேசணும் பழகணும் உலக நடை முறைகள் என்ன என்பதைத் தான் அவளுக்கு இப்ப பாஈற்சியில் சொல்லித் தராங்க

நம்ப முடியாமல் அவளையேப் பார்த்துக் கொண்டிருந்தான் கைலாஷ்.

தலையில் இடியை இறக்கியாகிவிட்டது. இனி இவன் என்ன செய்கிறன் என்று பார்ப்போம் என்று நினைத்தவளாய் அபிராமி

எனக்கு லேட்டாகிவிட்டது என்று ஒரு பண்புக்கு சொல்லிவிட்டு நகர்ந்தாள்.

கைலாஷ் அங்கேயே சிலையாகிவிடதை அவளால் உணர முடிந்தது.

நாள் முழுவதும் யோசனைகள் சிக்கலான நூல் கண்டு போல வகை பிரித்து சொல்ல முடியாமல் குழப்பத்தில் இருந்தாள் அபிராமி.

மாலையில் அவள் அம்முக் குட்டியை அவள் அழைக்க வரும் போது, குழந்தையின் காப்பாளர் சொன்னார்.

காலையில் வந்தது உன் குழந்தையின் தந்தை என்றாயே அவர்

இந்தபயிற்சி அறையைவிட்டு போகவில்லை. மதியம் உண்வுக்கு கூட போகாமல் இங்கேயே பார்வையாளராக இருந்து குழந்தை கள் செய்வதை எல்லாம் பார்த்துக் கொண்டே இருந்தார். இங்கு வரும் மற்றப் பெற்றோர்களிடமும் பேசி விவரம் சேகரித்தார். என்னனயும் ஒரு ஆயிரம் கேள்விகளாவது கேட்டிருப்பார். அவருக்கு குழந்தையின் மேல் ரொம்ப அக்கறை போலிருக்கீறது. நீ கொடுத்து வைத்தவள் அபி

கேட்டுக் கொண்டிருந்த அபிராமிக்கு அதிர்ச்சியாய் இருந்தது. அவளால் ஒன்றும் பேச முடியவில்லை. நாள் முழுவதும் இங்கே தான் இருந்தான் என்றால் இப்போது எங்கே கண்களால் கணவனைத் தேடினாள்.
இப்போது ஒரு அரைமணிநேரத்திற்கு முன்னால் தான் ஏதோ சட்டென்று நினைவு வந்தவர் போல் அவசரமாகக் கிளம்பிப் போனார் என்றால் அபிராமியின் பார்வையைப் புரிந்து கொண்ட அந்தப் பெண்மணி
நன்றி சொல்லிவிட்டு வீடு திரும்பினாள் அபிராமி
எப்பபோதும் போல வழக்கமாய் செய்யும் வேலைகளை செய்துவிட்டு குழந்தையுடன் தினம் செய்ய்யும் பயிற்சிகளை செய்தபடி உட்கார்ந்திருந்தாள் அபிராமி
பயிற்சிக்கென்று வாங்கி வந்த் மஞ்சள் பந்துகளில் கண் மூக்கு காது வாய் என்று வரைந்து வைத்திருந்தாள். ஒவ்வோரு பந்துகளும் ஒவ்வோரு உணர்ச்சியையும் காட்டும் விதமாக முகசாயல் வரைந்திருந்தது. ஒவ்வொன்றையும் காட்டி குழ்ந்தையுடம் காட்டி காட்டி சொல்லிக் கொண்டிருந்தாள்.
மகளும் அவளைப் போல முகச்சாயல் செய்ய முயற்சிக்க அபிராமிக்குச் சிரிப்புத்தான் வந்தது. ஆனாலும் அவள் மனம் எதிலும் லயிக்கவில்லை. நந்தினி கைலாஷ் அபிலாஷா என்று மனம் சுற்றிசுற்றி வந்தது.
காற்றுக்காகத் திறந்து வைக்கப்பட்டிருந்த கதவைத் தட்டும் சத்தம் கேட்டது. திரும்பிப் பார்த்தாள்
கைநிறைய சாமான்களுடன் கைலாஷ் நின்று கொண்டிருந்தான்.

ப்ளீஸ் கைலாஷ் போயிடுங்க ! என்னாலே திரும்பி திரும்பி ஓட முடியும்னு தோணலை என்றவள் அயர்வாக தன் பின்னாலிருந்த சோபாவில் தலைசாய்த்துக் கண் முடினாள். அவள் முன்னாலிருந்த குழந்தை தவழ்ந்து வந்து அவள் மடியில் உட்கார்ந்து மார்பில் தலை சாய்த்துக் கொண்டு கதவோரம் நிற்கும் தகப்பனையே உணர்ச்சியில்லாமல் பார்த்துக் கொண்டிருந்தது.

சட்டென்று கையிலிருந்தபொருட்களை அப்படியே போட்டவன் அபிராமியின் அருகில் அவாளை அணைத்தபடி உட்கார்ந்தான்.

உன்னை விட்டுப் போய் என்னால வாழ முடியும்னு நினைக்கிறியா அபி

அவள் கூந்தலைத் தடவியவாறே கேட்டான்

திரும்பிப் பார்த்த மனைவியிடம்''உனக்கு நான் வேண்டான்னா நான் செத்துப் போயிடுறேன்.ஆனா நான் செத்தா உன் கணவனாத்தான் சாகணும். உன்னைத் தூக்கி எறிஞ்சன்வனா இல்லை''

அவன் கைகள் அவள் கூந்தலைத் தடவுவதை நிறுத்தவில்லை.

தனனைத் திகைப்போடு பார்த்துக் கொண்டிருந்த மனைவியைப் பார்த்து புன்னகைத்தவன் இரு வந்துவிடுகிறென் என்று எழூந்து சென்றான்.

தான் வாங்கி வந்த பொட்டலங்கலைப் பிரித்தான்.

உணவின் மணம் மூக்கைத் துளைத்தது. களைப்பாய் இருப்பாயதானால் நான் வெளியில் சாப்பாடு வாங்கி வந்தேன்.

என்றவன் சூப் பிரட் ஸ்டப்ட் மஷ்ரூம் என்று அபிராமிக்குப் பிடித்த இத்தாலிய உணவு வகைகளை எடுத்துக் கடை பரப்பினான்.

தன் சின்ன சின்ன விருப்பங்களை கணவன் மறகக்வில்லை என்று புரிய அப்படியே அசையாமல் உட்கார்ந்திருந்தாள் அபிராமி.

உணவுத் தட்டை அவளிடம் கொடுத்து தானும் எடுத்துக் கொண்டு தரையிலேயே அவள் பக்கத்தில் உட்கார்ந்தான்.

மௌனமாகவே இருவரும் சாப்பிட்டு முடித்தனர்.

தலை நிமிராமல் சாப்பிட்ட கைலாஷ் அவளைப் பார்த்து இத்தனை நிம்மதியாய் சாப்பிட்டு எத்தனை நாளாயிற்று தெரியுமா அபிராமி

என்றவன் காலையிலிருந்து நின்று கொண்டே இருந்திருப்பாய். அப்படியே உட்கார்ந்திரு உன் வண்டிக்கு பேட்டரி மாற்றிவிட்டு வருகிறேன். பிறகு பேச வேண்டியது நிறைய இருக்கிறது என்று எழுந்து போனான்.

வாயடைத்துப் போன அபிராமி குழ்\ந்தையைத் தூக்கிக் கொண்டு எழுந்தாள் குழந்தைக்கு உணவு கொடுத்து உறங்க வைத்து விட்டு சோபாவில் கைகட்டியபடி உட்கார்ந்தாள்.

கைலாஷ் பேசிய வார்தைககள் ஒவ்வொன்றும் தன் மனதுக்குள் ஓடவிட்டுப் பார்த்தாள். அபிலாஷவின் நல மட்டுமே தன் கருத்தில் பதிந்திருக்க முன்பு கைலாஷோடு சண்டை போட்டது, கோபம் கொண்டது எல்லாம் உச்சி வெயில் நிழல் போல அவள் கருத்திலிருந்து மறைந்திருந்தது.

இதோஅன்று வேலைக்கு போக வேண்டாம் என்று தடுத்தவன் இன்று அவள் வேனை சரி செய்கிறான்.

அவளுக்காக உயிரே விலையென்றாலும் தருகின்றேன் என்கிறான்.

தனிமையில் இருந்து அவள் சாதிக்கப் போவது தான் என்ன அபிலாஷாவிற்கும் தந்தை ஒன்று இருந்தால் எவ்வளவு பலம்.

தான் தந்தையோடு கழித்த காலங்கள் அவள் வாழ்வில் என்றும் வசந்தாம் தானே அதை குழந்தையிடமிருந்து பறிக்கலாமா/ யோசித்துக் கொண்டே உட்கார்ந்திருந்தாள்.

வெளியில் இருட்டு கவிழ்ந்தது. கைலாஷ் வேலைகளை முடித்துக் கொண்டு உள்ளே வந்தான்

மனைவியின் அருகில் சென்று உட்கார்ந்தான்

யோசனையாய் அவளைப் பார்த்தான்

நம்ம இரெண்டு பேருக்கும் ஒத்து வருமான்னு எனக்கு தெரியலையே கைலாஷ். உங்களுக்கு எதுவுமே நீங்க நினைத்த மாதிரி இருக்கணும் என்னால அப்படி இருக்க முடியாது. திரும்ப நாம அடிகடி சண்டை ச்ச்சரவுன்னு ஒருத்தர ஒருத்தர் அடிச்சுக்குவோம்ன்னு பயம்மா இருக்கு

''எனக்குத் தான் எல்லாம்எல்லாமே நான் நினைத்த படி இருக்கணும் உனக்கு இல்லையே'' என்றான் கைலாஷ் புரியாமல் பார்த்தாள் அபிராமி

“எல்லாமே *perfect*ஆஇருக்கணும்ன்னு நினைக்கிறதே ஒரு குறை தானே அபிராமி.

எனக்கு குறை இருக்குன்னு உனக்குத் தெரியும். குறையுள்ள என்னை ஏற்றுக் கொள்வதில் உனக்கு என்ன பிரச்சனை அபிராமி கேட்டான் கைலாஷ்

பிரச்சனை என்று ஒன்றும் இல்லை யென்றாலும் மனப் பொருத்தம் என்று இருக்க வேண்டாமா? ஒண்ணா இருக்கோம்ன்னு சொல்லிக் கொண்டு தினம் தினம் சண்டை போடவா முடியும்.

யோசனையாகவே கணவனைப் பார்த்தாள் அபிராமி

அபி மனைவி என்பது ஒரு உடமைன்னு தான் நினைச்சிகிட்டு இருந்தேன். அதைப் பாதுகாப்பா நல்ல முறையில வைச்சிகிறது என் கடமைன்னு எல்லாமே செஞ்சேன்.என் கடமையை ஒழுங்கா செய்யறதா நினைச்சு இறுமாப்போட இருந்தேன். ஆனா நீ போனப்பிறகு தான் நீ இல்லாம எனக்கு உயிரே இல்லைன்னு தெரிஞ்சது ரொம்ப யோசிச்சேன்.

பெண் என்ற தனிமனித உயிருக்கோ அதனொட உணர்வுக்கோ நான் மதிப்புக் கொடுக்கலைன்னு புரிஞ்து. ஆட்டிஸம் நம்ம குழ்ந்தைக்கு மட்டுமில்ல அபி எனக்கும் தான். எனக்குள்ளே ஒரு உலகத்தை படைத்து அதுக்குள்ள உன்னை சிறை வவகக்ப் பார்த்தேனே என்றவன்

ஒரு விடுதலை உணர்ச்சியோட சந்தோஷப் பறவையா நீ பறப்பதை நான் பார்க்கணும். உனக்கு இணையா கணவனா மட்டுமில்லாமல் ஒரு தோழனாவும் பறக்கணும்ன்னு நான் ஆசைப் படுகிறேன். எனக்கு பறக்க கத்துக் கொடுப்பியா அபி.

கைகலாஷ் சொல்ல சொல்ல கண்களில் கண்ணீர் வழிய அவன் கைகளைப் பற்றி அவன் விரல்களில் முத்தமிட்டாள் அபிராமி. ரொம்ப தான்க்ஸ் கைலாஷ் ஆனா நான் இப்பத்தான் என் பலத்தை உணர ஆரம்பிச்சு இருக்கிறேன். நீ வந்துவிட்டாய் என்வுடன் அதைத் தூக்கி எறின்சிட்டு என்னால உடனே வந்துவிட முடியாது.

நான் என்னைப் பத்தியே நிறையக் கத்துக்கணும். நீ என்னையைப் பத்தி நிறையக் கத்துக்கணும். அப்புறம் தான் என்னால முடிவு எடுக்க முடியும் நீ சாப்பாடு கொண்டு வந்துட்டே ரொம்ப நன்றி

எனக்கு இரவு உணவகத்தில் வேலையிருக்கு. அபிலாஷா தூங்கிட்டாள் காலை வரை எழுந்திருக்க மாட்டாள். நான் இரவு பதினோரு மணிக்கெல்லாம் வந்து விடுவேன். நீ எனக்கு செய்த உதவிக்கெல்லாம் ரொம்ப நன்றி என்று சொல்லி விட்டு எழுந்து போய் விட்டாள்.

போகும் மனைவியைப் பார்த்தபடியே உட்கார்ந்திருந்தான். மனவியின் மனதை வெல்வது அவ்வளவு எளிதில்லை என்றுத் தோன்றியது.

அத்தியாயம் 51

அட்லாண்டா விமான நிலயத்டில் டெக்ஸாசுக்குப் போகப் போகிறோம் என்று நினைத்திருந்த நந்தினி நவீன் விமான நிலையத்தை விட்டு வெளியேற முயற்சிக்கவும் என்ன நவீன் என்ன இப்படிப் போகிறாய்

அம்மாவை சென்று பார்த்து விட்டு வரலாம் என்று நினைத்தேன் நந்தினி அவர்களுக்கு அறுவை சிகிச்சையாகி நான் இன்னும் சரியாக அவர்களிடம் பேசவில்லை. இன்று இரவு விமானத்தில் டெக்ஸாஸ் சென்று விடலாம். எனக்காக இந்த ஒரு நாளை உன்னால் ஒதுக்க முடியுமா நந்தினி.

நீ இதை என்னிடம் முன்னாலேயே சொல்லியிருக்கலாம் அவள் கலங்கினாள். சொன்னால் இந்தப் பயணத்திற்கே ஒத்து இருக்கமாட்டாய் என்றவன். அவளை அணைத்துக் கொண்டு போய் ஒரு இருக்கையில் உட்கார வைத்து தானும் அருகில் உட்கார்ந்து கொண்டான்.

நந்தும்மா நான் இதை உனக்கு விமானத்திலேயே சொல்லியிருப்பேன் ஆனால் நீ மருந்து வேகத்தில் தூங்கி கொண்டு இருந்தாய் அதனால் தொந்தரவு செய்ய வேண்டம் என்று தூங்க விட்டுவிட்டேன்.ஆனால் உன்னிடம் ஒன்று சொல்ல வேண்டும். நேற்று இரவு உன் தங்கையிடம் பேசின்னெென். நீ அவளுக்காக வருகிறாய் என்றதும் அவள் மிக சந்தோஷப்பட்டாள் அதனால் உன்னைப் பார்க்கத் த்டுடித்துக் கொண்டு இருக்கிறாள். அப்புறம் ஈ விஷயம் வெளி வந்த்தும் உன் வீட்டிற்குப் போக வேண்டும். அவர்களுக்கு உன்னைப் பிடிக்காவிட்டாலும்
நீ அவர்களை இறுதி முறையாகவாது விடை பெற நீ செல்ல வேண்டும் என்று நிறுத்தினான். நீ சொல்வது சரிதான் நவீன் ஆனால் உன் தாயாரை பார்க்க வேண்டும் என்கிறாய் அவர்கள்

என்னை ஏற்றுக் கொள்வார்களா?\ என்று கேட்டாள் நந்தினி அவளைப் பார்க்காமல் பார்வையை எங்கோ திருப்பினான் நவீன்

என்ன நவீன் என்ன சொல்கிறாய் என்று கேட்டாள் நவீன் நவீனின்பதற்றம் அவளுக்கு ஆச்சிரியத்தைக் கொடுத்த்து. அவன் கைகளைப் பற்றினாள் அவன் கை ச்சில்லிட்டு இருந்தது. நவீன் என்ன நவீன் சொல் நவீன் என்னை பயப்படுத்தாதே

எனக்குத் தான் பயம் நந்தினி என்றவன் அவளின் கண்களைநேராகப் பார்த்தான். என்னை மணக்க நீ மறுத்து விடுவோயா என்று எனக்கு பயமாக இருக்கிறது. என்றான். நவீன் நீ என்னை மணப்பதா நான் அசுத்த சொல்லப் போனாவள் வாயை தன் கரங்களால் மூடினான். அவனது கட்டை விரல் அவள் உதடுகளை மெள்ள தடவிப் பார்த்த்து. சிலிர்த்தாள் நந்தினி

உன்னால் முடியுமா நந்தினி அந்தக் கயவன் உன்னை செய்த சித்ரவதைக்குப் பிறகு உன்னால் என்னை ஏற்றுகொள்ள முடியுமா? உனக்கு நான் தொடுவது அருசுப்பாக இல்லையே சொல்லிக் கொண்டிருந்தவன் கைவிரல்கள் அவள் முகத்தில் சிறிது அழுத்தின.

அவன் கைகளைத் தன் கையில் தாங்கிய நந்தினி எனக்கு அது தெரியாது நவீன் ஆனால் இப்போதெல்லாம் எனக்கு தனியாக் இருக்கப் பயமாக இருக்கிறது என்னுடைய தன்னம்பிக்கைக் குறைந்து விட்டது எதையும் சாதிக்கலாம் என்ற தைரியம் போய் எல்லாவற்றையும் விட்டு விலகி இருக்க தோன்றுகிறது அவன் என் உடலைச்சிதைத்து மட்டுமல்ல என்னில் ஒரு பகுதியைத் திருடிக் கொண்டு போய் விட்டான். நான் தொலைத்த அந்த பாகத்தை நான் தினம் தினம் தேட முயற்சிக்கிறேன். ஆனால் முடியவில்லை. அதைக் கண்டு பிடிக்க எனக்கு உன் உதவி தேவை, உன்னுடைய துணைத் தேவை

நந்தினியின் வார்த்தைகால் நவீனின்முகத்தில் பளிச்சென்ற சிரிப்பை வர வழைத்தன. அவன் முகத்தில் சிரிப்பைப் பார்த்தும் கண்கள் கலங்கி விட்டாள் நந்தினி கற்பனையிலேயே உன் துணை கொண்டு நான் உத்தனை நாள் வாழ்ந்தேன், நீ நிஜத்திலும் என்னோடு இருக்கப் போகிறாய் என்றால் எனக்கு கசக்க்சவா செய்யும் என்று அவன் தலை மயிறை விளையாட்டாய்க் கலைத்து விட்டவள் ஆனால் உஅன்க்கு ஏற்றத் துணையாக நான் இருப்பேனா நவீன் கவலையாக கேட்டான்.

என்னைப் பற்றிக் கவலைப் படாதே நீ உன்னுடன் இருப்பது எனக்கு போதும் ஆனால் நீ என்னை மனம் உவந்து ஏற்றுக் கொள்ள வேண்டும்.உன் மனதில் என்னைப் பற்றிய எந்த வித பயமும் இருக்க்க் கூடாது அது தான் என் கவலை

இல்லை இல்லை எனக்கு உன் மேல் எந்தக் பயமும் இல்லை. சீக்கிரம் வா நாம் போய் உன் தாய் ந்தந்தையரைப் பார்த்துவிட்டு சீக்கிரமா டெக்ஸாஸ் போகலாம். என்று அவனை இழுத்துக் கொண்டு ஓடினாள். இருவரும் சிரித்துக் கொண்டே ஓட அவளை சிறிது தூரம் சென்ற பின் அவளை நிறுத்தி அவன் முன் மண்டியிட்டான் நவீன்

ஏய் நவீன் என்ன செய்கிறய் என்று ந்ந்தினி அலற
அவள் முன்னால் மண்டியிட்டவன் தன் சட்டைப் பைக்குள் கைவிட்டு ஒரு தந்தக் நிற நகைப் பெட்டியை எடுத்து நீஇட்டினான், அதற்குள் சின்னதாய் ஒரு வைரம் கண்ணீரின் வடிவில் மிக மிகச்சின்னதாய் வினாம நிலையத்தின் ஒள்ளி வெளிச்சத்தில் கண் சிமிட்டியது. அவன் செய்வதைப் பார்த்த மற்றவர்கள் அங்கே நின்று வேடிக்கைப் பார்த்தனர்.நந்தினி தன் கைப்பையை நழுவ விட்டவளாஉ நவீனின் கழுத்தைக் கட்டிக் கொண்டாள். என்ன நவீன் நான் தான் சொல்லி விட்டேனே நீ எனக்கு வேண்டும் என்று நாஅன் உன்னை மணந்து கொள்கிறேன் என்றால் சுற்றி இருப்ப்பவர்கள் கைத் தட்ட மோதிரத்தை அவள்

கையில் அணிவித்துதன்னோடு த அணைத்துக் கொண்டான் வெட்கத்துடன் அவன் மார்பில் பதுங்கியநந்தினி செல்லமாக அவன் நெஞ்சில் குத்தினாள் என்ன இது தேவையில்லாத நாடகமெல்லாம்.

ஓ அதுவா நீ அமெரிக்கப் பெண் இந்த ஊர் வழக்கங்களும் உனக்குத் தெரியும் அப்படி நடக்க வேண்டும் என்று நீ ஒரே ஒரு நிமிடம் யோசித்திருந்தால் உனனை சந்தோஷப்படுத்துவது என் கடமையில்லையா என்றபடி இருவரும் ஒருவரை ஒருவர் அணைத்தபடியே விமான நிலையத்தை விட்டு வெளி வந்தனர்.

அத்தியாயம் 52

வாடகைக்காரில் முதலில் இறங்கிய நவீனை முதலில் அவன் தந்தை தான் ஜன்னல் வழியாகப் பார்ஹ்ட்தார். மரகதம்நவீன் வந்து இருக்கிறான் பார் என்று குரல் கொடுக்க சமையல்றையிருந்து வெளியே வந்தார் ம்]ரகதம் அதற்குள் சிதம்பரம் போய் கதவைதிறந்தார் முதலில் இறங்கி நவின் கதவைத் திறந்து காத்திருக்க அவன் கையைப் பிடித்தபடி இறங்கினால் ந்ந்தினி அவள் முகத்தில் இருந்த கலக்கமும் நவீன் எஹோ சொல்ல அவல் முகத்தில் ஒட்டிக் கொண்ட புன்ன்கையையும் இரு பெரியவர்களுமே கவனித்தார்கள்

வாடகை வண்டிக்கு நவீன் காசு கொடுக்க அவனை ஒட்டிக் கொண்டு நிற நதினி எதோ சொல்ல வாய்விட்டு சிரித்தான் நவீன் அதைப் பார்த்த்துமே மனம் நிறைந்த்து இருவருக்கும் எத்தனை நாட்கள் கழித்து மனம்விட்டு மகன் சிரிக்கிறான் என்பதை இருவருமே உணர்ந்திருந்தார்கள்

பெற்றவர்களைப் பர்ர்த்து கையாடியபடியே நவீன் வர அவன் பின்னால் தயக்கத்துடன் வந்தால் ந்ந்தினி அவள் முகத்தில் இருந்த சிரிப்பு ஓடிப்போய் கவலை ஒட்டிக் கொண்டது தாய்க்கே உரிய கருணையுடன் நதினியை நோக்க்கிய மரகதம் நதினியைக்கவனித்தார் நிச்சயதிற்கு வந்திருத போது இருந்த செழிப்பு அவள்முகத்தில் இல்லை. ஏதோ நோயாலி போல் தெரிந்தாள் ஏதாவது நோய் பாதித்து இருக்குமோ கேன்சர் எய்ட்ஸ் என்று ஒருபட்டியலைஎ ப்பொடலாமே மரகதம் யோசித்துக் கொண்டு இருக்கும் போதெ அம்மா என்று அவளைக் கட்டிக் கொண்டான் நவீன்

நான் நந்தினியை கூட்டிவந்துவிட்டேன் பார்.என்றவன் நான் உங்களிடம் அன்றே சொன்னேன அப்பா

நந்தினி என்னவள் இன்று உங்களுக்கு நிரூபித்துக் காட்டிவிட்டேன் பாருங்கள் என்று பெருமை பேசினான் நவீன் நந்தினி வசலிலேயே பெரியவர்கலைன் காலில் விழ என் கண்ணே என்றபடி அவலைக் கட்டி கொண்டார் மரகதம் னைவரும் உல்லே வந்தனர்.

வந்த்வர்கள் சாபாடு எடுத்து வைத்தார் மரகதம். அப்போது வீட்டைச் சுற்றிப் பார்த்து விட்டு இவ்வலவு வசதியையும்விட்டுவிட்டு அபிராமி வரவேண்டுமானால் அவளுக்குக் கணவன் மேல் எவ்வளவு கேபம் இருக்கும் நவீன் அவர்கள் இருவருக்கும் இடையே எல்லாம் சரியாகி விடும் தானே என்று நவீனைக் பெரியவ்ர்கலளுக்குக் கேட்காத வண்ணம் மெல்லிய குரலில் கேட்டாள் கேட்டாள் நந்ஹினி.

கவலைப்படாதே நந்தினி அண்ணனுக்கு அண்ணி மேல் கொள்ளைப் பிரியம் அவருக்கு அதை சரியாக காட்டத் தெரியவில்லை அவ்வளவு தான். அண்ணன் அண்ணியின் தேவைகளைப் புரிந்து கொண்டான். இனி எல்லாமே அவ்ர்களுக்குள் சரியாகி விடு பாரேன் என்று நவீனும் அதே மெல்லிய குரலில் நளதினியிடம் சொன்னான்.

இருவரும் இப்படி ரகசியம் பேசுவதை ரசித்த படியேஅனைவருக்கும்ம் சாப்பாட்டு மேஜையைச் சுற்றி உட்கார்ந்தனர். என்னடா நவீன் சொல்லாமல் கொள்ளாமல் துடுதுடுஓஎன்று ஒரு போன் போட்டு சொல்லி இருக்க்லாம் ஏதாவ்து நன்றாக சமைத்து இருப்பேன். இருக்கட்ட்டும் அம்மா நதினியின் தாயாரைப் பார்க்க போய் கொண்டு இருக்கிறோம் அப்படியே உங்களையும் பார்த்து விட்டுப் போகலாம் என்று தான் வழியில் நின்றோம் நாளை மதியத்திற்கு மீண்டும் விமானம் ஏறவேண்டாம். அண்ணன் தான் எங்களுக்கு விமானப் பயணத்திற்கு டிக்டெட் எடுத்துக்

கொடுத்தான்.என்ன கைலாஷ் தான் டிக்க்டெட் எடுத்துக் கொடுத்தானா அவனாது ஒரு போன் போட்டுக் இருக்கலாம் என்று அங்கலாய்த்தார் மரகதம் அவர் தான் இப்போத் அபிராமியை சமாதானபடுத்தும் முயற்ச்சியில் தீவிரமாக இறங்கி இருப்பார். உங்கலைப் பற்றி அவருக்கு இப்போது நினைவ் உ இருக்குமா தெரியவில்லை வந்திலிருந்து முதன் முறையாக எல்லோர் காதில் விழும் படி கொஞ்சம் உரக்கவே சொன்னாள் நந்தினி

என்ன என்ன உனக்கு அபிராமியைத் தெரிய்மா/ பத்ஷாறிப் போய் ஆர்வத்துடன் கேட்டர் மரகதம். ஆமாம் அம்மா அண்ணீ மட்டுமல்ல நம் அம்முக்குட்டிக்கும் நத்தினி என்றால் ரொம்பப் பிடிக்கும் என்றவன் அண்ணீயையும் அம்முக் குட்டியையும்நந்தினி ஒருத்தியா தனியாக மூன்று வருடங்களாக பாத்துக் கோண்டு இருந்து இருக்கிறாள். அதனால் என்னைப் பொறுத்தவரை அவள் தான்நான் வணங்கும் தெய்வம் சொல்லும் போதே நா தழுதழுத் தது நவீனுக்கு

என்னப்பா என்று தந்தை சந்திர சேகர் விவரம் கேட்க இதுவரை தனக்குத் தெரிந்த்தை உடைந்த தமிழில் ந்நதினி கூற அவளுக்கு பக்க பலமாய் நவீனும் விளக்கிக் கூற அவளைஅப்படியே அணைத்துக் கண்ணீர் விட்டார் மரகதம் நான் வணங்கும் தெய்வமே நீ தானம்மா என் பிராத்த்னைக்கெல்லாம் வடிவம் கொடுத்த என் தாயே புண்ணீயவதி என்று நந்தினியின் கைகளை தன் கண்களில் ஒற்றிக் கோண்டார் மரகதம் . நெகிழ்ந்து போனாள் ந்ந்தினி சொல் நவீன் நான் தெய்வமில்லை வெறும் சாக்கடை என்று இவர்களிடன் சொல் நவீன் என்று ந்நதினியும் துக்கம் தாளாமல் கதற பெரியவர்கள் புரியாமல் விழித்தனர். தாயின்

அணைப்பில் நதினி அழுத படி இருப்பதைப் பாத்த்தபடி அவளை கைகளை தன் கையில் தாங்கி கொண்டு எல்லா விவரங்களையும் சொல்ல்லி முடித்தான் நவீன்.

அதிச்சியுடன் கேட்டுக் கொண்டிருந்த மரகரதம் என்னம்மா நந்தினி இதெற்கெல்லாம் இப்படி அழலாம ஒரு தனி மனிஷியாய் ஒரு கர்ப்பவதியை வாழ வைத்திருக்கிறாய் உன்னிடன் நீயே குறை கண்டு பிடிக்கலாமா கூடாது எழுந்து முகத்தைகழுவி கொண்டு வா. எங்களை பொறுத்தவரை நீ என் இரண்டாவது மருமகள் மட்டுமல்ல நான் வணங்கும் தெய்வம்

நான் உனக்கு பரிசாகழஅபிராமிக்கு கொண்டு வந்த சேலையை த் தருகின்றேன் இன்றே போய் கோவிலில் மாலை மாற்றிக் கோள்ளலாம். உன்னை விட்டு இத்தனை நாள் நவீன் பிரிந்து துடித்த்து போதும் நீங்கள் இருவரும்சந்தோஷமாக் இருங்கல் இல்லை மரகதம் நாளை பதிவு திருமணம் செய்து கொண்டு கோவிலுக்கும் போய் வரலாம் இன்று இவள் கொஞ்வம் நிம்மதியாகத் தூஉங்கட்டும் இனி நீதி மன்றம் அது இது என்று அலைய வேண்டும் என்று தன் மனதில் பட்டதைக் கூற எல்லோரும் மனமகிழ்ச்சியுடன் ஆமோதித்தனர்

அத்தியாயம் 53

அபிராமி காலையிலும்வேலை பார்த்து இரவு நேரத்திலும் வேலை பார்ப்பது என்பது கைலாஷிற்கு மிகவும் மனவருத்த்தைக் கொடுத்த்து. ஆனால் அவனால் என்ன செய்ய முடியும் அபிராமியை இந்த அவலத்திற்குக்குத் தள்ளியவன் அவன் தானே அவளாக வேளியேறி வரும் வரை அவன் பொறுமையுடன் காத்திருக்க வேண்டியது தான். குழந்தையைத் தள்ளியபடி அபிராமி சிப்பந்தியாக வேலை செய்யும் உணவகத்திற்கு . மாலை ஏழு மணி என்பதால் கூட்டம் அதிகமாகவே இருந்த்து. இன்று காலை முழுவதும் அவள் போய் தன் உணவுகளை விற்க அவளுக்கு முன்பு போல உதவினான். ஆனால் குழந்தையை அவளே கொண்டு விட்டாள். அவனைத் தந்தை என்று அறிமுகப் படுத்தினாலும் குழந்தையை அவன் வெளியே எடுத்துச் செல்ல அவள் அனுமதி தரவிலை. அதனால் அங்கேயே உட்கார்ந்து சில அலுவல்களை முடித்தான். கணினி கொண்டு அவன் னுடைய வேலைகளை முடிக்கப் பழகி கொண்ட்தன் விளைவு. இங்கும் சிக்காகோவில்ம் ஒரு ஹோடெல் கட்டுமானப் பணியை சீர் தூர்க்கிப் பார்க்கும் படி அவனுக்கு வேலை கொடுத்திருந்தார் அதையும் அவன் முடித்துக் கொண்டு அன்று போல அவன் வரும் போதே சாப்பாடு வாங்கி வந்து விட்டான். அபிராமி வேலை என்றுக் கிளம்பிப் சென்ற ஒரு மணி நேரத்தில் தானும் குழந்தையை எடுத்துக் கொண்டு அதற்கு வேண்டிய சாமான்கள் வாங்கிக் கொண்டு இன்கே இரவு உணவுக்காக வந்து விட்டான். அப்படியே இரவு உணவை முடித்துக் கொண்டு அபிராமியை வீட்டுக்கும் அழைத்துப் போவது தான் அவன் திட்டம். கூட்டத்தில் பொறுமையாக நிற்கவும் பயமாக இருந்த்து கூட்ட்ட்த்ஹ்டில் குழந்தை அழக்கூடும் என்று அவன் எத்ரி பார்த்ந்தான். அதனால் காலையிலவன் அங்கே செண்டரில் கேட்டு அவர்கள் சொன்ன படி குழந்தையை தூக்கி வைத்ஹ்டுக் கொள்ளக்கூடிய துணியில் செய்த ஒரு பையை கையில்வைத்துக் கொண்டிருந்தான் அபிராமி கிளம்பிய உடனே யே அவனும்

வீட்டை விட்டுக் கிளம்பி இத்தனையும் வாங்கி வர இப்போது மகளுடன் போருக்குத் தயாரகி வந்திருந்தான். அவன் எதிர் பார்த்த்து போலவே கூட்ட்த்தையும் சத்த்தையும் மிக அதிகமானவெலிச்சத்தையும் கண்டவுடன் குழந்தை அழ ஆரம்பித்தாள். எங்கே உடனே சமாளிக்காவிட்டால் அழுளகைப் பெரியதாகி விட்டால் என்று தெரிந்து கொண்டு *K*ஊஷாW*த்*H*ஆ*ஈY*ஆ*ஈ ஏD*ஊத்*H*த்*H*ஊ த்*H*ஆண் M*ஆ*D*ஈ*Y*ஈள் K*ஆ*DD*ஈ*Y*ஈறுஏத்*H*ஆ த்*H*ஊனீத்*H த்*H*ஓ*DD*ஈளீள் P*ஓஓ*DD*ஊ கொண்டான். குழந்தையின் முதுகு அவன் வயிறோருடு ஒட்டியிருருக்க அவளின் கைகால்கள் அசைக்க முடியும் படி வெளையேத் தோங்க மெள்லா நடந்தான். மெல்லியஹ்டாக வீசிய இளம் த்னறல் காற்றில் குழந்தை அழூகைக் குறையும் வரைநடந்தவன் குழந்தை அழூது சோர்ந்ஹ்ட்தும் உள்ளே செறான் அவன் முன்னமே தொலை பேசியில் கேடிருந்தபடி அவனுக்கா இட்த்தை ரிசர்வ் செய்திருந்த்தால் அவன் அதிக நேரம் காத்ஹ்டிருக்கத் தேவையில்லை. தனக்குத் தேவையானதை மெதுவாகவே கொண்டு வரும் படி சொல்லி விட்டு குழதையோடு விலையாட ஆரம்பித்தான். அவன் கண்கள் அவ்வப்போது அபிராமி அவன் கண்களில் படுகிறாளா என்று பார்த்துக் கொணே இருந்தான். அபிராமி என்றப் பெண்ணுக்குள் இப்படி ஒரு ஆர்வமும் வெறியும் உள்ளே இருக்கிறது என்பதை அவன் அறிந்து கொள்ளவில்லை. அது தான் அவள் செய்த பெரிய தவறு அவன் பார்த்ஹ்டுக் கொண்டிருக்கும் போதே தட்டுக்களில் சாமானைத் தூக்கிக் கொண்டு அபிராமி இன்னோரு வெயிட்டரிட்ம் தூக்கிக் கொண்டு அவனுக்குப் பக்கத்ஹ்டில் இருந்ஹ்ட மேஜையை நோக்கி வர அவளைப் பார்த்து ப் புன்னகைத்துக் கையாட்டினான். அவள் அவனைப் பார்த்து குழந்தைஅய்க்காட்டி கையாட்ட வைத்தான் அவனைப் பார்த்து மலைத்தாலும் முகத்ஹ்டின் சிரிப்பு மாறாமல் அங்கிருந்து அகன்றான்.

அவன் எதிர் பார்த்த படியே கொன்ச நேஅர்த்தில் அவனுட்டய நீர் கோப்பையை நிரப்ப வருவது போல் அங்கு வந்த அபிராமி நீங்கள் இங்கே என்ன செய்கிறீர்கள் கைலாஷ். என்றாள்.

உனக்காக்க் காத்திருக்கிறேன் அபி உன் வேலை முடிந்த்தும் நாம் மூவருமாய் வீட்டுக்குப் போவோம் என்றான். எதையோ சொல்ல வந்தவள் ஒன்றும் சொல்லாமல் விலகிச் சென்றாள். நாம் என்ன செய்தோஓம் அபிராமிக்கு இவ்வளவு எரிச்சல் என்று புரியவில்லை கைல்ச்ஷிற்கு. அதனால் பொறுமையாக இருக்க முடிவு செய்தான். கிழந்தைக்கு வேக வைத்த பட்டாணியும் ஆப்ப்*K* க்லாவையும் என்று வாங்கிப் பொறுமையாக ஊட்டி விட்டான். அவன் குழந்தையோடுவிளையாடிக் கொண்டே அவளுக்கு சாப்படு ஊட்டுவதை பார்த்து ஒரு பொய்ப்புன்னகையுடன் திரும்பிச் சென்றாள். அவளின் போக்குகைலாஷிற்குப் புரியவில்லை

இரவும் வந்த்து. அபிராமியும் கலைத்துப் போய் வெளியே வந்தாள். அவளுக்காகவே காரில் காத்ஹ்டு இருந்த கைல்ச்ஷ் அவள் வருவதைக் கண்ட்தும் இறக்ன்கி கதவைத் திறந்து விட்டான். எதுவும் பேசாமலேறி உட்கார்ந்த அபிராமி அப்பார்ட்மெண்ட் வருவதற்கு முன்னாலேயே த் தூங்கி விட்டாள். காரின் பின் சீட்டிலிருந்த குழந்தையும் அயர்ந்து தூங்கி விட்ட்து தூங்கும் முகங்காஇப் பார்த்ஹ்டுக் கொண்டே சில நிமிடங்அள் உட்கார்ந்திருதவன் முதலில் அபிராமியைத் தூக்கிக் கொண்டு ப்போய் அவள் அலுங்காமல் அவளுடையப் படுக்கையில் விட்டான். அடுத்துத் தூங்கி கொண்டிருக்கும் குழந்தையை அவள் பக்கத்ஹ்டில் விடான். அவர்கள் இருவரும் எதுசும் தெரியாமல் அயர்ந்து தூங்கினர். அதனால் காரில் சென்று வாங்கி வந்தப் பொருட்களை அடுத்ஹ்டுவந்து உள்ளா வைத்தான். அப்போது தூங்கி கிண்டிருந்ஹ்ட அபிராமி உடலை முறுக்கிக் கொண்டு வலியில் முன்ங்கினாள். பார்க்கும் கைலாஷிற்கு ப் பாவமாக்

இருந்த்து. காலையிலிருது நின்று கொண்டும் நடந்து கொண்டுமே இருந்திருக்கிறாள். அதுவும் காலை நான்கு மணிக்கு எழுந்ஹ்டவள் அவன் காரில் தூங்கும் போது மணி பதினொன்றைத் தாண்டி இவிட்ட்து, அவள் காலுக்கருகில் உட்கார்ந்து அவளூடிஅய கால்களை மிதமாகப் பைடித்துவ்வான்.அப்ப்போது அபிலாஷாவிற்கு என்று போட்டிருந்த மின் னொளியில் அந்தப் படுக்கை அரையை மெல்ல ஆராய்ந்தான். அபிராமியின் படுக்கை அறை உள்ளே இவன் வருவது இது தான் முதல் முறை.முஹ்டல் நாள் அவனுடைய்து கூட்த்ஹ்டோடே முடிந்து விட்ட்து. இன்று படுக்கை அரையை அரயிருட்டில் பார்ஹ்டதவன் மனம் பதைப்பதைத்த்து எல்லாம் இவனால் வந்தஹ்டு. மனைவியை மாகாராணீயாய் வைத்திருக்க வேண்டும் என்று நினைத்திருந்தவன் இன்று அவளை ஒரு குப்பைக் கூடையில் தள்ளி விட்டுவிட்டான். பெய்ர்ய்க்கு ஒரு படுக்கை ஜன்னல் ஓரத்தில் சின்னதாய் ஒரு செடி ஒரு விலை மலிந்த விளக்கு என்பதைத் தவிர அந்த அறையில் வேறு ஏதும் அந்தறையில் இல்லை. அரையின் செறுமை அபிராமி இஹ்ட்தனை நாள் எப்படிப்ப்ட்ட வாழக்கை வாழ்ந்திருக்கிறாள் என்று சொல்லாமல் சொல்லியது. இதையெல்லாம் சரி செய்ய வேண்டும் அபிராமியை மீண்டும் சிரிக்க வைக்க வேண்டும் என்ற வேகம் அவனுக்குள் எழுந்த்து. அந்த இத்த்தில் வலி குறைந்து அபிராஅமி யின் முன்ங்கல் நிற்கவும் அவனும் எழுந்து ச்னெறு உடை மாற்றிக் கொண்டு முன்னறையிலிருந்த சோபாவில் படுத்துக் கண் மூடினான். இதுவரை இல்லாத நிம்மதிய்டம் கண்மூடிய அடுத்த நிமிடம் அவன் அயர்ந்து தூங்கினான்.மூடிய அவன் கண்களுக்குல் சின்ன சிரிப்பொடு தட்டை தூக்கி கொண்டு அபிராமி உணவு எடுத்து வருவதும் அவர்கள் கொடுக்கும் டிப்சை அதே புன்னகையோடு வாங்கி தன் பௌஇல் போடுவதும் ஆய் இருந்ஹ்டாள் அதஒப் பார்க்கபார்க்க அவனுக்குப் எப்ருமையாக இருந்த்து. அவன் முகத்தில் அழகான புன் முறுவல் பூத்து இருந்த்து. அது அவனுடைய குடும்பத்தைப் பற்றிய பெருமிதப்

பூரிப்பு அடுத்த நாளில் வரப் போகும் பூகம்பத்தைப் பற்றித் தெரியாத பூரிப்பு.

--- மறுநாள் அதிகாலையில் அலாரம் அடிக்கும் முன்னேஅபிராமிக்கு விழிப்புத் தட்டி விட்ட்து காரில் உட்கார்ந்த*thu* தான் நினைவு வந்த்து. எப்படி படுக்கைக்கு எப்படி வந்தோம் என்று புரியவில்லை. திரும்பிப் பார்த்தாள் குழந்தையும் அமைதியாகத் தூங்கிக் கொண்டிருந்த்து. எப்போதும் அதன் புருவத்தின் மதந்தியில் இருக்கும் டென்ஷனின் முடிச்சு அங்கே இல்லை. நிர்மலமான அந்தமுகத்தில் ஒரு அழகான புன்னகை கூட. கனவில் தெய்வம் விளையாட்டுக் காட்டுகின்றதோ என்னவோ எழுந்ஹ்டாள் அபிராமி

அறையை விட்டு வெளியே வந்தால் சோபாவில் கைலாஷ் பனியன் லுங்கியுடன் தூங்கிக் கொண்டிருப்பது தெரிந்த்து. இவன் இரவில் இங்கேயாத் தங்கிவிட்டான் . இரவில் இரண்டு நாட்களாக தன் விடுதிக்குச்சென்றவன் இன்று இங்கேயே தங்கிவிட்டாணோ? ஒரு வேளை இவன் தான் இவளைப் படுக்கையில் கொண்டு விட்டானா/

இருக்காது அதெல்லாம் பழைய சினிமாவிலும் ஆங்கிலத் திரைப் படங்களிலும் மட்டுமேவ்ரும் கைலாஷால் அவளைத் தூக்கிக் கொண்டு நடக்க முடியுமா என்ன? இதெல்லாம்அவலுக்கு வந்தக் கற்பனை தன்னைத் தானே திட்டிக் கொண்டு எழுந்து காலைக்கடன்களைக் செய்யச் சென்றவள் காலை ஏதோ தடுக்கியது. பாத்ரூமின் மின் விளக்கைப் போட்டவள் தன்ன கண்களை நம்ப முடியாமல் அப்படியே நின்று விட்டாள். எல்லாம் கடைகளில் வாங்கிய சாமான்கள் அபிக்கு தேவையானவை சில அவள் விளையாடுவதற்கான சில சாமன்கள் அவளைத் தள்ளிக் கொண்டு போக ஒரு வண்டி அவலைத் தோளில் தூக்கிக் கொண்டு அலைய ஒருத் துணித் தொட்டில் என்றும் அவள் போட்டுக் கொள்ள நிறையத் துணி மணிகள் அவள் கேட்டு மகிழ பாடல் இசைத்

தட்டுக்கள் அதற்குத் தேவையான சாமான்கள் என்று அந்தப் பக்கம் போகும் வழியி ல்முக்கால் வாசி அடைத்த வண்ணம் அங்கே ஒரு சின்னக் கடையே பைகளில் அடங்கி இருந்த்து. அபிராமிக்கு கோபம் பொத்து கொண்டு வந்துவிட்டது என்ன நினைத்து விட்ட்டான் இந்தக் கைலாஷ்? இவன் பணத்தைக் கொண்டு இவளையும் இவள் குழந்தையையும் விலைக்கு வாங்கி விடலாம் என்று நினைத்தானா?இல்லை இவளால் குழந்தைக்கு வாங்கிக் கொடுக்க முடியதா கையாலாகத் தனத்தைச் சுட்டி காடுகிறான் தன்னைக் கீழ்மைபடுத்தவா இவளைத் தேடி வந்தான் அபிராமிக்கு ஒன்றுமே பிரியவில்லை கோபம் கோபமாக வந்த்து.

ஆனால் கோஒபம் காட்டி விஷயத்தை பெரிதாக்கிக் கொள்ள கூடாது பிரச்சனை என்று பிர்ந்தாலும் அம்முக் குட்டிக்காவ்கவாது சுமூகமாய் பிரிய வேண்டும் குழதையிடம் தனக்கும் பிரியம் இருக்கிறது என்று அவளுக்குத்தான் அழகாய் காட்டி விட்டானே

தகப்பனையும் குழதையையும் பிரிப்பது பாவம் என்று தோன்றியது அபிராமிக்கு மூச்சை இழுத்துப் பிடித்து பொறுமையை மனதிற்குள் கொண்டு வந்தாள் கோபத்தை விரட்டினாள். கணவன் செய்த தவறு தானும் செய்யக் கூடாது அவன் செயலுக்கு ஏதாவது விளக்கம் இருக்கும் என்று தனக்குத் தானே சொல்லிக் கொண்ட பின் அவள் மனம் அமைதியானது.

கோபத்துடனே காலைகடன்களை முடித்தவள் வெளியே வந்தாள், நல்லவேளை இன்று சனிக்கிழமை,இவள் ஏனை எடுத்துக் போக வேண்டியதில்லை. ஆனால் தொழிலுக்கு தேவையான் சாமான்களை வாங்கி வந்தால் போதும் ஆனால் அவசர அவசரமாக காலை நீஏரச்சமையல் இல்லை. கதீஜா மட்டும்

ஏதோ பார்ட்டிக்கு பிரியாணியும் சமோசாவும் குலோப்ஜாமூனும் செய்து தர முடியுமா என்றுக் கேட்டிருந்தார்.

வேலையை ஆரம்பிக்கும் முன் இந்த வாரம் சம்பாத்தியத்தை எண்ணிக் கணக்குப் போட்டுப் பார்க்க வேண்டும். தான் பணம் போடு வைத்திருந்த பாட்டிலெளயும் கணக்குப் புத்தகத்தையும்எடுத்துக் கொண்டு உட்கார்ந்தான்

அவள் தரையில் உட்கார்ந்து கணக்கு எழுதி முடிக்கவும் கைலாஷ் எழுந்து கொள்லவும் சரியாக இருந்த்து.அவன் எழுந்து விட்டுதன்னையே பார்த்துக் கொண்டிருகிறான் என்பதும் புரிந்த்து. ஆனாலும் அவள் தன் கவனத்தைத் திருப்பவில்லை. அன்று வாங்கவேண்டிய சாமான்களுக்கு பட்டியல் போட்டாள் அவளையேக் கவணித்துக் கொண்டிருந்தகைலாஷ் எழுந்து சென்று தன் காலைக் கடன்களை முடித்து கொண்டு வந்தான். அபிராமியின் உடல் மொழியிலிருந்து அவளை அணுகுவது பிரச்சனையில் போய் முடியும் என்று தோன்ற தன் வேலைகளை செய்ய ஆரம்பித்தான் தன்னுடைய வேலை குறிப்புக்களை ப்பற்றி தன் அலுவலகத்திற்கு போன் செய்தான். அடுத்து தனக்கு வந்த மின்ன்ஞ்சல்களைப் பார்த்தான்

பட்டியலை எழுதி முடித்த அபிராமி அவனுக்கு காபியைகல்ந்து வைத்து விட்டு சென்றாள் அவளையும் அவள் செய்த காபியையும் ஒரு சேர ரசித்துக் குடித்தவன் அவளருகில் எழுந்து சென்றான்

என்ன அபி நீ எதிர்பார்த்த்தை விட உனக்கு லாபம் கிடைச்சிருக்கு போல என்று அவளுடைய பண பாட்டிலை தட்டி க்கேட்டான். அவனருகிலே உட்காரவும் மிகவும் இலகுவாகப் பேசவும் அவனிடம் தான் கோபத்தைக் காட்ட முடியாமல்சிரித்தாள் ஆமாம் நாம் எத்ரி பார்த்த்தை விட அதிகமாகத் தான் வந்திருக்கிறது. என்றாள்

இன்று உணவு விறகப் போகவில்லையா இல்லை இன்று கொள்முதல் செய்யும் நாள் என்று அருகிலிருந்தப் அப்ட்டியலைக்காடினாள்.

ஓ என்ற கைலாஷின் வார்த்தைக்கிப்பின் அங்கே சிறிது நேரம் மௌனம் நிலவியது. அபி என்று அவன் அழைக்க கைலாஷ் என்று இவள் அழைக்க ஒரே நேரத்தில் பேச ஆரம்பித்தஇருவரும் புன்னகைத்தனர். அவர்களுக்குப் போட்டியாக கைல்ச்ஷின் அலைபேசியும்சிணுங்கியது. நவீன் என்று ஒரு வார்த்தையில் யார் என்று அபிராமிக்கு சொன்னவனொரு நிமிஷம் என்று விட்டு அபிராமியிடம் தன் போனை நீட்டினான்

அவனிடம்போனை புரியாமல்வாங்கியவள் என்ன நவீன் எப்ப்டி இருக்கிறாய் நந்தினி எப்படி இருக்கிறாள் என்று கேட்டாள். நான் நவீன் இல்லை அபி நான் நந்தினி பேசுகிரேன். அபிநான் எவ்வளவு சந்தோஷமாக இருக்கிறேன் தெரியுமா? நந்தினியின் வார்த்தைகலைல் இருந்த துள்ளல் அபிராமியை திகைக்க வைத்த்து. இது நதினியின் குரல் தான் இவலா அவலுக்குத் தெரிந்த நந்தினி முகத்தில் தெரிந்த தைகைப்பாஇக் குரலில் காட்டாமல் சொல்லு நந்துமா என்ன நலாயிருக்கியா என்று பாசத்துடன் கேட்டாள்

நான் நல்லா யிருக்கேன் நந்தினி ஆனா நான் ஏன் சந்தோஷமாக இருக்கிறேன் என்று கேட்க மாட்டாயா? என்றுக் கேட்டாள் நந்தினி

சொல் நந்தினி உனக்கு ஏன் இப்படி சந்தோஷம் என்றபடி எடுத்து வைத்திருந்த வெங்காயத்தை எடுத்து சமோசாவிற்காக கத்தியைக் கோண்டு வெட்ட ஆரம்பித்தாள். அபிராமி நான் இப்பொது எங்கே சென்று கோண்டு இருக்கிறேன் என்று சொல்லேன் என்று விளையாட்டுப் பிள்ளையாய் அவளைக் கேட்டாள் நந்தினி. நீ உன் தாய் தந்தையைத் தானே பார்க்க போகிறாய் அவர்கள் உன்னைப் பார்க்க சம்மதித்து விட்டார்கள்

அப்ப்டித்தானே என்று கேட்டாள் அபிராமி கழுத்தை காதுக்கும் தோளுக்கும் இடையில் செல்பேசிஅயை வைத்துக் கொண்டு பேசும் மனைவி தன் கையில் வெகவேகமக வெங்காயம் அறுக்கும் அழகைக் கவந்த்து ரசித்தவன் அவள் உதடுகள் செய்ய்யும் ஜாலங்கலைக் கண்டு ஏங்கினான்.மாஜிக் கணவனின் ஆசைப் பார்வையில் முகம் சிவந்தால் அபிராமி மனைவி முகம் சிவப்ப்தைக் அக்ண்டு சன்னமாய்ச் சிரித்த கைலாஷ் அவள் கண்முன் விழுந்து அவள் பார்வையைமறைத்தக் கறைக் கூந்தலை ஒதுக்கி விட்டான். அதைஎதிர்பார்க்காத அபிராமியின் உடல் ஒரு இன்ப அதிர்ச்சியில் சிலிர்த்த்தை க் ஒரு கர்வத்துடன் பார்த்து சிரித்துக் கொண்டான் கைலாஷ்

அபிராமி நான் சொல்வதைக் கேட்கிறாயா இல்லையா நான் அம்மா அப்பாவை பார்க்க மதியம் கிளம்புகிறேன் ஆனால் இப்போது எங்கே போய்க் கொண்டு இருக்கிறேன் என்று சொல்லேன் விளையாட்டுப் பீள்ளையாய்கொஞ்சினாள் நந்தினி எனக்குத் தெரியவில்லையே நந்தும்மா நீ தான் சொல்லேன் என்றாள் அபிராமி நான் திருமணம் செய்து கொள்ள ப் போகிரேன். எனக்கும் நவீனுக்கும் இன்னும் அரை மணி நேரத்தில் பதிவுத் திருமனம் என்று ந்ந்தினி குதுகலித்தாள்

என்னது? அதிர்ச்சியில் கேட்டாள் அபிராமி அந்த அதிர்ச்சியில் அவளவிரலை கத்தி பதம் பார்த்தது ச்ச்ச்ச்ச்ச் ஆ என்று சின்ன அலறலாய் அவள் தன் கைஅயி உதறும் முன்னே அவள் விரலை எடுத்து தன் வாயில் வைத்துச் சிட்டும் இரத்த்தைமெல்ல உரின்சினான் கைலாஷ்

வினாடி நேரம் தான் எங்கே இருக்கிறோம் என்று மறந்து போயிற்று அபிராமிக்கு அவள் அடிவயிறூ சதைகள் தானாய் சுருங்கி விரிந்தன மார்பகங்கள் விம்மிப் புடைத்தன.அவள் உடலில் ஏற்பட்ட மாற்றங்களை அவள் கண்கள் அப்ப்ட்டமாக்க் காட்ட ரசனையுடன் அவள் விரல்களை ருசித்தான் கைலாஷ் உதவிக்காக

என்று அவன் செய்ய ஆரம்ப்த்த்து ஒரு கிருஷ்ணலீலையாக மாறியது

என்ன அப்படியே அமைதியாகிவிட்டாய்

அப்ராமி

இந்தவழியை நவீனுகுச்சொல்லிக் கொடுத்ததே நவீனின் அண்ணா தானேமே என்று போனின் மறு முனையில் சநத்தினி சொல்லவும் கழுத்தில் ஒட்டியிருந்த போன் நழுவியது கைல்ச்ஷின் வாயிலிருது தன் கையை உருவிக் கொண்டாள் மனைவியின் முகமாறுதலைகண்ட கைலாஷ் அவள் கையைப் பிடித்துக் கொண்டான். அபிராமி அபிராமி என்று நந்தினியின் குரல் கேட்க அதை எடுத்த அபிராமி சாரி ந்ந்தினி சொல்லு என்றாள்

நவீனோட அம்மா உன்கிட்ட பேசத் துடிக்கிறார்கள் பேசுகிறயா என்றாள் அவளுக்கு இல்லை ந்நதினி இப்ப்பொது வேண்டாஅம் அப்புறாமாய் என்று சொல்லும் முன் கண்ணீர் பொலபொல என்று உதைர்ந்து விட்ட்து

அபிராமியின் கைகளிலிருந்து போனை வாங்கிய கைலாஷ் சாரி நதினி அபிராமிஅ கைஅயைக் வெட்டிக் கொண்டடாள் அதைக் கட்டுப் போட்ட்தும் நான் உன்னை அழைக்கச் சொல்கிறேன். இவன் யார் தனக்காக பேசுவது என்று நினைத்த அபிராமி வெடுக்கென்று அவன் கையிலிருத போனைப் பிடிங்கினாள் நான் அபி எழுவதற்குள் சமைத்து முடிக்க வேண்டும் அதனால் நான் அப்புறமாய் பேசுகிறேன் ந்ந்தினி உனக்கு என் வாழ்த்துக்கள் என்று சொன்ன அபிராமி தன் விரலிருந்து சொட்டிக் கொண்டே இருந்த இரத்த்த்தை கழுவ முயன்றாள். அவள் கையை இறுக்கப் பற்றீயவன் கைப் புன்னுக்கு ப்ளாஸ்திரி எதுவுமில்லையா? என்று கேட்க இல்லை என்று அது அது வக்ன்கி வைக்கவில்லை என்று சொல்லிவிட்டு என்ன அபிரமி ஒரு சின்ன க் குழந்தையை வீட்டில் வைத்துக் கொண்டு இது கூடவா இல்லாமல்

இருப்பது என்று கடித்த்டுக் கொண்டு தன் லுங்கியைக் கிழிஅத்து ஈரப்ப்டுத்தி அவளுக்குக் கையில் கட்டினான். கைலாஷின் மேல் ஏகப்ப்ட்டக் கோபம் இருந்தாலும் அவனுடைய இந்த சகை அபிராமையைத் திகைப்பில் ஆழ்த்தியது

அவன் கையைக் கட்டும் வரைப் பார்த்துக்க் கொண்டிருந்தவள் அது முடிந்த்தும் சோபாவில் போய் உட்கார்ந்தால் அவலுக்கு வந்த கோபத்தில் அவள் உடலெல்லாஅம் நடுங்க ஆரம்பித்த்து அவளிடம் பேசியா அக வேண்டும் என்று தோன்ற தன் அருகில் வந்து குழப்ப்த்துடன் உட்கார்ந்த கைலாஷைஉற்றுப் பார்த்தால் நீங்கள் மாறவில்லை அப்பபடியேத் தான் இருக்கிறீர்கள்

எல்லார் வாழ்க்கையைஉம் நீங்களே ஆட்டிப் படைக்க வேண்டும் என்று நினைக்கிறீர்கள்

என்ன சொல்கிறாய்அபிராமி நந்தினிக்குத் திருமணம். அது நீங்கள் சொல்லி நடந்த்தாமே

இல்லை நவீனின் உறுதுணைஅவளுக்குத் தேவைப்படும் என்று எடுத்துச்சொன்னேன் அவல் அவனை த்திருமணம் செய்ய வேண்டும் என்று வற்புறுத்தவில்லை. நேற்றுக் காலையில் தான் கிளம்பிப்போனார்கள் அவர்க்ள் இன்று காலையிலேயே டெக்சாசில் இருக்க வேண்டியவர்களவர்கள் எப்படி இன்று தான் டெக்ஸாஸ் போகிறார்கள் என்று எனக்குத் தெரியாது.

கைலாஷின் வார்த்தைகளில் உண்மை புரியசாரி என்றாள் ஆஅனால் அவளுக்கு அவன் மேல் இருந்த கோபம் குறையவில்லை ஆனாலும் கணவனின் அருகாமை அவளுக்கு தேவையாய் இருந்த்து. தன்னியே பார்த்திக் கொண்டிருந்ஹ்ட கைலாஷை அவள் ஒருக் குழப்பத்துடன் பார்த்தாள் அபி என் அபி என்று கொஞ்சலுடன் மனைவியின் முகத்தைப் ப் பார்த்து குனிந்தவன் அவலின் இதழ்களில் மெனையாக முத்தமிட்டான்.

அபியின் கரங்கள்கைலாஷின் தலைஅயி தன்பக்கமாய் இறுக்கி அனைத்தன சிலவிநாடிகளோ நிமிஷங்கலோ இருவருக்கெளம் உணர்வு வந்த போது கழித்துப் பார்த்தபோது உடைகள் கலைந்து அபிராமி சோபாவில் உட்கார்ந்திருக்க அவளின் மார்பு மேல் கைலாஷ் சாய்ந்து இருந்தான். அவனை உதறிவிட்டு எழுந்த அபிராமி இல்லை கைலாஷ் இது தவறு நீங்கள் இங்கிருந்து போய் விடுங்கள் என் உணர்ச்சிகலோடும் எதிர்காலத்ஹ்டோடும் விளையாடுகிறீர்கள் என்னால் இதைத் தாங்கமுடியாது

என்ன சொல்கிறாய் அபிராமி நாம் இருவரும் கணவன் மனைவி நாம் இருவருக்குள் இன்னும் அனொய் நீறு பூத்த நெருப்பு போலி அப்படியே இருக்கிறது நீ ஏன் எப்பொது ம் என்னிட்த்தில் கோபமாக இருக்கிறாஉ என்னைக் கொன்சம்புரிந்து கொள்ள்ளேன். நான் ஏன் உங்கள் மேல் கோபமாக இருக்கிறேன் என்னைப் பற்றி நீங்கள் யோசித்தீர்களா இந்த இரண்டு நாட்களாய் என் பின்னால் வருபவர் நீந்ங்கள் போன பிறர்ட்கு எப்படித் தவிக வேண்டும் என்று யோசித்தீர்களா/ நான் ஏன் உன்னை விட்டுப் போக வேண்டும் அபிராமி உன்னை என்னுடன் இணைத்துக் கொள்ளத்தானே நானித்தனை நாள் தேடிக் கொண்டு இருந்தேன் பிரிந்த நாம் இருவரும் ஈஅனிவதே என்னுடையக் குறிக்கோளாகைருக்கிறது. என்றவன் நாம் சேரும் வரை இதெல்லாம் கூடாது அவனைத் தள்ளிக் கொண்டு எழ முயன்றாள் அபிராமி ஏன் கூடாது ஏன் க்டியாது உனக்கு எனக்கும் தேவைகளொன்றாக இருக்கும் போது ஏன் கூடாது அவனுடிஅய விரல்கள் அவளுடிய மார்பகங்கலை மெள்ளெ நீவிக் கொடுத்ஹ்டன. தன் கூற்றை நிருபொப்பது போல் போதும் நிறுத்துங்கள் கைலாஷ் என்று அவன் கையைத் தட்டி விட்டவள் எழுந்து நின்றாள் நாம் இருவரும் இப்பொது கணவன் மனைவி இல்லை. நமக்கு விவாகரத்தாகி ம்மூன்று வருடங்களுக்கு மேலாகி விட்ட்து நீங்கல் அபிலாஷாவின் தந்தை அது மட்டும் தான் என்றால் அபிராமி

இல்லை என்றான்கைலாஷ் அபிராமியின்பின்னால் வந்து நின்றான் கைலாஷ்

ஏன் எது இல்லைக் கோபமாகவே அவனித் திரும்பிக் கேட்டாள் அபிராமி

நம் இருவருக்கும்விவாகரத்து ஆகவில்லை என்றவன் அதை நிருபிப்பவன் போல் சோவின் பின்னாலிருந்த தன் பெட்டியிலிருந்து சில் காகிதங்களை எடுத்துக் காட்டினான். விவாகரத்துப் பத்திரத்தில் கையெழுத்துப் போட்டுவிட்டு நீ கிளம்பி வந்து விடாய் ஆனால் நான் அதில் என் கையெழுத்தைப் போடவே இல்லை.

உன்னை எனக்கு எப்படி சமாதன்ம் செய்வது என்று தெரியவில்லை அதானால் தான் நாம் இப்படி செய்யும் படி ஆயிற்று என்று விளக்கம் கூறினான் கைலாஷ்

ஆஅனால் நீங்கள் இன்னௌம் பழைய மாதிருயே தாஅனே நடந்து கொள்கிறீர்கள் என்றால் அபிராமி அவனை விட்டு விலகி

என்ன சொல்கிறாய் அபிராமி இத்தனை சாமான்கள் என்னைடம் ஒரு வார்த்தைகூட சொலாமல்

உன்னிடம் சொல்லாமல் வாங்க வேண்டும் என்று நினைக்கவில்லை அபிராமி

இரண்டு நாளாய் அம்முக்குட்டியுடன்பயிற்சிஅயிஅ வேடிக்கை பார்ஹ்த்ட போது மற்றவர்கள் தங்கள் குழந்தைகலுக்கு இது போல சில சாமான்கலை வைத்திருக்க அது பற்றி விசாரித்தேன் அப்புறம் நீயும் வேலைக்கு கிலம்பிப் போய்விட்டாயா பொழுது போகவில்லை சரி எதாவ்து ஒரு சிலதை வாங்கி வரலாம் என்று நினைத்தேன் ஆனால் அங்கே போனவுடன் எனக்குத் தலைகால் புரியவில்லை வாங்கி க் குவித்துவிட்டேன்

என்னை மன்னித்து விடு என்று மனைவியை தன்னோடு இழுத்தவன்

சரிவா வேக்மக நாம் இருவரும் சேர்ந்தால் வேலை ம்டுஇந்து விடும் என்று சொல்லி அவளுடிஅயக் காயம் பட்டக் கையை மனதில் கொண்டு அவல் சமையலுக்கு எல்லா உதவியையும் செய்தான் சமோசாவிற்கு வெங்காயம் வெட்டுவதிலிருந்து வேகவைத்த உருளைக் கிழங்கை உரித்துக் கொடுப்பது குலோப்ஜானிக்கு மாவு பிசைந்து தருவது என்றுஅனவன் பக்கதில் நின்று வேலை செய்ய பேசிக் கொண்டே இருவரும் வேலைகளை எளிதாக முடித்தனர். நாலு அடுப்பிலும் ஒரே நேரத்தில் வேலை நடந்த்து. பேசிக் கொண்டே இருந்த மனைவி தீடிரென்று அமைதியானதும் அவள் ஏதோ யோசிக்கிறாள் என்று புரிந்து கொண்டான்கைலாஷ்

என்ன அபிராமி

இப்போது ஜேலீன் என்ன செய்கிறாள்? இன்னும் உங்களிடம் வேலை பார்க்கிறாளா? இல்லை

ஜேலின்னா யாரது என்று சில வினாடிகள் யோசித்தவன் நினைவு வந்தவ்னாய் ஓ அவளா இல்லை. அவளே வேறு வேலையைத் தேடிக் கொண்டு போய் விட்டாள் யாரோ அவளுடைய பழைய காதலனாம் லாட்டரி சீட்டில் நிறைய பணம் விழுந்ததாம் அவனோடு போய் விட்டாள் என்று சொல்லி விட்டு மனைவியின் பின்னால் வந்து நினரான் அவள் மேல் உனக்குப் போறாமையா என்ன? மெல்ல சீண்டினாள்

ஜேலீன் மீது மட்டுமல்ல உங்கள் மகல் மீதும் தான் எனக்குஒ போறாமை அம்முக் குட்டி மேலேயா ஆச்சிரியமாக கேட்டான். அவளுக்கு மட்டும் எத்தனைச் சாமான் கள் எனகென்று ஒன்றுமே வாங்கவில்லைஏ

அம்முக் குட்டிக்கு தேவையானதை வாங்கினேன் ஆனால் உன் தேவையை பூர்த்தி செய்ய நான் கடைக்குப் போக வேண்டியதில்லை உன் தேவையை இப்போதே என்னால் போக்க முடியும் என்றவன் அவளைபின் புறமாய் தன்னோடு அணைத்துக் கழுத்தில் முத்தமிட்டான். அப்படியேக் கிறங்கிக் போனாள் அபிராமி. மன்வியின் அருகாமையை நாடிய கைலாஷிற்கு திரும்பவும் தன் பொக்கிஷம் கிடைத்த கம்க்ழிச்சியி தன் மனைவிக்கு முத்த மழையைப் பரிசாகத் தந்து மகிழ்ந்தான்

கணவனின் கை வளைவிலேயேஇருந்து கொண்டு கேட்டாள் ஏன் கைலாஷ் நான் அட்லாண்டா வந்து விட்டால் நான் செய்யும் இந்த வேலையை விட்டு விட வேண்டுமா? என்ன அபிராமி சொல்கிறாய் அப்படி என்றால் நீ இன்னௌம் என்னை சரிஒயாக புரிந்து கொள்ளவில்லை என்று தானே அர்த்தம். உன் வேலையை மதிக்காவிட்டால் நான் போய் புது பேட்டரி வாங்கி உன் வண்டிக்கு ப் போடுவேனா இங்கே இருந்து வண்டியை அட்லாண்டாவிற்கு ஓட்டிப் போக வேண்டுமே என்ற கவ்லையில் தான் பேட்டரி வாங்கிப் போட்டேன். நீ என்னோடு அட்லாண்டா வருவாய் தானே அபி நீ இங்கேயே இருக்க வேண்டும் என்றாலும் எனக்கு ஒன்றுமில்லை.அட்லாண்டா வீட்டை விற்று பணத்தை பாங்கில் போட்டாள் நாம் இருவரும் இங்கே சுகமாக அமடிஹியுடனே வாழலாம் வருவேன் கண்டிப்பாய் வருவேன்

அத்திஅ வேறு வந்திருக்கிறார்கள் அவர்களுக்கு சமைத்துப் போட்டு ஆச்சிருரியப் அப்டுத்ஹ்ட வேண்டாம் அதர்காகவாவது வருவேன்.

மகிழ்ச்சியில் மனைவியை அழைத்துக் கோண்டுசோபாவில் உட்கார வைத்தான் வந்ட்ர்ஹு உட்கார்

அபி உனக்கு கால் வலிக்கும் ரத்திரியில் எல்லாம் வலியில் முனகிக் கொண்டே இருந்தாய் என்றவன் அபி நான் சொன்னால் கோபித்துக் கொள்ள மாட்டாயே உணவகத்தில் உணவு பறிமாறும் வேலை மட்டும் வேண்டாம் என்ன என் வீட்டு மகாரானி மற்றவர்களுக்கு வேலைக்காரி வேலை பார்ப்பது என் மனதிற்கு மிகவும் கஷ்ட்டமாக இருக்கிறது

கணவன் மார்பில் முகம் பதைத்தவள் சரி நான் செய்ய்வில்லை. ஆனால் போய் குளித்து விட்டுக் நாம் இருவருமாய் கோவிலுக்குப் போய் வரலாம் அபிலாஷா எழுது கொள்ளும் நேரமாகி விட்டது நான் போய் சமைத்தப் பலகாரங்களை வேறு கொடுக்க வேண்டும். என்று சொல்ல

எல்லாம் நாம் கோவிலுக்கு போகும் வழியில் கொடுத்துக் கோள்ளலாம் இப்போது இன்னும் கொஞ்ச நேரம் இப்படியே இரு இதற்காய் எத்தனை நாள் தவமிருந்தேன் என்று எனக்குத் தான் தெரியும் என்றவன் மனவியின் அருகாமையை கன்மூடி ரசித்தான்.

50

நந்தினியும் நவீனும் அவளுடைய கவுன்சிலர் முன்னால் உட்கார்ந்திருந்தார்கள்.அவர்கள் முன்னால் நந்தினியின் கேஸ் பைல் திற்னதிருந்தது.

ஆதாரவாகவும், கரிசனமாகவும் நந்தினியின் கைகளைப் பிடித்திருந்தார் அந்தப் பெண்மணி.

கண்ணிர் மல்க அந்தப் பெண்மணியையே பார்த்துக் கொண்டிருந்தாள் நந்தினி. கற்பழிக்கப் பட்டுவிட்டவள் என்று தெரிந்த உடனே மருத்துவமனையிலிருந்த *Rape crisis center*ல் இருந்து வந்து நந்தினிக்குத் துணை நின்ற பெண்மணி.நந்தினி ஓடி ஒளிந்து மறைந்தாலும் அவளுக்காக , அவளுடைய கேசை பின் தொடர்ந்து பார்த்து குற்றவாளி யார் என்று கண்டுபிடிக்க

உதவியாய் இருந்தவர்.
நொம்ப நன்றி ஸ்டெல்லா நீங்கள் இல்லாவிட்டால் என்ன ஆகியிருக்கும். ராஜ் தான் குற்றவாளி என்று குற்றவாளி என்று சாட்சியங்களோடு நிருபிக்க முடியாமலே போயிருக்கும்.
கற்பழிப்பு என்பது டெக்ஸாசில் குற்றம் மட்டுமல்ல நீர் ராஜின் மேல் சிவில் வழக்கும் போட்டு விடு அப்போது தான் அவன் செய்த தவற்றிற்கு சரியான தண்டனை கிடைக்கும் நீ இவ்வலளவு தூரம் வெளியே வந்ததை நினைத்தாலே எனக்குப் பெருமையாக இருக்கிறது. இனி நீ செய்ய வேண்டியது நிறைய இருக்கிரது. *DNA* சாட்சி படி இன்னார் தான் குற்றவாளி என்று நாங்கள் கண்டுபிடித்துவிட்டாலும் நீ செய்ய வேண்டியது மிக முக்கியம் .உன்னை கற்பழித்தவன் ராஜ் தான் என்று நீ அடையாளம் காட்டவேண்டும். அதன் பின் தான் உன் கேஸ் கோர்டுக்குச்செல்லும்
ஸ்டெல்லா நான் வெளியே வந்ததிற்கே காரணம் இவன் என் தங்கையை மணக்கப் போகிறான். நான் எப்படியாவது இவனை நிறுத்த வேண்டும் அதனால் தான் நான்மீண்டும் உங்கள் உதவி தேடி வந்தேன்.
இது உன் கேசை கொஞ்சம் சிக்கலாகிற்து. உன் தங்கை பெற்றோருக்கு விஷயம் தெரியுமா? தெரிந்தால் ஏன்ன மாதிரி நிலை தடுமாறுவார்கள் என்று யோசித்தாயா? ஸ்டெல்லா கேட்டாள்
"எது என்னவானாலும் இந்த கயவன் சிறைக்குப் போயே ஆகவேண்டும் அவன் தண்டனை அனுபவித்தே ஆக வேண்டும்". வந்ததிலிருந்து முதன் முறையாக நவீன் பேசினான்.
ஸ்டெல்லா பிடித்திருந்த கையைவிடுவித்து நவீனின் கைமேல் வைத்துப் புன்கைத்ஹ்டாள் நந்தினி. அவள் கண்கள் நன்றியில் பனித்தன.
கற்படிப்பு என்றக் குற்றத்தை வழக்கில் எடுத்துக் கோள்ள டெக்சாசை கால வரம்பரை இல்லை ஆனால் உங்களுக்கு பொது மக்களின் ஆதரவும் தேவைப்படும் அதனால் நீங்கள்

பத்திரிக்கை அலுவலகத்திற்கும் போவது நல்லட்ஜ்து ஸ்டெல்லா பேசிக் கொடு இருக்கும் அப்போது அந்த அறைக்குள் நுழைந்தாள் அஸ்வினி

தங்கையைப் பார்த்ததும் சட்டென்று எழுந்தாள் நந்தினி. அவள்செயலாற்றும் முன் பாய்ந்து வந்து தமக்கையை கட்டிக் கொண்டாள் அச்வினி

இருவரும் கண்ண்ணீர் விட்டுக் கோண்டார்கள் நவீனின் உதவியால் முதலி தன்னிலைக்கு வந்தவள் ந்ந்தினி தான். அக்கா அக்கா நீ எப்படி இருக்கே? எங்களை எல்லாம் இப்படி விட்டுட்டுப் போக உனக்கு எப்படி மனசு வந்தது. நீ இல்லாம நான் எப்படி தவிச்சுப் போயிட்டேன் தெரிஉமா?

அச்சு நீ நல்லாயிருக்கியா? என் மேலே உனக்கு ரொம்ப கோபம் இருக்குமில்லை

என்று கேட்டாள் நந்தினி.

கோபமில்லை ஆனா நிறைய வருத்தம் அதுவும் நவீன் போனில் பேசினவுடனே அதுவும் போயிடுச்சு என்றுவிட்டு

நன்றி நவீன் நீங்க எங்க அக்காஅவை எனக்குத் தேடிக் கொடுத்த்திற்கு என்றாள் அச்வினி

ஆனால் நான் சொன்ன வார்த்தையிலேயே நீ எங்களை நம்பி ராஜை விட்டுவிட்டு வந்த்து தான் எனக்கு ஆச்சிரியம் என்றான் நவீன்

அக்காவை விட நான் வேறு யாரையும் நம்பமாட்டேன், அவளைப் பற்றி எனக்கு நன்றாகத் தெரியும் என்று சொன்னவள் தமைக்கையின கைஅயிஅ அழுத்தினாள் ந்ந்தினியும் கண்ணீர் மல்க சிரித்தாள்

நான் இங்கே வந்திருக்கீறது யாருக்கும் தெரியாது. நான் என்ன பண்ணனும்ன்னு சொல்லுங்க அந்த நாயை ஜெயில்ல போட்டாத்தான் எனக்கு நல்லாதூக்கம் வரும் என்றுவிட்டு தானும்

ஒரு நாற்காலியில் உட்கார்ந்து கொண்டாள்

அச்சு இது அம்மா அப்பாவிற்குத் தெரியுமா?

இல்லை தெரியாது அதைப் பத்தி அப்புரம் பேசலாம். ராஜ் என்னையைத் தேடுவதற்குள் நாம் என்ன செய்ய வேண்டும் என்று பேசியாக வேண்டும். நாம் அவனுக்கு வலை போட்டிருக்கிறது அவனுக்கு ஈப்போதைக்குத் தெரியாது. தரிந்து அவன் ஏதாவது செய்யும் முன் நாம் செயலாற்ற வேண்டும்வன்மமாக சொன்னாள் அச்வினி.

அப்போ நீ உன் கல்யாணத்தைப் பற்றிக் கவலை படலையா?

கல்யாணமா அவனோடையா? அவன் ஒரு பச்சோந்தி. அக்காவை இப்படி பண்ணிட்டு என்னைத் திருமணம் பண்ணிக்க நினக்கணும்னா அவன் எவ்வளவு கீழ்தரமானவன், அவ்வளவு அசிங்க புத்தி உள்ளவன் என்னை விட்டா அவனை வெறுங்கையாலஏயே கொன்றுவிடுவேன். அது கூடாது என்கிறதாலே அவனை தண்டிக்கணும், அவமானப் படுத்தணும்ன்னு வெறியோடு வந்திருக்கேன் உணர்ச்சி வேகத்தில் படபடத்தாள் அஸ்வினி

சரி அப்ப நம்ம என்ன செய்யலான்னு பார்ப்ப்போம். என்ற ஸ்டெல்லா தொடர்ந்தாள்.

ராஜை நீதிமன்றத்திலே நிறுத்தி தண்டனை வாங்கி தருவது நீங்க நினைக்கிறமாதிரி எளிது இல்லை. சாட்சியங்கள் இருந்தாலும்,நந்தினி இன்னோரு முறை வார்த்தைகலாள்கற்பழிக்கப் படுவா

அது ஒரு கோரம் என்றாலும் அது தான் நிஜம். வக்கீல்கள் அசிங்க அசிங்கமா கேள்வி கேட்பாங்க பராயில்லையா நந்தினி

எனக்கு அவன் த்ண்டனை வாங்கிறது இரண்டாவது பட்சம். ஆனா இந்தக் கல்யாணம் நின்று போகணும் அதுக்கு நான் என்ன வேண்டுமென்றாலும் செய்யத் தயாராய் இருக்கிறேன்''

மெல்லிய குரலில் உறுதியாகச் சொன்னாள் நந்தினி

''அது தான் உன் தங்கை திருமணத்தை நிறுத்த மாட்டாளா? ஸ்டெல்லா கேட்டார். இல்லை

அவ அப்படி செஞ்சா அச்சுவைப் பத்தி தப்பா பேச அவன்

தயங்கமாட்டாண். நான் தான் உண்மையைச் சொல்லி கல்யாணத்தை எல்லாருக்கும் முன்னாலே சொல்லி நிறுத்தணும் அவனை நான் அவமானப்படுத்னும் பாம்பு சிறுவது போல மெல்லிதாக சீறினாள் நந்தினி

நந்தினி சொன்னதை கிரகித்துக் கொண்டு அமைதியாக உட்கார்ந்திருந்தனர் மற்ற மூவரும். ஸ்டெல்லா தான் நந்தினியின் கையைப் பிடித்து அழுத்தினாள்.

கண்டிப்பா அப்படி நடக்க நான் உனக்கு உதவி செய்வேன். ஆனா அவனை கோர்ட்டுக்கு இழுத்துட்டுப் போகவும் நீ பயப்படக் கூடாது

சரி என்று மௌனமாகத் தலையாட்டினாள் நந்தினி

முதலில் ஒரு பேட்டிக்குநான் ஏற்பாடு செய்கிறேன். அவனை எல்லா வழிகளிலும் நாம் அவனைத் தாக்க வேண்டும் அப்போது தான் அவனுக்கு சரியானஆட்டம்கொடுக்கும் அவன் வாயாலஏயே அவன் குற்றத்தை ஒப்புக் கொள்ள வைக்க முடிகிறதா பார்ப்போம்.

காவல் அதிகாரிகள் ம முன்னால் பேசாதவன் பத்த்திரிக்கை முன்ன்னால் கண்டிப்பாய் வாய் திறப்பான் ஆனால் நீ எல்லாவற்றீற்கும் தயாராக இருக்க வேண்டும் என்று சொல்ல்லிய ஸ்டெல்லா தன் திட்ட்த்தை விவரித்தார்.சட்டத்தோட ஆதரவும் பொது மக்களின் ஆதரவும் உங்களுக்குக் கண்டிப்பாய் உண்டு என்று எனக்கு நம்பிக்கை உண்டு நான் இதை பேட்டியா வெளியிடக் காரணம் உங்கலைப் போன்ற மெண்கள் தங்கள் பயத்தைத் தவிர்த்து தைரியமா தங்களுக்கு நடந்தஹ்டை சொல்ல வர்ணும் என்றவர் கொன்சம் நிதானித்தார். உங்களுக்குத் தெரிவதால் எனக்கு ஒன்றும் இல்லை. நானும் கல்லூரி படிக்கும் போது கற்பழிக்கப்பட்டவள் அதனால் தான் ந்ந்தினி போன்றவர்களுக்கு உத்வேகமும் தன்னிம்பிக்கையும் கொடுத்து கயவர்களை சிறையில் தள்ளுவதில் இகவும் முனைப்பாய் இருக்கிறேன், என்னை சீரழித்த கயவன்யாரென்று கண்டு பிடிக்காமலே போய் விட்ட்து னால்

ந்ந்தினி விஷயத்தில் அப்படி இல்லை DNA சாட்சியம் ப்லமாக இருக்கிறது இப்படி ஒரு கொடுமையானக் குற்றவாலி தண்டிக்கப்படாமல் இருக்கிறானே என்று நான் அவ்வப்போது நினைத்த்து உண்டு ஆனாலும் நான் நம்பிக்கை இழக்க வில்லை என்றார் அவர்.

மறுநாள் அதிகாலை செய்தி தாள்களில், தேசியத் தொலைகாட்சிகலில் எல்லாம் ராஜ் பேசப்பட்டான்
“ சகொதரிகளை வஞ்சித்தான் நாசா விஞானி” கைது செய்யப் படுவாரா நாசா வின்னானி போன்ற தலைப்புக்களைத் தாங்கி வந்தது செய்தித் தாள்கள்.ஸ்டெல்லா, நந்தினி அஸ்வினி நவீனுடன் பேட்டி நடத்தின தொலை காட்சி நிலையங்கள்
ஒரு அரை மணிநேரத்தில் நந்தினி தனக்கு நடந்த கொடுமையை உலகிற்கே சொன்னாள். ஆனால் அவர்களுக்கெல்லாம்அது ஒரு செய்தி தான்.
நந்தினிக்கோ அது வாழ்க்கை

தடுக்கி விழுந்து எழுந்தவள் இப்போது தான் தைரியமாக்முதலடி எடுத்து வைக்கிறாள்
அவளின் அடுத்த அடி தன் பெற்றோரைப் பார்ப்பது.
51
நவீனும் அஸ்வினியும் என்ன சொன்னாலும் உள்ளே கலக்கத்துடனே தன் பெற்றோரைப் பார்க்க சென்றாள் நந்தினி

அவளை எதிர் பார்த்தார்களோ இல்லையோ அவள் உலகிற்கு சொன்ன செய்தியை அவர்களும் கேட்டிருந்தார்கள். அங்கே ஒரு கூட்டமே இருந்தது. வீட்டைச் சுற்றி செய்தியாளர்கள் வட்டமிட்டுக் கொண்டிருந்தனர்.நந்தினியைக் கண்டதும் அவர்கள் எல்லாம் அவலைச் சூழ்ந்து கொள்ள வீட்டிலிருந்து வெளியே பாய்ந்து வந்தான் ராஜ்

" நீ உள்ளேயே வராதே. எங்கேயோ ஓடிப் போய் என்னன்வோ தப்பு பண்ணிட்டு கையில ஒரு குழ்ந்தையும் பெத்துகிட்டு இப்ப என் மேலே பிழையைப் போட்டு நீ நல்லவளாகலாம்ன்னு நினைக்கிறியா?" அவன் கத்துவதை செய்தியாளர்கள் படம்பிடிப்பதை தனக்கு சாதகமாக பயன் படுத்திக் கொள்ள பார்த்தது அந்தப் பச்சோந்தி

வேகமாக அவளருகில் வந்தவன் அச்வினியை அப்போது தான் பார்த்தான்.
"இங்கே வா அஸ்வினி. அவ உன் மனசையும் கலைச்சிடப் போறா. அவளோட பொய்யை நீ நம்பாதே" நமக்கு நடக்கப்போகும் திருமணத்தை நடக்க விடாமல் தடுக்க இவள் செய்யும் நாடகம் இது என்றபடிஅஸ்வினியின் கையைப் பிடித்து இழுத்தான்.
அவ்வளவு தான்
வானத்தில் எம்பிக் குதித்து வலக்காலை மடக்கி இடது காலால் ராஜின் மார்ப்பில் எட்டி உதைவிட்டாள் நந்தினி.
அவள் சிகாகோவில் கற்றுக் கொண்ட தற்காப்புக் க்லை வினாடியில் அவளுக்குக் கை கொடுத்தது
அவன் செய்த ரகளையில் வீட்டிலிருந்தவர்களும் வெளியே கூடினர். தன் தாய் அழுது கொண்டு நிற்பதும் தந்தைக் கோபமாக ராஜை நோக்கி வருவதும், ராஜின் தாயும் தந்ததயும் அவர் பின்னே வருவதும் நந்தினிக்கு தெரிந்தது ஆனால் மனதில் பதியவில்லை.
அஸ்வினியும் நவீனுமே தன் படையாய் சீரழிக்கப்பட திரௌபதியாய், சிற்றம் கொண்ட கண்ணகியாய் நின்றாள்
கீழே மல்லாக்க விழுந்தவன் நிலை தடுமாறினான். ராஜின் தாய் அவனை வந்து தாங்கித் தூக்கினாள்
"என்னடி காலைத் தூக்கி என்னை உதைச்சதாலேயே நீ பெரிய இவளா? நீ சீரழிஞ்சு போனவ இனிமே நீ ஒண்ணுமே இல்லை. நீ என்னை யாருண்ணு நினைச்சிட்டு இருக்கே?
காட்டுக்கத்தலை ஆயுதமாகக் கொண்டு கத்தினான் அவன். தாங்கியிருந்த தாயை தள்ளி விட்டு விட்டு நந்தினியின் முன்னால்

வந்து நின்றான்
உன்னாலே என்னை எதுவுமே பண்ண முடியாது ராஜ்..வழி விடு நான் என் வீட்டுக்குள்ளே போகணும். கணீர் குரலி வந்த்து நந்தினியின் வார்த்தைகள். தன்னை எட்டி மிதித்தவள் தன்னால் அசுத்தப்பட்டவள்வந்து தன்னிடம் ஆணை இடுவது போல பேசுவது ராஜின் அகம்பாவத்தை தூண்டிவிட்ட்து. அழித்துவிட்டோம் என்று நினைத்துக் கொண்டிந்ருதவள் இன்று அவனையே எட்டி உதைத்து விட்டு இப்ப்போது இவ்வளவு திமிராக வேறு பேசுகிராளா ராஜிற்கு கோபம் தலைக்கேறியது அடித் தொண்டையில் கத்தினான்.

ஏய் நான் என்ன பண்ணணுமோ அதைப் ஏற்கனவே பண்ணிட்டண்டி. கருண் மூலமா மருந்து கலந்த டிரிங்கை உனக்கு கொடுக்க வச்சு உன்னை சீரசிச்சிட்டெண்டி
ஒரு தடவை இல்லை மூணு தடவை.
அரை மயக்கத்திலிருந்த உன்னை அனுபவிச்சு, அடிச்சு சீரழிச்சேன்
உன்னாலே எல்லார்கிட்டையும் என்ன நடந்ததுன்னுசொல்ல தானேமுடுயும் நீ மேடை போட்டு பேசி என்னை அவமதிக்கப் பார்க்கிறாய் ந். நான் செஞ்சே காமிக்கிறேன்.வேணுன்னா வா இங்கேயே இப்படியே படு நான் இன்னோரு தடவை வேணும்னா வச்சுக்கலாம். அவனுடைய மிருகத்தனம் அவனுடைய காட்டுக் கத்தலில் தாண்டவமாடியது.
பாய்ந்தான் நவீன்.ஆனால் அதற்கு முன்
பளாரென்று அரை விழுந்தது அவன் கன்னத்தில்.
அறைந்தது அவன் தாய்.

பொறுக்கி ராஸ்கல், பொண்ணுன்னா அவ்வளவு மட்டமா போயிடுச்சா உனக்கு. அவ என்னடா
?நானே போதுண்டா உன்னைக் குழி தாண்டிப் புதைக்க
உனக்கு எதிரா சாட்சி சொல்றதுக்கு பள்ளிக் ககூடக் காலத்தில்லே நந்தினி மேலே பைத்தியமா திரிந்தாய். அவ கல்லூரிக்குப் போந்தும்

ஏதோ கொஞ்சம் தெளிந்தாய்

நந்தினியைக் காணோம்ன்னு நாங்க எல்லாம் பத்றி பதறித் தேடுனப்ப இரெண்டு நாளைக்கு மாடு மாதிரி தூங்கி வழிஞ்சே, எப்பப் பார்த்தாலும் அவளைப் பத்தி மத்தவங்களுக்கு கோபம் வறமாதிரி எல்லாறும் அவளை வெறுத்து ஒதுக்கிற மாதிரி மட்டும் தான் பேசினே அவ விலகி இருக்கிறதே எல்லாருக்கும் நல்லது மாதிரி பேசினே.

நான் மனசுக்குள்ளே குழம்பினேன். ஆனா புரிய்லை இப்பத்தானே எல்லாம் தெரியுது என்று கதறியவர் மடிந்து விழுந்து அழுதார்.

உன்ன்னையும்ம் கொண்ணு புதைத்துவிட்டு நான் என்னையும் மாய்ச்சுக்கிறேன் அந்தத் தாயின் கண்ணீரில் நிர்மலத்தை உணர்ந்த நந்தினி தன்னைத் தாங்கி நின்ற நவீனின் தோளில் சாய்ந்தாள்.

இது எல்லாவற்றையும் தலைக்காட்ட்சியில் காணொளிகளாகபடம் பிடிக்கப்பட்டன

முடிவுரை

அபிலாஷாவுடன் விளையாடிக் கொண்டிருந்தார் மரகதம். சின்னக் குழந்தையோடு விளையாடுவது அவருடைய ஆரோக்கியத்திற்கும் நல்லதாக இருந்தது.

பேத்தி தன் மடியில் உட்கார்ந்திருக்க மகனின் வெள்ளித் தட்டில் அரிசியைக் கொட்டி, குழந்தையின் கைவிரலைப் பிடித்து வட்டம் , சதுரம் , முக்கோணம் என்று மாறி மாறி வரைய வைத்தார்.

ஒவ்வோரு முறை செய்து முடித்ததும் அவளுடையச் சின்னப்பந்தை அவளுக்குப் பரிசாகக் கொடுத்தார். ஒவ்வோரு முறை பரிசு பெறும்போதும் குழந்தை அவரைப் பார்த்து பூவாய் சிரித்ததுஅவருடைய பரிசாகியது. எப்போதும் தூரத்தில் வெறிக்கும் குழந்தை இப்போது முகம் பார்த்து சிரிப்பது குடும்பத்தில் எல்லோருக்கும் சந்தோஷம் தானே

மரகதம் தன் நேரமெல்லாம் குழந்தையுடன் செலவிட்டார் என்றால் சிதம்பரம் என்னேரமும் கைலக்ஷ் வீட்டின் பின் பக்கம் இருந்தார். வீட்டின் பின் புறத்தில் பேத்தி விளையாட என்று ஊஞ்சலோடு ஒரு சின்னப் பூந்தோட்டம் அமைத்தார். குழந்தை தனியாக விளையாட பாதுகாப்பாக இருக்க வேண்டுமென்று வேலியையும் அமைத்துத் தந்தார்.ந்தினமும் காலை மாலை வேளைகளில் பேத்தியைத் தூக்கியபடி ஒரு சுற்றி சுற்றி வருவது அவருடைய பொழுது போக்கு

தன்னுடைய உணவு வண்டியில் வீடு திரும்பிய அபிராமி சந்தோஷமாய் உள்ளே வந்தாள். நேராக மகளிடம் வந்தாள். அவள் கையில் ஒரு சின்னப் பூந்தொட்டி

அச்சுக் குட்டி அம்மா வந்தாச்சு என்ற் படி மடியிலிருந்து பேரனை இறக்கி விட்டாள் மரகதம்

அத்தை பாருங்க கோடு போட்ட ரோஜா என்று தொட்டியைக் காட்டினாள் அபிராமி.

நம்ம அச்சுக் குட்டி மாதிரி வித்யாசமான ரோஜா. .

கருப்புக் கலந்த அழுத்தமான சிவப்பு நிறத்தில் மஞ்சள் நிறம் இடையே வெல்வெட்டாய் கோடு போட்டிருந்தது..

இதோ இப்போதெ நட்டுவிட்டால் போச்சு சிதம்பரம் ஆசையாய் வந்தார்.

மர்கதம் குழந்தையைப் ஊஞ்சலில் ஆட்டியபடி நிற்க

அபிராமியும் சிதம்பரமும் செடியை வைக்கக் குழியை வெட்ட தொடங்கினர். குழி வெட்டும் சாக்கில் மனைவியின் காதில் விழாத குரலில் சிதம்பரம்

''மோனி ஒரு குழந்தையோடு திரும்பி வந்திருப்பதாய் சரவணன் போன் செய்தானம்மா'' உன் அத்தையிடம் நீ தான் பக்குவமா சொல்லணும். '' என்றார்

அப்படியா மாமா? மோனி எப்படி இருக்காளாம்? ஆவலாக கேட்டாள் அபிராமி/

ரொம்ப கஷ்ட்டப்பட்டிருப்பா போல. சரவணனும் அதிகம் விவரம் சொல்லலை நீங்க வருவதற்குள் சரியாயிடுவா அங்கிள் அப்படின்னான். அவர் குரலில் சிறிது பயம் கவலை அதை விட அதிகமாய் சந்தோஷம் கலந்திருந்தது.

என்ன மாமனாரும் மருமளும் எனக்குக் கேட்காத ரகசியம் பேசறீங்க?

ஊஞ்சலிடமிருந்த படியே கேட்டார் மரகதம்

“இல்லை மரகதம், நவீனும் நந்தினியும் இந்தியா போவதற்கு முன்னால் இங்கே வரச் சொல்லும்மான்னு நம்ம அபிக்கிட்டே சொல்லிக் கொண்டு இருந்தேன்”.

அபி என்ன சொல்றது? நானே காலையில் நந்தினி கிட்ட பேசினேன் என்றவர் குழந்தையைத் தூக்கிக் கொண்டு இருவர் இருந்த இடத்திற்கு வந்தார்.

தன் குழந்தையைக் அவரிடமிருந்து வாங்கிய அபிராமி என்ன அத்தை நந்தினி சொன்னா? எப்படி இருக்கா இப்ப?

“நல்லா சந்தோஷமா பேசினாம்மா

இந்தியா போறதுக்கு முன்னால் இங்கே வந்து பத்து நாள் இருதிட்டு போங்கன்னேன். சரின்னாள்.

இந்தியா போய் மருத்துவம் படின்னு நவீன் சொல்றானாம். இவளுக்கு டிவியில்ஏதாவது அறிவிப்பாளரா வரணும்ன்னு ஆசையா இருக்காம்” ம்ரகதம் மகிழ்ச்சியாக விஷயத்தைச் சொன்னார்.

குழந்தையின் கையால் பூத் தொட்டியிலிருந்து பூச்செடியை எடுக்க வைத்துக் குழிக்குள் வைக்க் உதவி செய்தாள் அபிராமி

“சின்னக் குட்டி இந்தா மண்ணை இப்படி எடுத்து வேருக்குள் வைத்து மூடு” சிதம்பரம் சொல்லிக் கொடுக்க முதல் முறை ஒழுங்காக ஈர மண்ணை குழிக்குள் போட்டக் குழந்தை அடுத்ததாக கைப்பிடி நிறைய் மண்ணை எடுத்து இறைக்க ஆரம்பித்தது.

கை நிறைய மண்ணுடன் தட்டமாலை சுற்றியபடி இறைத்துச் சிரிக்க அதைத் தடுக்கப் போனவர்களின் தலை கண் முகம் மூக்கு வாய் என்று மண்ணை தடவியது.. செடி நடுவதை விட்டு

விட்டு குழந்தையிடமிருந்து தப்பிக்கவே பெரியவர்கள் முயன்றனர்,

வீட்டுக்குள் நுழைந்த கைலாஷ் எல்லோரையும் தேடி தோட்டத்திற்கு வந்தான். அவன் கையில் பூத் தொட்டி

நீங்கள் எல்லாருமே தோட்டத்தில் தான் இருக்கிறீர்களா? என்றவன் "பார் அபி நம்ம சின்னக் குட்டியைப் போலவே வித்யாசமான பூ கோடு போட்ட ரோஜா" என்று மனைவியிடம் நீட்டி விட்டு குழந்தையைத் தூக்கினான்.

இன்னோரு ரோஜாவா என்று ஒரே குரலில் சொன்ன மூவரும் அடுத்த வினாடி வாய்விட்டு சிரித்தனர்.

தூக்கிய தந்தையின் கன்னத்தில் குழந்தை மண்ணால் சந்தனம் பூசி சிரிக்க தானும் குழந்தையுடன் சேர்ந்து சிரித்தான் கைலாஷ்.

முற்றும்

www.ingramcontent.com/pod-product-compliance
Lightning Source LLC
Chambersburg PA
CBHW020055020526
44112CB00031B/183
* 9 7 8 0 9 8 3 9 0 8 7 7 7 *